நிழலின் தனிமை

நிழலின் தனிமை

தேவிபாரதி (பி. 1957)

எண்பதுகளில் சிறுகதைகள் மூலம் அறிமுகமாகித் தொடர்ந்து பல்வேறு தீவிர இதழ்களில் சிறுகதைகள், கவிதைகள், நாடகங்கள், கட்டுரைகள் எழுதிவரும் தேவிபாரதி, மார்க்சிய, மார்க்சிய லெனினிய இயக்கங்களில் சிறிதுகாலம் செயல்பட்டவர்.

1993இல் வெளிவந்த இவரது முதல் சிறுகதைத் தொகுப்பான ‘பலி’ பரவலான கவனத்தைப் பெற்றது.

1994இல் இளம் நாடக ஆசிரியருக்கான மத்திய சங்கீத நாடக அக்காதெமியின் பரிசுபெற்றார்.

இவரது சிறுகதைகளில் சில ஆங்கிலத்திலும் இந்தி, மலையாளம் உள்ளிட்ட சில இந்திய மொழிகளிலும் மொழிபெயர்க்கப் பட்டுள்ளன. கடந்த 2014இல் காலச்சுவடு வெளியிட்ட ‘வீடென்ப’ என்னும் தலைப்பிலான இவரது தேர்ந்தெடுக்கப்பட்ட பத்துச் சிறுகதைகள் என். கல்யாண ராமன் மொழிபெயர்ப்பில் *Harper Collins Publications* வெளியீடாக ‘Farewell Mahatma’ என்னும் தலைப்பில் வெளிவந்து பரவலான கவனத்தைப் பெற்றுள்ளது.

திருப்பூர் மாவட்டம் காங்கயம் அருகேயுள்ள புதுவெங்கரை யாம்பாளையம் என்னும் கிராமத்தைச் சொந்த ஊராகக் கொண்ட தேவிபாரதி தமிழக அரசுக் கல்வித்துறையில் பணியாற்றி 2006இல் விருப்ப ஓய்வுபெற்றார். காலச்சுவடின் பொறுப்பாசிரிய ராக ஆறு ஆண்டுகள் பணியாற்றினார். பின்னர் ‘புதுயுகம்’ தொலைக் காட்சியில் ஓராண்டு பணியாற்றினார். தற்போது நூலகராகப் பணியாற்றும் மனைவி ரத்தினாம்பாளுடன் திருப்பூர் மாவட்டம் வெள்ளகோவிலில் வசித்துவருகிறார்.

தொடர்புக்கு: devibharathi.n@gmail.com

தேவிபாரதி

நிழலின் தனிமை

காலச்சுவடு பதிப்பகம்

● அன்பார்ந்த வாசகருக்கு,

வணக்கம்.

காலச்சுவடு நூலை வாங்கியமைக்கு நன்றி.

நூலின் உள்ளடக்கம், உருவாக்கம், அட்டைப்படம் இன்ன பிற அம்சங்கள் பற்றிய உங்கள் கருத்துகளையும் ஆலோசனைகளையும் காலச்சுவடு வரவேற்கிறது. தகவல், எழுத்து, வாக்கியப் பிழைகள் தென்பட்டால் அவசியம் தெரிவித்து உதவுங்கள். நூல் தயாரிப்பில் கடும் குறைபாடு இருப்பின் மாற்றுப் பிரதி உங்களுக்குக் கிடைக்கக் காலச்சுவடு ஏற்பாடு செய்யும்.

மின்னஞ்சல்: **publisher@kalachuvadu.com**

காலச்சுவடு நாகர்கோவில் அலுவலகத்திற்குக் கடிதம் அனுப்பலாம்.

தங்கள்
எஸ்.ஆர். சுந்தரம் (கண்ணன்)
பதிப்பாளர் — நிர்வாக இயக்குநர்

நிழலின் தனிமை ❖ நாவல் ❖ ஆசிரியர்: தேவிபாரதி ❖ © ந. ராஜசேகரன் ❖ முதல் பதிப்பு: டிசம்பர் 2011, ஏழாம் பதிப்பு: ஆகஸ்ட் 2024 ❖ வெளியீடு: காலச்சுவடு பப்ளிகேஷன்ஸ் (பி) லிட்., 669, கே. பி. சாலை, நாகர்கோவில் 629001.

nizalin tanimai ❖ Novel ❖ Author: Devibharathi ❖ © N. Rajasekaran ❖ Language: Tamil ❖ First Edition: December 2011, Seventh Edition: August 2024 ❖ Size:Demy1 x 8 ❖ Paper:18.6 kgmaplitho ❖ Pages: 176

Published by Kalachuvadu Publications Pvt.Ltd., 669 K.P. Road, Nagercoil 629001, India ❖ Phone: 91-4652-278525 ❖ e-mail:publications@kalachuvadu.com ❖ Printed at Mani Offset, Chennai 600077

ISBN: 978-93-80240-82-4

08/2024/S.No. 427, kcp 5256, 18.6 (7) ass

அசோகமித்திரனுக்கும்
நண்பர் மேகரையான் தோட்டம் மு. சரவணனுக்கும்

சில குறிப்புகள்

இந்த நாவலைப் பற்றிச் சொல்வதற்கு அநேகமாக என்னிடம் எதுவுமில்லை. முன்னுரைக்குப் பதிலாக முன் வைக்கப்பட்டிருக்கும் இக்குறிப்புகள் இந்த நாவலோடு தொடர்புடையவையுமல்ல. இந்த நாவலை எழுதி முடித்ததன் மூலம் என் வாழ்வின் வலி மிகுந்த அனுபவ மொன்றைக் கடந்துசெல்ல முடிந்தது முக்கியமான விஷயம். என் படைப்பு முயற்சிகளுக்கு ஆதாரமாகவும் தடையாகவும் இருப்பவை என் வாழ்வனுபவங்கள்தாம் என நிச்சயமாகச் சொல்ல முடியும். வாழ்வைப் பகுதி களாகக் கூறுபோட முடியுமென்றால் என்னைப் பொறுத்த வரை அதன் ஒன்று மற்றொன்றிலிருந்து முற்றாக வேறு பட்டதாகத்தான் இதுவரையிலும் இருந்துவந்திருக்கிறது. இக்கதை இருபது வருடங்களுக்கு மேலாக என் மனதில் அனுபவமாகவும் புனைவாகவும் இருந்துவந்த ஒன்று.

அமெரிக்காவின் நியூயார்க் மாநிலத்தின் ஹட்சன் நதிப் பள்ளத்தாக்கில் *Ledig House* என்னும் எழுத்தாளர் களுக்கான உறைவிட முகாமில் 2011 செப்டம்பர் 10ஆம் தேதியிலிருந்து அக்டோபர் 6ஆம் தேதிவரை ஏறக்குறைய ஒரு மாதம் தங்கியிருக்கக் கிடைத்த வாய்ப்பைப் பயன்படுத்திக்கொண்டு பல ஆண்டுகளாக என் மனதில் உறைந்துகிடந்த கதையை எழுதத் தொடங்கினேன். முதல் சில நாட்கள் எதுவுமே செய்ய முடியவில்லை. வழி தவறி வந்துவிட்டதுபோல் உணர்ந்தேன். அந்த முகாமில் என்னுடன் தங்கியிருந்த பத்துக்கும் மேற்பட்ட அமெரிக்க, ஐரோப்பிய, ஆசிய எழுத்தாளர்களுக்கு மத்தியில் எந்த அடையாளமுமற்றவனாக இருந்து கொண்டிருப்பதிலிருந்து மீள்வதற்காகவேனும் குறைந்த பட்சம் ஒரு சிறு கதையாவது எழுதிவிட வேண்டுமென

நினைத்தேன். எவ்விதமான கதைத் திட்டமும் இல்லாமல் என் மடிக்கணினியின் முன் அமர்ந்தேன். ஓர் அந்நிய மண்ணில் இயற்கையின் பரிசுத்தமானதும் அற்புதமானதுமான அந்தத் தனிமையில் வலி மிகுந்த கடந்த காலத்தை நோக்கிப் பயணப் படுவது எனக்குச் சவாலாக இருக்கவில்லை. திடீரென நான் முப்பதாண்டுகள் பின்னோக்கிச் சென்றேன். நம்ப முடியாத அளவுக்கு என் பால்யத்தை மிகத் துல்லியமாக மீட்டுக் கொண்டேன். கடந்த காலத்துக்கும் நிகழ் காலத்துக்கு மிடையேயான தொடர்பின் அறுபடாத கண்ணிகளைப் பற்றிக் கொண்டு காலத்தின்மீது ஒரு மரப்பல்லியைப் போல ஊர்ந்து திரிந்தேன்.

இது என் முதல் நாவலாக அமைந்தது தற்செயலான நிகழ்வு. பல ஆண்டுகளுக்கு முன்பே எழுதி முடித்திருந்த 'நொய்யல்'தான் என் முதல் நாவலாக இருக்க வேண்டுமென விரும்பியிருந்தேன். நான்கு பாகங்களையுடைய அந்நாவலின் இரண்டு பாகங்களை முழுமையாகச் செப்பனிட்டு முடித்திருந்த நிலையில் ஏதோவொரு மனத்தடை காரணமாகக் கிடப்பில் போட்டுவிட்டேன். எனக்கான படைப்பு மொழியைக் கண்டறிவது பெரும் சவாலாக இருந்தது முக்கியக் காரணம். கடந்த சில ஆண்டுகளில் சிறுகதை பற்றியே அதிகம் சிந்தித்து வந்திருக் கிறேன். அரைநூற்றாண்டுக் கால வாழ்வனுபவம் படைப்பு பற்றி நான் உருவாக்கிக்கொள்ளும் பார்வையை ஓயாமல் சீர்குலைத்து வரும் துரதிர்ஷ்டத்திலிருந்து மீள முடியவில்லை என்பது என் பலவீனங்களில் ஒன்று. படைப்புச் செயல்பாட்டோடு வாழ் வனுபவங்களுக்குள்ள இடைவெளியை மொழியின் மூலம் கடக்க முயலும் சவாலை எதிர்கொள்வது அவ்வளவு சுலபமானதாகவும் இல்லை. இந்தச் சவாலை எதிர் கொள்ளும் முயற்சியின் ஒரு பகுதியே என் சமீபத்திய சிறுகதைகள். இந்த நாவலைக்கூடச் சிறுகதை என்றே அழைத்துக்கொள்ள விரும்புகிறேன். சற்று நீளமான சிறுகதை.

...

சமீபத்திய என் எல்லா எழுத்துகளுக்கும் முதல் வாசக னாக இருந்துவரும் கவிஞர் சுகுமாரன்தான் இதை முதலில் வாசித்தவர். கதையின் முதல் வடிவத்தைப் பெற்றுக்கொண்ட 24 மணி நேரத்திற்குள் அவரிடமிருந்து தொலைபேசி அழைப்பு வந்தது. பிறகு என் நண்பர்கள் செல்லப்பா, மண்குதிரை, எஸ். தர்மராஜன், இரா. சின்னசாமி, ஜி. குப்புசாமி, ஷாலினி ஆகியோர் இந்தக் கதையை வாசித்துத் தமது கருத்துகளை மிகுந்த அக்கறையுடன் முன்வைத்தனர். அவர்களுடைய

ஆலோசனைகள்தாம் இந்த நாவலைச் செப்பனிடுவதற்குப் பேருதவி புரிந்தவை. அவர்கள் எல்லோரையும் நன்றியுடன் நினைவுகூர்கிறேன்.

என் அமெரிக்கப் பயணத்தைச் சாத்தியப்படுத்திய காலச் சுவடு ஆசிரியர் கண்ணன், Ledig House இன் நிர்வாக இயக்குனர் DW Gibson ஆகியோருக்கும் இப்பயணத்திற்குப் பலவிதங்களில் உதவிய எழுத்தாளர்கள் சல்மா, ஆ.இரா. வேங்கடாசலபதி, நண்பர் மு. சரவணன், நா. பாரதிநிலவன் ஆகியோருக்கும் முகாமில் தம் வற்றாத அன்பின் மூலம் என்னை ஊக்குவித்த ஜெர்மன் எழுத்தாளர் Lukas Hemerstain, பிரெஞ்சு எழுத்தாளர் Pascale Cramer, அமெரிக்க எழுத்தாளர் Lisa Brennan - Jobs, அமெரிக்கவாழ் இந்தியப் பத்திரிகையாளர் Vibuthi Patel ஆகியோருக்கும் அந்தப் பயணத்தை மகிழ்ச்சியான அனுபவங் களில் ஒன்றாக மாற்றுவதற்குத் துணைபுரிந்த தங்கு ராம் குடும்பத்தினருக்கும் கனடாவில் வசிக்கும் தமிழ் எழுத்தாளர்கள் அ. முத்துலிங்கத்திற்கும் *காலம்* செல்வத்துக்கும் மெக்சிகன் பல்கலைக்கழகப் பேராசிரியர் சொர்ணவேலுவுக்கும் இப்புத்தகத் தின் அச்சாக்கப் பணிகளை ஈடுபாட்டுடன் மேற்கொண்டு இந் நாவலைச் சிறப்பாக வெளிக்கொணர்வதற்குத் துணைநின்ற காலச்சுவடில் பணியாற்றும் நாகம், ஷர்மிளா, கீழ்வேளூர் பா. ராமநாதன், பெ. பாலசுப்ரமணியன், மஞ்சு உள்ளிட்ட நண்பர்கள் அனைவருக்கும் என் எழுத்துச் செயல்பாடு களுக்குத் துணைநிற்கும் *அடவி* ஆசிரியர் தில்லைமுரளி, கடற்கரய் உள்ளிட்ட எல்லா நண்பர்களுக்கும் இந்தத் தருணத்தில் என் நன்றியைத் தெரிவித்துக்கொள்கிறேன்.

சென்னை **தேவிபாரதி**
06.12.2011

கிட்டத்தட்ட முப்பதாண்டுகளுக்குப் பிறகு ஒரு கெட்ட ஆவியைப்போல எங்கள் முன் தோன்றியிருந்தான் கருணாகரன். நன்மைக்கும் தீமைக்குமிடையில் ஒரு குட்டிச்சாத்தானைப் போல அலைந்துதிரியும் வாழ்வைப் பெற்றிருந்த நான் இரண்டு நாள்களுக்கு முன்புதான் அந்தச் சிறுநகர எல்லைக்கப்பால் கைவிடப்பட்ட நிலத்தில் கட்டப்பட்டிருந்த அலுப்பூட்டும் மஞ்சள் நிற டிஸ்டெம்பர் பூசப்பட்ட அரசு மேல்நிலைப்பள்ளியில் எழுத்தராகப் பொறுப்பேற்றிருந்தேன். எனக்கு முன்னர் பணியாற்றிய எழுத்தர் அரசுப் பணத்தைக் கையாடல் செய்த குற்றத்திற்காகப் பணியிடை நீக்கம் செய்யப்பட்டிருந்ததால் அவருக்குப் பதிலாகப் பொறுப்பேற்றுக்கொள்ள வந்திருந்த என்னைத் தலைமை யாசிரியர் மிக எச்சரிக்கையான விதத்தில் கையாண்டார். எவ்விதமான கூடுதல் வருவாயையும் எதிர்பார்க்க முடியாத இந்தக் கிராமப்புறப் பள்ளிக்கு மாவட்டத் தலைநகரில் அதிகாரம் மிகுந்ததாகக் கருதப்படும் முதன்மைக் கல்வி அலுவலகத்திலிருந்து ஏன் வர விரும்பினேன் எனக் கேட்டார். பெருநகர வாழ்வின்மீது பொதுவாக எனக்கு எவ்வித ஈடுபாடும் இருந்ததில்லையென நான் சொன்ன பதிலை நம்ப மறுத்தார். நான் எதையோ மறைப்பதாக அவர் கருதியிருக்கக்கூடும்.

சந்தேகத்தின் கரிய நிழல் ஒன்று அவரது சாம்பல் நிறக் கண்களிலிருந்து உடலற்ற மிருகத்தைப் போலச் சத்தமின்றி வெளியேறித் தன் அருவருப்பான கரங்களால் என்னைப் பிறாண்டத் தொடங்கியிருந்தது. இத்தகையப் பிறாண்டல்களுக்கு ஒருபோதும் வளைந்துகொடுக்காத தடித்த தோலால் போர்த்தப்பட்டிருந்த உடலையுடைய நான் அதைப் பொருட்படுத்தாமலிருக்க விரும்பினேன். பணியேற்பு அறிக்கையைக் கொடுத்துவிட்டு ஆறு மாதங்களுக்கு மேல் காலியாக இருந்த, தற்போது என்னுடைய தாகிவிட்ட எழுத்தருக்குரிய தேய்ந்துபோன கால்களையுடைய மரநாற்காலிக்கு வந்தேன். என் அலுவலக சகாக்கள், ஆசிரியர்கள் எனக் கண்ணில் தென்படத்

தொடங்கியிருந்த ஒவ்வொருவரிடமும் கூச்சத்துடன் என்னை அறிமுகப் படுத்திக்கொண்டேன். அவர்கள்மீது அதிகாரம் செலுத்தும் உரிமையைப் பெற்றிருக்கும் தலைமையாசிரியரது நிழலாக அடுத்த சில வருடங்கள்வரை நீடித்திருக்கப்போகிற என்னை நட்பின் நெருக்கமும் பகைமையின் இடைவெளியும் கொண்ட அவர்களது தந்திரமான பார்வைகள் சூழத்தொடங்கி யிருந்தன. தலைமையாசிரியர் எதற்காகவோ என்னை அழைத் தார். அவரது அழைப்பை ஏற்று அப்போதுதான் தன்னை அறிமுகப்படுத்திக்கொண்டு பேசத்தொடங்கியிருந்த உடற் கல்வி ஆசிரியரை விட்டுவிட்டுத் தலைமையாசிரியரையும் என்னையும் பிரித்துவைத்திருக்கும் மரத்தடுப்புக்குள்ளிருந்து வெளிவந்தபோதுதான் கருணாகரனின் கெட்ட ஆவியைப் பார்த்தேன். முப்பது வருடங்களாக என் பழிகொண்ட மனத் திற்குள் தீமையின் உருவகமாக இருந்துகொண்டிருந்தவன் ரத்தமும் சதையுமாக அங்கே நின்றுகொண்டிருந்தான். நான் உடனடியாக நிலைகுலைந்துபோனேன். என்னுடையவற்றைப் போலவே பழிதீராதவையாய் அலைந்துகொண்டிருக்கும் சாரதாவின் பழுப்புநிறக் கண்களை அப்போது நினைத்துக் கொண்டேன்.

கருணாகரனின் பெயர் பற்பசையைப் போல என் உதடுகளிலிருந்து மிகத் தயக்கத்துடன் பிதுங்கி வெளியேறி அந்த இடத்தைக் கடந்து செல்வதற்குள்ளாகவே பதற்றமடையத் தொடங்கியிருந்தாள் சாரதா. அவளது உடல் நடுங்கிக்கொண் டிருந்தது. திரைப்படங்களில் வருவதுபோல அவள் தன் கையிலிருக்கும் காபிக்கோப்பையைத் தவறவிடுவதைப் பற்றி யும் கண்ணாடியாலான அக்கோப்பை பீதியூட்டும் சத்தத்துடன் கீழே விழுந்து நொறுங்குவதைப் பற்றியும் நான் கற்பனை செய்யத் தொடங்கியிருந்தேன். ஆனால் அவள் உடனடியாக நிதானத்தை இழந்துவிடவில்லை. இது என்றாவது ஒருநாள் நிகழக்கூடும் என்னும் திடமான நம்பிக்கையோடு அவள் அவனுக்காகக் காத்திருந்திருக்கக்கூடுமென நினைத்தேன். இன்னும் பூத்துப்போகாத அவளது பழியின் கங்குகள் காலத் தின் சாம்பல் மேடுகளைச் சரிக்கத் தொடங்கியிருந்தன.

"எங்க, எப்ப அவனப் பாத்தே?"

அப்போது நாங்களிருவரும் அவளுடைய வீட்டின் வரவேற்பறையில் தமது மறைவிடங்களிலிருந்து வெளியே வந்த மழைக்காலத் தவளைகளைப் போல எதிரெதிராக உட்கார்ந்துகொண்டிருந்தோம். அவளுடைய கணவர் இன்னும் வீடு திரும்பியிருக்கவில்லை. முதலாமாண்டுப் பொறியியல் மாணவனான அவளுடைய மகன் நண்பர்களுடன் அருகிலிருந்த

மைதானத்தில் கிரிக்கெட் விளையாடிக்கொண்டிருந்தான். தொலைக்காட்சியில் மிகப் புகழ்பெற்ற முன்னாள் திரைப் படக் கதாநாயகியின் நடிப்பில் உருவான நெடுந்தொடரொன்று ஒளிபரப்பாகிக்கொண்டிருந்தது. விளம்பர இடைவேளை யொன்றின்போது நான் தணிந்த குரலில் கருணாகரனின் பெயரை உச்சரித்திருந்தேன்.

வயதுவந்த இரண்டு பிள்ளைகளுக்குத் தாயான, துரதிர்ஷ் டங்களால் சூழப்பட்ட வாழ்வோடு ஓயாமல் போராடிக் களைத்துப்போயிருந்த அவள் தனக்கென விதிக்கப்பட்டவற்றில் இன்னும் மீதமிருக்கும் கடமைகளை முடித்துவிட்டு முதுமையை நிம்மதியாகக் கழிப்பது பற்றிய ரகசியமான கனவுகளில் மூழ்கி யிருந்தாள். அவளுடைய மூர்க்கமான கண்காணிப்பின் விளை வாகப் பிள்ளைகள் பொறுப்பானவர்கள் எனப் பெயரெடுத் திருந்தனர். அளவுக்கு மீறிய சிக்கனத்தைக் கடைப்பிடித்ததன் மூலம் தன் மகளை நல்ல இடத்தில் கட்டிக்கொடுக்கவும் மகனைப் பொறியியல் கல்லூரியொன்றில் சேர்க்கவும் அவ ளால் முடிந்திருந்தது. நகைகளை விற்றும் வங்கியில் கடன் பட்டும் ஒரு சிறிய அழகான வீட்டைக் கட்டிக்கொண்டிருந் தாள். நோயுற்றதும் ஆறுதலை வேண்டாததுமான மனத்துடன் இலக்கின்றி அலைந்துகொண்டிருந்த நான் அவளுடைய வீட்டுக்குப் போவதைக் கிட்டத்தட்டக் கைவிட்டிருந்தேன். அவளுடையதும் 'அப்பாவி' எனப் பெயரெடுத்திருந்த அவ ளுடைய கணவருடையதுமான வற்புறுத்தல்களுக்குப் பணிந்து அங்குச் செல்ல நேரும் தருணங்களில் அந்நியனைப் போலக் கூடத்தில் போடப்பட்டிருக்கும் நாற்காலியில் உட்கார்ந்திருந்து விட்டுத் திரும்புவதை வழக்கமாகக்கொண்டிருந்தேன். அவ ளுடைய உபசரிப்புகளால் எனக்கு எந்த ஆறுதலும் கிடைத்து விடப்போவதில்லை என்பதை மிக நுட்பமாக உணர்த்திக் கொண்டே இருப்பது எனது அனிச்சையான செயல்களில் ஒன்றாக இருந்தது. பக்குவமும் சகிப்புத் தன்மையும் கொண்ட மனுஷியாகத் தோற்றமளிக்கும் அவளுக்குக் கருணாகரனின் பெயரை நினைவூட்டுவது சிரமமான காரியமாக இருக்கும் என நினைத்திருந்தேன்.

கருணாகரனைப் பார்க்க நேர்ந்தவிதம் பற்றிய என் விவரிப்புகளுக்கிடையே பதற்றத்துடன் குறுக்கிட்டாள். அவள் மனத்தில் வேகமான திட்டம் ஒன்று உருவாகிக்கொண்டிருந் ததை யூகிப்பது எனக்குச் சிரமமாக இருக்கவில்லை. முதலில் நிதானமாக இருப்பதுபோல் தென்பட்டவள் பிறகு எதிர் பார்த்ததைவிட அதிகமாகப் பதற்றமடையத் தொடங்கினாள். விரியத் திறந்துகிடந்த புறக்கதவைச் சாத்தித் தாளிட்டுவிட்டு

ஓசையின்றி நடந்துவந்தாள். தன் பருத்த உடலைச் சுமப்பது ஏற்கனவே அவளுக்குக் கடினமாகிக்கொண்டு வந்தபோதும் வேகமாக அடியெடுத்து வைத்தாள். குரலைக் கிட்டத்தட்ட மௌனத்தின் நிலைக்குக் கீழிறக்கிக்கொண்டாள். சுற்றிவளைக் காமலும் பீடிகையின்றியும் நேரடியாக விஷயத்துக்கு வந்தாள். முப்பது வருஷங்களுக்கு முன்பு அவனைப் பழிதீர்ப்பதாக நான் மேற்கொண்ட சூளுரையை நினைவூட்டிக் காலம் இப்போது இருவருக்கும் அற்புதமான வாய்ப்பளித்திருப்ப தாகச் சொன்னாள்.

"விதிதான் இப்ப உன்ன அவன் இருக்கற எடத்துக்கு இழுத்துக்கிட்டு வந்துருக்குது" எனச் சொன்னபோது அவள் மிகவும் உணர்ச்சிவசப்பட்டிருந்தாள். முப்பதாண்டுகளுக்கு முன்பு நாங்கள் வசித்துவந்த சிறு கிராமமொன்றின் புராதன மான கட்டடத்தில் வெகுகாலமாக இயங்கிவந்த சிறிய போஸ்டாபீஸ் மாடியில் பீடிப்புகையால் நிரப்பப்பட்ட புழுக்கமான அறையில் கருணை மிகுந்த கந்துக்கடை முதலாளி யாக எங்களுக்கு அறிமுகமானவன் கருணாகரன். தன் கருணை யின் பிடியில் சிக்கியவர்களது வாழ்வை அடியோடு உருக் குலைப்பவனாயிருந்த அந்த மனிதனுக்கு முன்னால் இப் போது கிட்டத்தட்ட ஓர் ஏவலாளைப் போல் நின்றுகொண் டிருக்கும் எனக்கு அவளது பேராசையைக் கண்டு இரக்கம் தான் ஏற்பட்டது.

முதல் பார்வையிலேயே நான் அவனை அடையாளம் கண்டுகொண்டேன். அப்போது என் உடலில் தென்பட்ட விறைப்பைப் பார்த்துத் தலைமை ஆசிரியர் மிகவும் பதற்ற மடைந்திருந்தார். அவனது முகத்தோற்றத்தில் பெரிய மாறுதல் கள் எவையும் ஏற்பட்டிருந்ததாக எனக்குத் தோன்றவில்லை. மீசை நரைத்திருந்தது. முன் மண்டையில் கொஞ்சம் மயிர்கள் உதிர்ந்திருந்தன. தங்க பிரேமிடப்பட்ட மூக்குக் கண்ணாடி அணிந்திருந்தான். தூய வெள்ளை நிறக் கைத்தறி ஆடைகளை உடுத்தியிருந்தான். அச்சிறு நகரின் அதிமுக்கிய, மதிப்புக்குரிய மனிதர்களில் ஒருவனாகத் தென்பட்டான். தலைமையாசிரியர் அவனை இரு கரங்களையும் கூப்பி வரவேற்று மிகப் பணி வாகத் தன் இருக்கைக்கு அழைத்துச்சென்றதை அப்போது தான் அலுவலக வருகைப் பதிவேட்டில் என் பெயரை எழுதிக் கையொப்பமிட்டு முடித்திருந்த நான் பார்த்துக்கொண்டிருந் தேன். அவன் பார்வையில் பட்டுவிடாமலிருப்பதற்காக ஆமை யைப் போல் தலையை உள்ளிழுத்துக்கொண்டு எனது மர நாற்காலியில் சரிந்தேன். அப்போது எனக்கு என்ன நேர்ந்தது என்பதைச் சரியாக விளக்கத் தெரியவில்லை. ஆசிரியர்கள்

ஒவ்வொரு குழுவாகத் தலைமையாசிரியரது அறைக்கு வந்து நின்றனர். தலைமையாசிரியரின் உடலில் தென்பட்டதைப் போன்ற குழைவை நான் அங்கு வந்து நின்ற எல்லா உடல் களிலும் பார்த்தேன். ஒவ்வொருவரிடமும் அவன் கேள்வி கேட்டான். மாணவர்களின் கல்வித் தரம், வகுப்பறைகளின் நிலை, நிறைவேற்றப்பட வேண்டிய அடிப்படை வசதிகள், ஆசிரியர்களின் தனிப்பட்ட குறைகள் முதலான அவர்களது முறையீடுகளைப் பரிவுடனும் பெருமிதத்துடனும் கேட்டுக் கொண்டிருந்தான். "இந்த வாரம் மெட்ராஸ் போறெ. மினிஸ்ட்டர்கிட்ட ஏற்கனவே சொல்லீருக்கறெ. அதுக்கென்ன மாப்பள நம்பு ஸ்கூலுக்குச் செய்யாம வேற ஆருக்குச் செய்யப் போறம்னாரு. செய்வாரு. எதுக்கும் ஒரு ரிப்போர்ட் ரெடி பண்ணிச் சாயந்தர கிளார்க்கிட்டக் குடுத்துடுங்கொ. கிளார்க் ஜாயின் பண்ணியாச்சா? போன வாரமே பில்அப் பண்ணிப் புடறன்னாரே டிஈஓ" என அவன் தன்னைச் சூழ்ந்து நின்ற எல்லாரிடமும் சொல்லிக்கொண்டிருந்ததைக் கேட்டுக்கொண் டிருந்தபோதுதான் சிறுபிள்ளைத்தனமான கற்பனை என்றோ கைகூடச் சாத்தியமற்ற கனவு என்றோ தீர்மானித்து நான் கைவிட்டிருந்த என் பால்யகாலச் சூளுரை பற்றிய ஞாபகங் கள் ஏற்படத் தொடங்கியிருந்தன.

பிறகு தலைமையாசிரியர் என்னை அழைத்தார். அவரது அழைப்பு மிகத் தெளிவாக என் காதுகளில் விழுந்தபோதும் நான் அசைவே இல்லாமல் உட்கார்ந்துகொண்டிருந்தேன். தலைமையாசிரியர் கடுங்கோபம் கொண்டார். நான் பணியில் சேர்ந்து ஒரு மணி நேரம்கூட ஆகியிருக்கவில்லையாதலால் அவரது மூளையில் என் பெயர் பதிவாகியிருப்பதற்கு வாய்ப் பில்லை. "சார்" என்றும் "கிளார்க் சார்" என்றும் வெவ்வேறு விதமாக அழைத்தவர் பிறகு அவமானம் தாளாதவராய் கதவுக்கு வெளியே நின்றுகொண்டிருந்த பள்ளியின் இரவுக் காவலரைப் பெயர் சொல்லி அழைத்தார். நிலைமையின் விபரீதத்தைப் புரிந்துகொண்டிருந்த காவலர் அதற்குள்ளாகவே என்னை நெருங்கி மரத்துப்போயிருந்த என் தோள்களில் கைவைத்து. "சார், ஹெச்செம் கூப்புடறாரு" எனக் கிசுகிசுத் தார். இந்தக் கதையைக் கேட்டுக்கொண்டிருந்தபோதே பதப் படுத்தப்பட்ட பிரேதமொன்றினுடையதைப் போலச் சலன மற்றதாக மாறியிருந்த சாரதாவின் பருத்த உடலுக்குள்ளிருந்து திடீரென ஆவியாகிக் கரைந்துசெல்லும் நம்பிக்கையின் நிறமோ வாசனையோ அற்ற உருவத்தை ஏற்கனவே கையறு நிலையின் பாலையில் திரிந்துகொண்டிருந்த நான் வெறுமனே பார்த்துக் கொண்டிருந்தேன்.

தன் கணவர் வீடு திரும்புவதற்கான நேரம் நெருங்கிவிட்டதை உணர்ந்தவள் தன் உறைவிலிருந்து திடீரென மீண்டெழுந்தாள். கதவை விரியத் திறந்து வைத்துவிட்டுச் சவக்களை படர்ந்த முகத்தைக் கழுவிக்கொள்வதற்காக பாத்ரூமை நோக்கி நடந்தாள். சரியாக அந்த நிமிடத்தில் அவளுடைய அப்பாவியான கணவர் உள்ளே நுழைந்தார். பதற்றத்தின் காரணமாக என் முகம் விகாரமாகத் தோற்றமளித்துக்கொண்டிருக்க வேண்டுமென நினைத்தேன். தொலைக்காட்சியில் குறைந்த சத்தத்துடன் ஒலித்துக்கொண்டிருந்த செய்தியறிக்கையைக் கவனிப்பதுபோல நடித்து என் முகம் அவரது நேர்ப் பார்வையில் படுவதிலிருந்து தப்பினேன். “எப்ப வந்தே?” எனக் கேட்டவர் என்னிடமிருந்து ரிமோட்டை வாங்கித் தொலைக்காட்சியின் சத்தத்தைக்கூட்டி அனிச்சைச் செயல்போல அலைவரிசைகளைத் தொடர்ந்து மாற்றிக்கொண்டே என்னிடம் பேச்சுக் கொடுத்தார். என்னிடமிருந்து தெரிந்துகொள்வதற்கு ஒன்றுமே இல்லாததால் சீக்கிரத்திலேயே எழுந்தார். “சாரதா, சாரதா” என ஒரு காரணமும் இல்லாமல் அவளை அழைத்தபடி படுக்கையறையை நோக்கி நடந்தவர் பிறகு கைலியைச் சுற்றிக் கொண்டு திரும்பி வந்தார். “அம்மா நல்லாருக்காங்களா?” எனக் கேட்டவர் அதற்கான பதிலை எதிர்பார்க்காமல் “சாரதா காபி குடுத்தியா?” எனச் சமையலறையை நோக்கிக் குரல் கொடுத்தார். காபிக் கோப்பைகளைச் சுமந்துகொண்டு வந்தவளின் முகம் அன்றைய நாளின் எச்சங்களைப் பற்றிய கவலையால் சூழப்பட்டிருந்தது. கணவரிடம் காலையில் அவரைப் பார்ப்பதற்காக வந்துவிட்டுப்போன நபரொருவரைப் பற்றியும் அவர் சொல்லிச் சென்ற தகவல்களைப் பற்றியும் கொஞ்சங்கூடத் தடுமாற்றமில்லாமல் சொன்னாள். மகனின் பொறுப்பின்மை பற்றிய புகார்களை அடுக்கத்தொடங்கியபோது அவளது குரலில் குதூகலம்கூடத் தென்பட்டது.

“காலைல போனவன் இன்னந் திரும்பி வருல. எப்பப் பாரு கிரிக்கெட்டு. மத்தியானம் வந்தவன் சரியாக்கூடச் சாப்பிடல. அப்படியென்னடா அவசரம்னு கேட்டா லஞ்ச் பிரேக் பத்து நிமிஷந்தான்னு சொல்றான். புத்தகத்தத் தொடறதே இல்ல. பாத்துக்கிட்டே இருங்க, நாளைக்கு சச்சின் மாதிரி கோடிகோடியாச் சம்பாரிச்சுக் கொண்டாந்து கொட்டப் போறான் மவன்”

“அவன் பௌலர்டி. கும்ப்ளே, முரளி மாதிரி ஸ்பின்னர்”

“ஸ்பின்னர்னா?”

அவளுக்குப் பதிலளித்துக்கொண்டே அவர் எழுந்து போனார். அவளுடைய அவ்வீடு இயல்புக்குத் திரும்பத் தொடங்கிவிட்டதைக் கண்டு பெருமூச்சோடு எழுந்தேன். "இருந்துட்டுக் காலைல போலாமல்லப்பா?" என்றவர் என் பதிலுக்காகக் காத்திருக்காமல் தன் மனைவியை அழைத்தார். அவள் தயாராக வைத்திருந்த ஒரு டிபன் பாக்ஸை என் கைகளில் திணித்தாள். "என்ன?" எனக் கேட்டதற்கு ஒன்றும் சொல்லாமல் வாசல்வரை வந்தாள். எனது மிகப்பழைய பஜாஜ் எம் – 80 வாகனத்தைச் சிரமப்பட்டு உதைத்துக் கிளப்பி விடைபெறத் தயாரானபோது அவள் வந்து ஹாண்டில்பாரில் கை வைத்து நின்றாள். "இந்த வண்டியத் தூக்கிப் போட்டுட்டுப் புதுசா ஒண்ண வாங்குன்னு உங்கிட்ட எத்தன தடவ சொல்றது?" என அங்கிருந்து விடைபெற்றுக்கொண்டு புறப் படும் ஒவ்வொரு தருணத்திலும் கேட்கும் அதே கேள்வியைக் கேட்டுவிட்டு என் கண்களை ஆராய்ந்தாள். பூனையினுடைய வற்றைப் போன்ற அவளுடைய பழுப்புநிறக் கண்களின் மர்மமான பிடிக்குள் அகப்படாமலிருக்க முயன்றேன்.

"சரி நான் கௌம்பறேன்."

"நாளைக்குப் போன் பண்ணு" என்றாள். தன் மென்மையை இழந்து கரகரத்த அவளுடைய குரலில் தென்பட்ட அடிக் குறிப்பின் தீவிரம் என்னைத் திடுக்கிடச்செய்தது. நெடுஞ்சாலை யின் கலவரமூட்டும் நெரிசலிலிருந்து தப்பிப் பறவைகளினதும் எண்ணற்ற சிறு பிராணிகளினதும் நடமாட்டங்கள் நிரம்பிய கிராமச் சாலைகளின் வழியே மிதமான வேகத்தில் பத்திரமாக என்னை அழைத்துச் சென்றது எனது எம் – 80. பழையனவற் றின் ஞாபகங்களை விரட்ட முடியாதவனாகச் சாலையோரம் பாழடைந்துகிடந்த கோயிலொன்றின் இடிந்த திண்ணையில் பரவிக்கிடந்த வேப்பம்பூக்களின் சருகுகளுக்குள் உட்கார்ந்து புகைபிடிக்கத் தொடங்கினேன். மூப்புற்ற தாயோடும் நிராதர வாக விடப்பட்ட சகோதரியோடும் தன் சக்தியை முற்றாக இழந்துவிட்ட, அதன் தயாரிப்பாளர்களாலேயே கைவிடப்பட்டு விட்ட ஒரு பழைய வாகனத்தை மாற்றுவதற்குக்கூட வக்கற்ற வனாய் அலைந்துகொண்டிருக்கும் தரித்திரத்தால் பீடிக்கப் பட்ட அரசுப் பள்ளி எழுத்தன் ஒருவனால் என்ன சாகசத்தை நிகழ்த்திவிட முடியும் என யோசித்தேன். நினைவின் சவக் குழியிலிருந்து துர்நாற்றம் கவிந்த அவனது உடலை வெளிக் கொணர்ந்து கைக்கெட்டும் தொலைவில் கிடத்தியிருக்கும் விதி எனக்குச் சவால்விடுகிறதா என்னைக் கேலிசெய்கிறதா எனப் புரிந்துகொள்ள முடியாமல் குழம்பினேன். அதிகாரத் தின் கொடிய பற்களுடன் பிளவுபட்ட நாக்கைச் சுழற்றிக்

கொண்டு தலைமையாசிரியரின் நாற்காலியில் தன் சுருண்ட உடலுக்குள்ளிருந்து என்னைப் பார்த்துக்கொண்டிருந்த அவனிடம் அப்போது நான் என்ன சொன்னேன் என்பதோ அவன் என்னிடம் என்ன கேட்டான் என்பதோ எனக்கு அடியோடு மறந்துவிட்டிருந்தது. தலைமையாசிரியர் எனக்காக அவனிடம் மன்னிப்புக் கேட்டுக்கொண்டிருந்திருக்க வேண்டுமென நினைத்தேன். அப்போது நான் அவனது முகத்தைக் கூர்ந்து பார்த்துக்கொண்டிருந்தேன். நான் நின்றுகொண்டிருந்த கோணம் என் முகத்தைத் தெளிவாகப் பார்ப்பதற்கான வாய்ப்பை அவனுக்கு வழங்கியிருக்கும் என்பதிலும் எனக்குச் சந்தேகமிருக்கவில்லை. முப்பது வருடங்களுக்கு முந்தைய என் முகத்தை, கையில் அரிவாளை ஏந்தி நின்ற நோஞ்சான் உருவத்தை அவனுக்கு நினைவூட்ட விரும்பினேன். அவனது கண்களுக்குள் சந்தேகத்தின் நிழல் அசையத் தொடங்கியிருந்த தருணத்தில் உதவித் தலைமையாசிரியரின் கரங்கள் என் தோள்களைப் பற்றின, “அவருக்கு ஒடம்பு சரியில்ல போல இருக்குது” என மன்னிப்புக் கோரும் தோரணையில் அவனைப் பார்த்துச் சொல்லிக்கொண்டே என்னைக் கைத்தாங்கலாகப் பற்றி அழைத்துக்கொண்டு போனார். ஆசிரியர்களின் ஓய்வறையில் பாதிக்கும் மேலான இடத்தை அடைத்துக்கொண்டிருந்த நீண்ட மேசையில் கிடத்தப்பட்ட நான் பிரக்ஞை தவறியது போன்ற பாவனையில் கண்களை மூடி விழிக்கோளங்களை ஆழமாக உள்ளிழுத்துக்கொண்டேன். அவன்மீதான பழி என் இதயத்தைத் தன் கொழகொழப்பான திரவத்தால் நிரப்பத் தொடங்கியிருந்தது. ஒரு சாபமாய் எங்கள்மீது கவிந்த துரதிர்ஷ்டம் பிடித்த அந்த நாளின் பதப்படுத்தப்பட்ட உடல் தன் ஞாபகங்களின் அருவருப்பான கொப்புளங்களுடன் அதற்குள் மிதந்துகொண்டிருந்தது.

சாட்சியாக இருந்த அம்மா பிறகு ஒருபோதும் துரதிர்ஷ்டமான அந்த நாளை நினைவுகூர்ந்ததில்லை. சாட்சியாக மட்டுமல்லாமல் மர்மமான காரணியாகவும் இருந்திருப்பாளோ என்னும் சந்தேகமும் எனக்கிருந்தது. வெறும் பனிரெண்டு வயதேயான ஒரு சிறுவனால் எதையுமே புரிந்துகொண்டிருக்க முடியாது என அவள் நினைத்திருக்கலாம். அந்தத் தருணத்தில் அப்பாவிடமிருந்து மறைப்பதைப் பற்றியே அவள் அதிகம் யோசித்திருக்கக்கூடும். முற்றாக உருக்குலைந்துகிடந்த சாரதாவை அணைத்துக்கொள்ள வேண்டுமென்றுகூட அவளுக்குத் தோன்றவில்லை. தலைகீழாகக் கவிழ்த்துவைக்கப்பட்ட இரண்டு சாமந்திப் பூக்களைப் போன்ற அவளுடைய வெற்றுமுலைகளில் தென்பட்ட நகக்கீறல்களிலிருந்து கசித்திருந்த ரத்தத்தை அவசர அவசரமாக முந்தானையால் ஒற்றியெடுத்தவள் கிழிக்கப்பட்

டிருந்த அவளது ஜாக்கெட்டின் ஊக்குகளை மாட்டுவதற்கும் தாவணியால் மூடுவதற்கும் பெரும் பிரயத்தனப்பட்டாள். "ஒண்ணுமில்ல, சரியாப் போயிரு" எனச் சொன்னதுகூட ஆறுதலுக்கானதாக இல்லாமல் சமாதானப்படுத்துவதற்கான தாக இருந்ததாக நான் பிறகு அந்தச் சம்பவத்தை நினைவுகூர நேர்ந்த ஒவ்வொரு தருணத்திலும் நினைத்துக்கொண்டேன். புறப்படும்போது கருணாகரன் ஒரு ஐந்து ரூபாய்த் தாளை அம்மாவிடம் நீட்டினான். நான் அதைத் தாளமுடியாத அதிர்ச்சியோடு பார்த்துக்கொண்டிருந்தேன். அவள் அதை மறுப்பதைப் பற்றியும் சுக்கல் சுக்கலாகக் கிழித்து அவனது அகந்தையின் சாறுவழியும் முகத்தில் வீசியடிப்பதைப் பற்றியும் அவனது மிருகத்தனத்தை விமர்சிக்கும் காட்டமான வசை யுடன் எங்களிருவரையும் இழுத்துக்கொண்டு அங்கிருந்து ஓடுவதைப் பற்றியும் கற்பனை செய்திருந்தேன். என் கையி லிருந்த அரிவாளைக் கருணாகரனிடம் பறிகொடுத்திருந்த நிலையில் அவள் அங்கே வருவதற்குச் சற்று முன்னதாகத்தான் நான் சூளுரைத்திருந்தேன். "என்னைக்கிருந்தாலு ஒரு நா உன்னக் கண்ட துண்டமா வெட்டிக்கொல்லாம உடமாட்டெ. பழிக்குப் பழி வாங்குவன்டா" எனப் பெண்மையின் சாயல் கொண்ட பிஞ்சுக் குரலில் நாடகத்தனமாக அவன் முகத்தை நேருக்குநேர் பார்த்துக்கொண்டே நான் சொன்னதைக் கேட்டுச் சாரதாவின் முகத்தில் ஒரு கைத்த புன்னகை அரும்பியதைக் கூட நான் மறக்கவில்லை. "பழிக்குப் பழி வாங்குவேன்" என்னும் பகுதி உண்மையில் அப்போது அந்த வாக்கியத்தில் இடம்பெற்றிருந்ததா அல்லது பிந்தைய புரிதலுக்கேற்றவாறு அப்படிக் கற்பனை செய்துகொண்டிருக்கிறேனா என்பதைத் திட்டவட்டமாகச் சொல்ல முடியவில்லை. இதுபோலவே அம்மா போகும்போது அவனிடம் சொல்லிக்கொண்டு புறப்பட்டாளா இல்லையா என்பதும் இப்போது அறவே நினைவில்லை. நான் அதைச் சொல்லி முடித்தபோதுதான் அம்மா வந்து நின்றாள். நான் சொன்னதைக் கேட்டு அவன் பயங்கரமாகச் சிரிக்கத் தொடங்கியிருந்தான். சாரதா கண்ணீர் வற்றிப்போன விழிகளுடன் எல்லோரையும் பார்த்துக்கொண் டிருந்தாள். அம்மாவைக் கண்டவுடன் அவள் அவனைப் பழிதீர்ப்பாள் என நம்பியவளைப் போலப் பெருங்குரலெடுத்துக் கதறத் தொடங்கினாள். நாங்கள் மூவரும் படியிறங்கிக்கொண் டிருந்தபோது, "பையெ நெறையாச் சினிமாப் பாப்பானாட்ட இருக்குது. இவெ எத்தச்சோட்டாளு? நண்டாட்ட இருந்துக் கிட்டு என்னைய வெட்டிப்புடுவன்னு அருவாளத் தூக்கிக் கிட்டு நிக்கறே" என அருவருப்பூட்டும் விதத்தில் சிரித்துக் கொண்டே சொன்னான்.

நோயின் வாதை தாளாத அம்மாவின் அரற்றல்களின் ஒரு சொல்லிலிருந்தாவது அவள் அபத்தமான அந்த நாளின் ஒரு துளியையேனும் நினைவு வைத்திருப்பதற்கான தடயத்தைக் கண்டுபிடிக்க முடியுமா எனப் பல நாள்களாக அவளுடைய கட்டிலுக்கருகில் காத்துக்கொண்டிருந்தேன். அவள் தன் பிரக்ஞையிலிருந்தே அந்த நாளை அழித்திருப்பாள் என நம்புவதற்கு விருப்பமற்றவனாக இருந்தேன். கருணாகரனைச் சந்தித்ததைப் பற்றிச் சொல்லி அம்மாவின் பழுதடைந்த மூளைக்குள் பழையனவற்றின் ஞாபகங்களை மூளச்செய்து விட வேண்டும் என்னும் வேட்கையுடன் அப்பாழடைந்த கோயிலிலிருந்த பழிதீர்க்கும் தெய்வங்களின் உருக்குலைந்த சிற்பங்களிடம் விடைபெற்றுக்கொண்டு கிளம்பினேன்.

அம்மாவின் நிலை காலையில் இருந்ததைவிட மோசமாகத் தென்பட்டது. மிகப் பயந்துபோன என் தங்கை அண்டை நகரத்திலிருந்த சிறிய கிளினிக்கிலிருந்து மருத்துவரொருவரை வரவழைத்திருந்தாள். நான் உள்ளே நுழைந்தபோது தங்கை அம்மாவின் சிறுநீரால் நனைந்துபோன உடைகளை அவளது செயலற்றுப்போன உடலிலிருந்து அகற்றிக்கொண்டிருந்தாள். வயதான, நோயுற்ற பெண்மணியின் நிர்வாணத்தைப் பார்க்கப் பிடிக்காத மருத்துவர் சுவர்ப் பக்கம் திரும்பி நின்றுகொண் டிருந்தார். பிறகு மனத்தைத் திடப்படுத்திக்கொண்டுவிட்ட வரைப்போல நெடுமூச்செறிந்தபடி அம்மாவிடமும் தங்கை யிடமும் பல கேள்விகளைக் கேட்டார். நான் பெரும்பாலும் அமைதியாக இருந்தேன். மருத்துவர் புறப்பட்டுப்போன பிறகு கட்டில் விளிம்பில் உட்கார்ந்து அவளது முகத்தைப் பார்த்துக் கொண்டிருந்தேன். அவளுடைய உடலின் எல்லாத் துளை களிலிருந்தும் கசிந்துகொண்டிருந்த மரணத்தின் நெடி என்னை மூர்க்கமான மனிதனாக மாற்றிக்கொண்டிருந்தது. வாதை யிலிருந்து தற்காலிகமாகவேனும் விடுவிப்பதற்காக அவளது உடலில் செலுத்தப்பட்டிருந்த மருந்தின் வீர்யம் அவளை உறக்கத்தின் காரிருளுக்குள் இழுத்துச் சென்றிருந்தது.

சரியாக மூன்று நாள்களுக்குப் பிறகு கருணாகரனைச் சந்திக்கும் அதிர்ஷ்டத்தைப் பெற்றேன். பள்ளியின் பெற்றோர் ஆசிரியர் கழகத் தலைவராக இருந்த அவனிடம் சில கையெழுத்துகளைப் பெற வேண்டியிருந்தது. எழுத்தர் என்ற முறையில் அது நான் செய்து முடிக்க வேண்டிய வேலை. தேவையான கோப்புகளையும் பதிவேடுகளையும் எடுத்துக் கொண்டு தலைமையாசிரியரின் அனுமதிக்காக அவரது எதிரில் நின்றேன். அவர் எப்போதும் போல் பதற்றமாகத் தென்பட் டார். கோப்புகளை வாங்கி அவற்றைக் கவனமாகப் பரிசீலித்

தார். தேவையான எல்லாவற்றையும் எடுத்துக்கொண்டிருக் கிறேனா எனக் கேட்டவர் அவன் மிகவும் பிஸியான மனிதன் எனவும் அவனைச் சந்திப்பதற்காக நான் பொறுமையாகக் காத்திருக்க வேண்டுமெனவும் எச்சரிக்கும் தொனியில் சொன் னார். பிறகு என்னை இன்னும் சற்று நெருங்கிவரச்சொல்லிச் சைகை காட்டினார். குரலைத் தாழ்த்தி ரகசியம் போல் நான் அங்கே எப்படி நடந்துகொள்ள வேண்டும் என விளக்கி னார். நான் மரியாதைக் குறைவாக நடந்துகொண்டுவிடுவேனோ என்னும் அச்சம் அவரைப் பீடித்திருந்தது. “உங்களுக்குத் தெரியாது சார், நீங்க புதுசு. ஸ்கூலுக்காக அவர் எவ்வளவோ செஞ்சிருக்காரு. அவருக்கு இந்தப் பதவி மேலயெல்லா அக்கறையில்ல. நாமதான் வற்புறுத்தி அவர உக்கார வெச் சிருக்கறோம். பாருங்க எத்தன பில்டிங்ஸ்? எத்தனையோ கவர்மென்ட் ஸ்கூல்ல இன்னுங்கூட மரத்தடியில கிளாஸ் நடத்திக்கிட்டிருக்காங்க. நமக்கு நாலு கிளாஸ் ரூம் சர்ப்ளஸ். அதுல ஒண்ணத்தான் ஸ்டாப் ரூமா மாத்திக்கிட்டிருக்கறோம். எல்லாம் அவரோட முயற்சி. பெர்சனலா ரொம்ப நல்ல மனுஷன். ஸ்கூல்ல யாருக்காவது ஒரு ஹெல்ப் வேணும்னா தைரியமாக் கேக்கலாம். தங்கமான மனுஷன். அன்னைக்குப் பாத்தீங்கன்னா உங்களுக்குத் திடீர்னு ஒடம்புக்குச் சரியில் லாமப் போச்சு. என்னடா இப்பிடிச் சத்தமில்லாம நிக்கறா ரேன்னு நாங்கூடக் கோபப்பட்டுட்டேன். ஆனா அவருக்குத் துளி வருத்தமில்ல. மொதல்ல உங்கள ஆஸ்பத்திரிக்குக் கூட்டிக் கிட்டுப் போகச் சொன்னார் . . .”

அவனது கருணையின் பிடிக்குள் அகப்பட்டுக்கொண் டிருப்பவர்களின் எண்ணிக்கை இப்போது பீதியூட்டுமளவுக்கு உயர்ந்திருக்கக்கூடுமென நினைத்துக்கொண்டேன். என்னுடைய எம் – 80யிலிருந்து எழுந்த இரைச்சலைக் கேட்டு யாரும் திடுக்கிட்டுப் போய்விடக் கூடாது என அதை அவனுடைய வீட்டுக்கு முன்புறம் தென்பட்ட ஒரு வேப்ப மர நிழலில் நிறுத்திவிட்டு உள்ளே நுழைந்தேன். ஜமீன்தார்களுடையதைப் போலப் பாழடைந்த தோற்றம் கொண்ட, அத்தோற்றத்துக்குச் சற்றும் பொருந்தாத குரோட்டன்களாலும் பெயர் தெரியாத மரங்களாலும் சூழப்பட்ட அந்தப் பழைய வீட்டின் ஆகிருதி யைக் கண்டு பதற்றமடைந்தேன். மனித நடமாட்டமே அற்றுப் போனது போல் பீதியூட்டும் அமைதி நிலவிய அவ்வீட்டின் முன் பலர் குழுமியிருந்தனர். முன்பகுதியிலிருந்த கூடத்தில் அவனைச் சந்திப்பதற்காகத் துண்டுத்தாள்களுடன் காத்திருந்த தரித்திரத்தால் சிறுத்துப்போன மனிதர்களின் உடல்களிலிருந்து வியர்வைநெடி வீசிக்கொண்டிருந்தது. கூடத்தில் போடப்

பட்டிருந்த நாற்காலிகளில் கிட்டத்தட்ட எல்லாமே காலியாகக் கிடந்தபோதும் யாரும் அவற்றைப் பயன்படுத்திக்கொள்ள வில்லை. கருணாகரனைப் போன்ற முகச்சாயலையும் பாவனைகளையுமுடைய சிலர் அவர்களைக் கண்காணித்துக் கொண்டிருந்தனர். அவர்களில் ஒருவனை அணுகி நான் யாரெனவும் எதற்காக வந்திருக்கிறேன் எனவும் சொன்னேன். "பத்து நிமிஷம் வெயிட் பண்ணுங்க" என என் கையிலிருந்த கோப்புகளைப் பார்த்துக்கொண்டே சொல்லிவிட்டு நகர்ந் தான் அவன். தலைமையாசிரியரது எச்சரிக்கையைப் பொருட் படுத்தாமல் காலியாகக் கிடந்த நாற்காலிகளிலொன்றை இழுத்துப்போட்டு உட்கார்ந்தேன். கண்காணித்துக் கொண் டிருந்தவர்களில் ஒருவன் அதைப் பார்த்து அதிர்ச்சிக்குள்ளான வனாக அருகில் வந்து நின்றான். எனக்குப் பக்கத்தில் தன் குழந்தையுடன் நின்றிருந்த நடுத்தர வயதுப் பெண் என்னை ஆச்சரியமாகப் பார்த்தாள். அக்குழந்தையின் கால்கள் சூம்பிப் போயிருந்தன. அதன் வாயிலிருந்து உமிழ் நீர் வழிந்துகொண் டிருந்தது. நான் அவளிடம் பேச்சுக்கொடுக்க விரும்பினேன். "குழந்தைக்கு என்னாச்சு?" என வேண்டுமென்றே குரலை உயர்த்திக் கேட்டேன். சொத்தை விழுந்த பற்களைக்கொண் டிருந்த அவள் என் கேள்வி காதில் விழாததுபோல மௌனமாக இருந்தாள். அதே கேள்வியை இன்னும் சற்று உரத்த குரலில் மீண்டும் கேட்டேன். அவள் கலவரமடைந்தவளைப் போலத் தன்னைக் கண்காணித்துக்கொண்டிருந்த மனிதர்களில் ஒரு வனைப் பார்த்தாள். "போலியோ பாதிப்பா?" என என் கேள்வியை அவனிடமே நேரடியாகக் கேட்டேன்.

"இல்ல, வேற என்னமோ. அஞ்சு வருஷமாச்சா. இன்னொ பேச முடீல, நடக்க முடீலன்னு சொல்றா. தலைவரப் பாத்து ட்ரீட்மெண்ட்டுக்கு எதாச்சு ஹெல்ப் கேக்கறதுக்கு வந்துருக்கறாப்பல இருக்குது" என விளக்கமளித்தவன், "நீங்க ஸ்கூல்ல இருந்து வாறீங்களா?" எனக் கேட்டான். நான் அத்துமீறிக்கொண்டிருப்பதாக உணர்த்துவதற்கு முயல்கிறான் என நினைத்தேன். பிறகு அவன் சுவரை ஒட்டி நின்றுகொண் டிருந்த இளைஞனிடம் பேச்சுக்கொடுத்தான். கொண்டுவந் திருந்த கோப்புகளைச் சரிபார்ப்பது போன்ற பாவனையுடன் நான் தலையைக் குனிந்துகொண்டேன். வியர்த்த உடலுடன் என்னை நெருங்கி மிகப் பரிதாபமான குரலில், "தலைவர் இருக்கறாங்களுங்களா சார்?" எனக் கேட்ட ஒரு முதியவருக்குச் சொல்ல என்னிடம் ஒரு பதிலும் இருந்திருக்கவில்லை. அப்போதுதான் ரோமம் மண்டிய வெற்று மார்புடன் கருணாகரன் வீட்டுக்குள்ளிருந்து வெளிப்பட்டிருந்தான். அவ னுடைய கருணையை எதிர்பார்த்துப் பணிந்து நின்ற உடல்

களுக்கிடையே அவசர அவசரமாக நான் எழுந்து நின்றேன். பதற்றத்தால் என் கையிலிருந்த கோப்பு நழுவியிருந்தது. சிதறிக் காற்றில் பறக்க முற்பட்ட தாள்களைப் பிடிப்பதற்காக அங்கு மிங்கும் ஓடிக்கொண்டிருந்த என்னைப் பார்த்து அவன் சிரித்துக்கொண்டிருந்தான்.

o

பிறகு மனப்பிறழ்வுக்குள்ளானவனைப் போல மூன்று நாள்கள் இலக்கின்றி அலைந்துகொண்டிருந்தேன். அம்மாவை மருத்துவமனைக்கு அழைத்துச் செல்ல வேண்டியிருக்கிறதெனப் பொய் சொல்லி விடுப்பு எடுத்துக்கொண்டிருந்தேன். ஞாயிற்றுக் கிழமை அம்மாவைப் பார்ப்பதற்காகச் சாரதா வருவதாகச் சொல்லியிருந்ததால் வீட்டிலிருப்பதைத் தவிர்த்துவிட்டு மாவட்டத் தலைநகரத்திலிருந்த என் பழைய நண்பனொருவனைப் பார்ப்பதற்காகப் போனேன். பின்னிரவுவரை குடித்துக் கொண்டிருந்துவிட்டு வீடு திரும்பியபோது சாரதா வந்து கதவைத் திறந்தாள். என் முகத்திலிருந்து வீசிய ஆல்கஹாலின் நெடி அவளுக்கு அதிர்ச்சியை ஏற்படுத்த வேண்டுமென நினைத்தேன். போதையில் தள்ளாடுவது போன்ற பாவனையில் படுக்கைக்குப் போனேன். காலையில் அவளும் அவளுடைய அப்பாவியான கணவரும் புறப்பட்டுப் போகும்வரை தூங்குவதுபோல நடித்துக்கொண்டு படுக்கையில் கிடந்தேன். மறுநாள் அலுவலகத்துக்கு வந்ததும் அவளிடமிருந்து தொலைபேசி அழைப்பு வந்தது. "என்னாச்சு?" என்றாள். அவள் எதைப் பற்றிக் கேட்கிறாள் என்பது புரியாததுபோல் பதிலளித்தேன்.

"அவனப் பாத்தியா?"

"இல்லை" என்றேன். இணைப்பைத் துண்டித்த விதத்தில் தென்பட்ட எரிச்சலைக் கண்டு அவள் பதற்றமடைந்திருக்க வேண்டும் என நினைத்துக்கொண்டே மூன்று நாள்களாகத் தீண்டப்படாமலிருந்த கோப்புகளைப் பிரித்து மாவட்ட அலுவலகத்திலிருந்து வந்திருந்த கடிதங்களுக்குப் பதிலெழுதத் தொடங்கினேன். வருங்கால வைப்பு நிதியிலிருந்து தற்காலிக முன்பணம் கோரி விண்ணப்பித்திருந்த முதுகலை ஆசிரியரொருவர் என்னைத் தேநீர் அருந்த அழைத்தார். அவனைப் பற்றி அவரிடம் சொல்லலாமா என யோசித்துக்கொண்டே நடந்தேன். அவனது மதிப்பைக் குறைப்பதற்கான வழிமுறைகளைப் பற்றி ஓயாமல் சிந்தித்துக்கொண்டிருந்தேன். மதிய உணவு இடைவேளைக்குப் பிறகு வெப்பத்தால் நிரப்பப்பட்ட எனது அலுவலக அறையில் தனிமையில் உட்கார்ந்துகொண்டு பெயரோ முகவரியோ அற்ற மொட்டைக் கடிதம் ஒன்றின்

மூலம் அவனை அச்சுறுத்தலாமா என யோசித்தேன். சிறு பிள்ளைத்தனமான, முட்டாள்தனமான அந்த யோசனையை உடனடியாகக் கைவிடவும் முயன்றேன். ஆனால் புற்றுநோய்க் கட்டியைப்போலத் தன்னிச்சையாகவும் ஒரு வேலைத் திட்டம் போலவும் என் மூளைக்குள் மிக ரகசியமாக, வேகமாக வளர்ந்துகொண்டிருந்தது அது. தேவைப்படும் வாக்கியங்களை உருவாக்கிப் பத்திரப்படுத்திக்கொண்டிருந்த என் பழிதீராத மனத்தைக் கட்டுப்படுத்த முடியாமல் திணறினேன். அலுவலகக் கோப்புகளைத் தேடிக் கருணாகரனின் வீட்டு முகவரியைக் கண்டுபிடித்து ஒரு துண்டுத்தாளில் குறித்து வைத்துக்கொண்டேன். கடிதத்தைத் தட்டச்சு செய்து தொலைவிலுள்ள மாவட்டத் தலைநகரிலிருந்து அஞ்சல் செய்வது பாதுகாப்பானதாக இருக்கும் என முடிவுசெய்தேன். அலுவலகக் கடிதங்களைத் தட்டச்சு செய்வதான பாவனையுடன் தட்டச்சுப் பொறியில் உட்கார்ந்துகொண்டு யோசனையில் மூழ்கினேன். முதல்வரியைத் தட்டச்சு செய்தவுடன் அந்தக் கடிதம் சுருக்கமானதாக இருக்க முடியாது என்பது புரிந்தது. ஆசிரியர்கள், என் அலுவலக சகாக்களின் நடமாட்டங்களால் அச்சுறுத்தப்பட்ட வார்த்தைகள் பதுங்க முற்பட்டன.

தலைமையாசிரியரிடமிருந்து நிலுவையிலுள்ள கோப்புகளை முடிக்க வேண்டியிருப்பதாகச் சொல்லி அன்றிரவை அலுவலகத்திலேயே கழிப்பதற்கான அனுமதியைப் பெற்றுக்கொண்டேன். மிதமான போதையில் நிதானமாக இருப்பது போன்ற பாவனையுடன் சுற்றித்திரிந்துகொண்டிருந்த இரவுக் காவலர் ஓயாமல் பேச்சுக்கொடுத்துக்கொண்டே இருந்தார். ஆசிரியர்களைப் பற்றியும் மாணவர்களைப் பற்றியும் தான் சேகரித்துவைத்திருந்த, போதையூட்டும் ரகசியக் கதைகளைச் சொல்வதில் மூர்க்கமான விருப்பமுடையவராயிருந்தார் அவர். அவர் நினைவு தப்பும் தருணத்தை எதிர்பார்த்துப் பொறுமையற்றவனாய் அவற்றைக் கேட்டுக்கொண்டிருந்தேன். ஒரு பீர் பாட்டில் வாங்குவதற்குக் கொஞ்சம் பணம் கேட்டார். அவர் கேட்டதைப் போல் மூன்று மடங்கு தொகையைக் கொடுத்தேன். மகிழ்ச்சியுடன் கடைவீதிக்குப் போனவர் உணவுப் பொட்டலங்களுடன் அரைப் பாட்டில் விஸ்கியும் இரண்டு பீர் பாட்டில்களும் வாங்கிக்கொண்டு திரும்பினார். வயிற்றுக் கோளாறு எனப் பொய் சொல்லி அவற்றில் எதையும் தொடாமல் நிராகரித்தேன். இரவு உணவுக்குப் பிறகு நிலை கொள்ள முடியாமல் வீழ்ந்தார் இரவுக்காவலர்.

இன்னும் தன் கடுமையை இழந்திராத பின்கோடையின் திகிலூட்டும் வெப்பத்தால் விரைத்துப்போயிருந்த மர ஸ்டூலில்

மிகவும் அசௌகரியமான விதத்தில் நிமிர்ந்து உட்கார்ந்து கொண்டு அவனுக்கான மிரட்டல் கடிதத்தைத் தட்டச்சு செய்யத் தொடங்கினேன். தொடங்கிய வேகத்தில் முடிந்து விட்ட கரடுமுரடான வாக்கியங்களாலான அக்கடிதம் எனக்குக் கடும் அதிருப்தியைத் தந்தது. படிக்கத் தொடங்கியவுடன் அவனைப் பீதியிலாழ்த்தும்படியான வார்த்தைகளைத் தேடிய படி வெகு நேரம் சும்மா இருந்தேன். பிறகு திடமான மனத் துடன் கொடுங்கனவாக எங்கள்மீது கவிந்திருக்கும் அந்த நாளின் கொடிய நிகழ்வுகளைப் பற்றி, அவன் அதை மறந்திருந்த போதிலுங்கூடத் துல்லியமாக நினைவூட்டிக்கொள்ள முடிகிற அளவுக்கு ஒரு புனைகதையைப்போல முழுமையாக விவரித் தேன். மீட்டெடுக்கப்பட முடியாத அளவு எங்கள் வாழ்வு உருக்குலைக்கப்பட்டதை முதல் பகுதியாகக் கொண்ட அக் கடிதத்தின் இரண்டாம் பகுதி நான் அப்போது மேற்கொண்ட சூளுரையைப் பற்றியும் அவன்மீதான என் பழியின் தீவிரத் தைப் பற்றியதுமாக இருந்தது. பிறகு அவனைக் கொல்வதற்கான கெடுநாள் ஒன்றை நிர்ணயிப்பதைப் பற்றிய யோசனைகளுடன் பள்ளியின் விளையாட்டுத் திடலுக்கு வந்து புகைபிடிக்கத் தொடங்கினேன்.

அது ஒரு விசேஷமான நாளாயிருக்க வேண்டுமென விரும்பினேன். கருணாகரன் அல்லது சாரதாவின் பிறந்த நாள், பள்ளியின் ஆண்டு விழா அல்லது சுதந்திர தினவிழாக் கொண்டாட்டங்கள் என அபத்தமாகவும் நாடகத்தனமாகவும் யோசித்துக்கொண்டிருந்தேன். அப்போதுதான் எங்கிருந்தோ, அதிகத் தொலைவல்லாத ஓரிடத்திலிருந்து வந்துகொண்டிருந்த உடுக்கைகளின் சத்தத்தைக் கேட்டேன். மிக உக்கிரமாக ஒலித்துக் கொண்டிருந்த அந்தச் சத்தம் எதனுடையது என்பதைப் புரிந்துகொள்வதற்குப் பால்யத்திலிருந்தே குன்னடையாக் கவுண்டன் கதைசொல்லிகளின் நிழலில் வளர்ந்திருந்த எனக்கு எந்தச் சிரமும் இருக்கவில்லை. கூர்ந்து கேட்டேன். அநேகமாகப் படுகளக் காட்சியாயிருக்கலாம். குரலில் கள்ளமடை ராமசாமி பண்டாரத்தின் சாயல் தென்பட்டது. வளந்தாங்கோட்டைச் செல்லப்ப பண்டிதனுடையதாகவும் தென்பட்டது. ஏதோ வொன்றைக் கண்டடைந்துவிட்ட பரவசத்துடன் அந்தச் சத்தத்தைத் தேடி நட்சத்திரங்களின் ஒளியைத் துணையாகக் கொண்டு நடந்தேன். ஒற்றையடிப் பாதையில் எதிரும்புதிரு மாகக் கடந்துசென்றவர்களில் ஒருவனை வழிமறித்து விவரம் கேட்டேன். “ஆமாமா, வளந்தாங்கோட்ட நாசுவந்தே வந்து படிச்சுக்கிட்டிருக்கறே. அதாச்சுப் பத்துப் பண்ணண்டு நா. இன்னைக்குத் தங்கா பொலம்பல். சனமெல்லா கண்ணீருட்டுக் கிட்டுக் கோந்துருக்குது. எனக்குத் தாக்குப் புடிக்க முடீலெ.

கெரவத்தெ, என்னதேங் கதையாருந்தாலு இந்தத் துக்கத்தத் தாங்க முடியுதா?"

பிறகு என் கால்கள் வேகம் பெற்றன. சற்றுத் தொலைவில் துயரம் தாளாதவளாய்ப் புலம்பிக்கொண்டிருந்தாள் தங்கா. தன் மெலிந்த மார்புக்கூட்டின்மீது ஒரு துண்டஞ்சேலையைப் போர்த்திக்கொண்டு தங்காவாய் அபிநயித்திருந்த செல்லப்ப பண்டிதன் மூங்கில்களாலானவை போன்ற தன் கால்களை அசைத்துத் துள்ளித் துள்ளி ஆடிக்கொண்டிருந்தான். மார்புக் கூட்டில் அணைத்துப் பிடித்திருந்த உடுக்கையிலிருந்து இழப்பின் தாளமுடியாமையை மீட்டிச் சூழ்ந்திருந்த கூட்டத்தின்மீது பரவவிட்டிருந்தான். பார்வையாளர்களின் கண்ணீர்த் துளிகளால் ஈரமாக்கப்பட்ட காற்றில் மிதந்துசென்ற பாடல் வரிகள் எனக்கு வீரப்பூரின் ஊஞ்சமரங்களடர்ந்த காட்டையும் குருதி உறைந்த நிலத்தையும் பாழடைந்த பெரிய காண்டியம்மன் கோயிலையும் கூப்பிட்டால் தண்ணீர் கிடைக்கும் கூவண்டாம் பள்ளத்தையும் நினைவூட்டத்தொடங்கியிருந்தன. அப்போது தான் கருணாகரனைப் பழிதீர்ப்பது பற்றிய அற்புதமான கற்பனைகளில் மூழ்கவும் தொடங்கியிருந்தேன். கூட்டத்தைக் கடந்துசென்று இருளின் ஒரு சிறிய குடையின் கீழ் நின்று பார்த்துக்கொண்டிருந்தபோது அதற்கான தருணமும் இடமும் எனக்குப் புலப்பட்டுக்கொண்டிருந்தது. சற்று ஓய்வெடுக்கவும் வெற்றிலை போட்டுக்கொள்ளவும் உடுக்கையைக் கைமாற்றிக் கொடுத்துவிட்டுக் கோயிலுக்குப் பின்புறமிருந்த பந்தலுக்குப் போனான் பாட்டுக்காரன். அவனுடைய வீங்கிச் சிவந்த கண்களின் அழைப்பை ஏற்று நான் பின்தொடர்ந்தேன்.

"அம்மாளுக்குத் தேவுலியா?"

"தேவுலீனு சொல்றாப்பல இல்லீங்க மாமா" எனப் பெருமூச்சு விட்டேன்.

"ஆசுபத்திரிக்குக் கீது கூட்டிக்கிட்டுப் போயிப் பாத்தயா?"

"அப்பப்பக் கூட்டிக்கிட்டுப் போயிக்கிட்டுத்தே இருக்கறொ."

பாட்டுக்காரன் உணர்ச்சியற்ற கண்களால் என்னைக் கூர்ந்து பார்த்துக்கொண்டே வெற்றிலையை மென்றான். "புள்ளைக நல்லாருக்குதுகளா?" எனக் கேட்டான். எனக்குப் பதில் சொல்லத் தோன்றவில்லை. செஞ்சாயம் பூசப்பட்ட பாட்டுக்காரனின் முகத்துக்குள் நான் தங்காளின் பழிகொண்ட கண்களைத் தேடிக்கொண்டிருந்தேன்.

"பாட்டக் கேட்டு வந்துட்டியாக்கு?"

“ஆமாங்க மாமா, கொஞ்ச வேலையிருக்குதுன்னு பள்ளிக் கூடத்துல இருந்தெ. உங்கு சத்தத்தக் கேட்டு எந்துருச்சு வந்துட்டெ.”

“இந்தப் பாட்டக் கேட்டுக்குட்டு வேல செய்ய முடியுமா? சும்மாவா சனொ வெடிய வெடிய இந்தப் புளுதிக்குள்ள கெடந்து பொறளுது?” பெருமிதம் தாளாமல் புன்னகைத்தான். வெற்றிலையைத் துப்பிவிட்டு எழுந்துநின்று வேட்டியை உதறிக் கட்டியபோது உடுக்கை கைக்கு வந்தது.

“இருந்து பாத்துட்டுப்போ.”

நான் அவன் கண்களுக்குத் தப்பி அங்கிருந்து புறப்பட்டேன்.

சிறுபிள்ளைத்தனமான, ஒரு மொட்டைக் கடிதத்தைக் காவியத்தன்மைகொண்டதாக மாற்றுவதற்குத் துணைபுரிந்த பாட்டுக்காரனுக்கு மனதுக்குள் நன்றி சொல்லிவிட்டு அலுவலக அறைக்கு வந்து கருணாகரனைப் பழிதீர்ப்பதற்காக நான் தேர்ந்தெடுத்திருந்த கெடுநாளை நிர்ணயித்து அந்தக் கடிதத்தைப் பூர்த்திசெய்யத் தொடங்கினேன். தட்டச்சுப்பொறி யின் உலோகத்தாலான நாவுகள் அதன் உருளையில் மோதி உருவான சத்தங்களால் அமைதியான அப்பின்னிரவு பதற்ற மடையத் தொடங்கியிருந்தது. கடிதத்தை வாசித்துப்பார்த்த போது அது நான் விரும்பியதைவிடக் கச்சிதமாக வந்திருப்ப தாக நினைத்தேன். பழிவாங்கும் என் நடவடிக்கையின் முதல் அடியை வலுவானதாக எடுத்துவைத்துவிட்ட பெருமிதத்தோடு மீண்டும் மீண்டும் அதை வாசித்துப் பார்த்தேன். பிறகு புகை பிடித்தபடியே அதை அஞ்சலில் சேர்ப்பதற்கான வழிமுறை களைப் பற்றிய யோசனைகளில் மூழ்கினேன்.

உறையின்மீது கருணாகரனின் வீட்டு முகவரியைத் தட்டச்சு செய்யும்போது ஒழுங்கும் திடமுமற்ற வார்த்தைகளைப் பயன் படுத்தினேன். பேரூராட்சித் தலைவர் என்னும் முறையான அடையைத் தவிர்த்து ‘பஞ்சயத்துச் சேர்மான்’ எனவும் கருணாகரன் என்ற பெயரை ‘கறுனாகரன் அவர்கல்’ எனவும் தட்டச்சு செய்தேன். அனுப்புனர் முகவரியைக் காலியாக விட்டேன். மாவட்டத் தலைநகரிலிருந்தே அதை அஞ்சலில் சேர்க்க வேண்டும் என்பதிலும் மறுநாள் விடுப்பு எடுத்துக் கொண்டுவிடக் கூடாது என்பதிலும் தீர்மானமாக இருந்தேன். சிறு தடயமும் கிடைக்கப்பெறாமல் அவனைக் குழப்பத்தில் ஆழ்த்துவது முக்கியம். அலுவலகத்தைப் பூட்டிச் சாவியைக் காவலரின் தலையணைக்குக் கீழே செருகிவைத்துவிட்டு எனது எம் – 80யைச் சத்தமில்லாமல் தள்ளிக்கொண்டு வெளியேறினேன். நெடுஞ்சாலையை அடைந்ததும் ஆள் நடமாட்டமற்ற ஓரிடத்

தில் நிறுத்திக் கிக்கரை உதைத்தேன். ஈரப்பதம் நிரம்பிய அதிகாலைக் காற்றால் நமுத்துப்போயிருந்த மிகப் பரிதாபகர மான அவ்வாகனம் நோயாளியைப்போல முனகிப் பிறகு என் மூர்க்கத்துக்குப் பணிந்து திடுக்கிடவைக்கும் சத்தத்தோடு புறப்பட்டது. இச்சிறு நகரத்தின் கண்களில் பட்டுவிடாமலிருக் கும் பொருட்டுக் குறுக்குப் பாதையொன்றைத் தேர்ந்தெடுத்து அதன் வழியே பயணத்தைத் தொடர்ந்தேன். சுமார் இருபது கிலோமீட்டர் தூரம் கடந்ததும் சாலையோரம் தென்பட்ட கிராமப்புறத் தேநீர் விடுதியொன்றுக்குள் அன்றைய முதல் வாடிக்கையாளனாக நுழைந்தேன். தேநீருக்குச் சொல்லிவிட்டு முந்தைய நாளுக்குரிய தினத்தந்தியின் நைந்த தாள்களைப் புரட்டியபடி கடிதத்தில் இடம்பெற்றிருக்கும் வாக்கியங்களைப் பற்றி யோசிக்கத் தொடங்கினேன். வியர்த்து வழியும் என் உடல்மீது சந்தேகத்துடன் கவியத் தொடங்கியிருந்த கடைக் காரனின் பார்வை தொந்தரவு செய்தது. அவன் ஏதாவது பேசத் தொடங்குவதற்குள் அங்கிருந்து புறப்பட்டுவிட வேண்டு மென நினைத்ததால் புகைபிடிக்கும் விருப்பத்தைக் கட்டுப் படுத்திக்கொண்டேன். பத்து நிமிடப் பயணத்துக்குப் பின் நெடுஞ்சாலையில் ஒரு பாலத்துக்குக் கீழே தென்பட்ட விளக்குக் கம்பம் ஒன்றினடியில் வண்டியை நிறுத்திப் புகைபிடித்தவாறே உறையிலிருந்த கடிதத்தை எடுத்துத் தட்டச்சு செய்திருந்த வாக்கியங்களைக் கவனமாகப் படித்துப் பார்த்தேன்.

பிறகு எனது எம் – 80 எங்குமே நிற்கவில்லை. தெருவிளக்கு கள் ஒவ்வொன்றாக அணையத் தொடங்கியிருந்த நேரத்தில் நான் மாவட்டத் தலைநகருக்குள் நுழைந்திருந்தேன். அஞ்சல் நிலையக் கதவுகள் திறக்கப்படுவதற்குக் குறைந்தபட்சம் இரண்டு மணி நேரமாவது இருக்கக்கூடுமென நினைத்தேன். அதுவரை சுற்றித்திரிவதற்கான இடத்தைத் தேடி அப்போதுதான் இயங்கத் தொடங்கியிருந்த பேருந்து நிலையத்தை அடைந்தேன். செய்தித் தாள் ஒன்றை வாங்கிக்கொண்டு காத்திருப்போர் கூடமொன் றில் காலியாகக் கிடந்த சிமெண்ட் பெஞ்சில் உட்கார்ந்தேன். செய்தித்தாளின் விரிந்த பக்கங்களுக்கிடையில் கடிதத்தைப் பிரித்து வைத்துக்கொண்டு அதில் அதை எழுதியவன் யாரென் பதைக் கண்டுபிடிப்பதற்கான தடயம் ஏதாவது தென்படுகிறதா எனப் பரிசீலித்தேன். இக்கடிதத்தை இதன் உள்ளடக்கங் களோடு எந்தப் பிணைப்புமற்ற இத்தொலை தூர நகரத்திலிருந்து அஞ்சலில் சேர்ப்பதற்கு ஏதாவது முகாந்திரமுள்ளதா என யோசித்தேன். எந்த முடிவுக்கும் வந்துசேர முடியாத தத்தளிப் பிலிருந்து விடுபடும் முனைப்போடு தொடர்ந்து புகைபிடித்துக் கொண்டிருந்தேன். பிறகு அநேகமாக உள்ளுணர்வால் தூண்டப் பட்டு அந்நகரத்தை விட்டு உடனடியாக வெளியேறினேன்.

புறநகரில் இருந்த பங்க் ஒன்றில் பெட்ரோல் பிடித்துக்கொண்டு காலியாகக் கிடந்த நெடுஞ்சாலையில் தலைதெறிக்கும் வேகத்தில் வண்டியைச் செலுத்தினேன். ஒரு மணி நேரப் பயணத்தின் இறுதியில் எம்–80 என்னைக் கொண்டுவந்து சேர்த்திருந்த இடத்தைப் பார்த்து நான் தாள முடியாத அதிர்ச்சிக்குள்ளானேன். ஆனால் இக்கடிதத்தைச் சேர்ப்பதற்கு இதை விடப் பொருத்தமான ஒரு அஞ்சல் நிலையம் வேறு எதுவாகவும் இருக்க முடியாது என்பதை நினைத்து நடுங்கவும் செய்தேன்.

இன்னும்கூட மீண்டுவர முடியாமல் கிடந்த பாழடைந்த அக்கட்டடத்தைப் பார்த்தவுடன் உடலின் எல்லாக் குழாய்களிலிருந்தும் மூர்க்கமாகப் பாய்ந்துவந்த குருதியின் வெப்பத்தைத் தாள முடியாமல் திணறினேன். துருவேறிய இரும்புக் கம்பிகளுக்குப் பின்னால் தென்பட்ட மூப்புற்ற அஞ்சலகத் தலைவர் முப்பது வருடங்களுக்கு முன்பு இவ்வஞ்சலகத்தின் இதே கட்டடத்துக்குள்ளிருந்து மூர்க்கமாக வெளியே தள்ளப்பட்ட என் தந்தையின் அமைதியடையாத ஆவியைப் போல் தென்பட்டார். அஞ்சல் வில்லைகளை வாங்கியபோது என் கைகள் நடுங்கியதையோ வார்த்தைகள் குளறியதையோ அவர் பொருட்படுத்தவில்லை. நான் அவரிடம் கொடுத்திருந்த பத்து ரூபாய்த் தாள் செல்லத்தக்கதுதானா எனச் சந்தேகித்தவரைப் போல நீண்ட நேரம் சோதித்துக்கொண்டிருந்தார்.

"சில்லறை இல்லையே" என்றவர் மேசை இழுப்பறையைத் திறந்து தான் சொன்னது உண்மைதானா எனச் சரிபார்ப்பதைப் போலப் பாவித்துவிட்டு உதட்டைப் பிதுக்கினார். நான் மொத்தத் தொகைக்கும் அஞ்சல் வில்லைகளைக் கொடுத்துவிடக்கோரி அந்தப் பிரச்சினைக்கு எளிதாக முடிவுகட்டினேன். அது தனக்கு உடன்பாடில்லாத விஷயம் என்பது போல முகத்தைச் சுளித்துக்கொண்டவர் வேறு வழியற்றவரைப்போல அஞ்சல் வில்லைகளை மிக நிதானமாகக் கணக்கிட்டு என் கையில் திணித்துவிட்டு, "கோந்து ஜன்னல்ல இருக்குது" எனக் கைநீட்டினார். உடைந்த கண்ணாடி டம்ளர் ஒன்றில் ஓரளவு ஈரப்பசையுடன் இருந்த தேன்நிற வேப்பம்பிசினைக் குடைந்து அஞ்சல் வில்லைகளின் பின்பக்கத்தில் தடவிக்கொண்டேன். அங்கிருந்த மிகப் பழைய, ஆட்டங்கண்டுவிட்ட கால்களை யுடைய மர டெஸ்க்கில் உட்கார்ந்து அஞ்சல் வில்லைகளை மிகக் கவனமாக உறையின்மீது ஒட்டி முன்பு அடர் சிவப்பு நிறமுடையதாயிருந்து இப்போது வெளிறிவிட்ட தபால் பெட்டிக்குள் திணித்துவிட்டு அந்த நொடி முதல் எனக்கு மிக மிக முக்கியமானதாகிவிட்டிருந்த புராதனத் தோற்றம் கொண்ட அக்கட்டடத்திலிருந்து வெளியேறினேன். வெளி

தேவிபாரதி

யேறும்போது மாடியில் முப்பது வருடங்களுக்குப் பின்னரும் அதே தோற்றத்துடன் விளங்கிய கருணாகரனின் கைவிடப் பட்டுவிட்ட அந்தக் கந்துக்கடையை அண்ணாந்து பார்த்துக் கொண்டேன். தர்க்கரீதியான காரணம் எதுவுமில்லாமல் மிக விரைவில் மீண்டும் இங்கு வர வேண்டியதிருக்குமெனவும் இப்போது நடைபெற்ற இதே சம்பவங்கள் மறுபடியும் நடக்கக் கூடுமெனவும் தோன்றியது.

குறித்த நேரத்திற்குள் என்னை அலுவலகத்துக்குக் கொண்டு போய்ச் சேர்த்துவிட வேண்டுமென எனது எம் – 80 தனக்குச் சாத்தியப்பட்டதிலும் அதிகமான வேகத்தில் விரைந்தது. என் பயணத்தின் முதல் அடியை வெற்றிகரமாக எடுத்துவைத்து விட்ட களிப்புடனும் மிக நீண்டதும் என் வாழ்வின் தீர்மான கரமான தருணத்தை நோக்கி அழைத்துச் செல்வதுமான அந்தப் பயணத்தின் அடுத்தடுத்த கட்டங்களைப் பற்றிய கற்பனைகளால் உருவான பதற்றத்துடனும் நான் வெறுமனே அதன் முதுகில் உட்கார்ந்திருந்தேன். அரை மணி நேரப் பயணத்திற்குப் பின் பால்யத்தில் நான் அலைந்துதிரிந்த குன்றின் அடிவாரத்தில் குறுக்கிட்ட வாய்க்கால் கரையில் இடப்புறம் திரும்பி கருவேல மரங்களின் அடர்ந்த நிழல் களுக்குக் கீழே இரைவிழுங்கிய ஒரு விரியனைப் போல அசைவற்றதாய் நீண்டுகிடந்த செம்மண் பாதையின் வழியே பயணித்து ஆள்நடமாட்டமற்ற ஓரிடத்தில் நின்றது மிக விசுவாசமான அந்தப் பழைய வாகனம். அதன் உடல் கொதித் துக்கொண்டிருந்தது. சற்று ஓய்வெடுக்குமாறு அதை அறிவுறுத்தி விட்டு காலைக்கடன்களை முடிப்பதற்காகப் புதர் மறைவைத் தேடினேன். வேப்பங்குச்சியொன்றை ஒடித்துப் பல் துலக்கி, உடைகளைக் களைந்துவிட்டு வாய்க்காலின் குளிர்ந்த நீருக்குள் இறங்கினேன். கரையோரத்தில் அடர்ந்துகிடந்த கோரைப்புதரில் உடலை நீட்டிக் கிடந்த சாரையொன்று வெருண்டு வாய்க்கா லுக்குள் குதித்துத் தோள்களுக்கு மேலாக உடலை வளைத்து நீந்தி என்னைக் கடந்து நீர்ச்சுளிப்புக்குள் மறைந்தது.

சிற்றூரொன்றில் தென்பட்ட சலூனில் முகத்தைச் சிரைத்துத் தலைவாரிக்கொண்டு அலுவலகத்தை நோக்கி நிதானமாக வண்டியைச் செலுத்தினேன். முதல் மணி அடிப் பதற்கு முன்னதாகவே பள்ளியின் நுழைவாயிலைக் கடந்து விட்டிருந்த அதன் பேரிரைச்சலைக் கேட்டுத் திடுக்கிட்டுப் போன குழந்தைகள் பிறகுக் கேலியாகச் சிரித்தபடி பதுங்கிக் கொண்டனர். அதைப் பொருட்படுத்தாமல் என் இருக்கைக்கு வந்து அப்போதுதான் உள்ளே நுழைந்திருந்த அலுவலக உதவி யாளரிடம் எனக்குத் தேவைப்பட்ட கோப்புகளைக் கொண்டு

வருமாறு உத்தரவிட்டேன். "அர்ஜெண்டா எதாவது பர்ட்டிகுல ரனுப்பனுமா சார்?" என விளையாட்டான குரலில் கேட்டு என் பதற்றத்தைத் தணிக்க முயன்ற அலுவலக உதவியாளருக்கு எந்தப் பதிலும் சொல்ல விருப்பமற்றவனாய்க் கோப்புகளைப் பிரித்து வைத்துக்கொண்டேன்.

ஆசிரியர்களின் மருத்துவ விடுப்பு விண்ணப்பங்கள் உரிய விதிமுறைகளின்படி அளிக்கப்பட்டிருக்கின்றனவா எனப் பரிசீலித்தேன். மாணவர்களின் வருகைப் பதிவேடுகளைச் சரியாகப் பராமரிக்காத, தேவையான விவரங்களைப் பூர்த்தி செய்திருக்காத ஆசிரியர்களை அழைத்து அவற்றை இரண்டு நாள்களுக்குள் முழுமையாகப் பூர்த்திசெய்ய வேண்டுமென அறிவுறுத்தினேன். நேரடியான அதிகாரம் எதுவுமில்லாத வெறும் எழுத்தரான என் நடவடிக்கைகள் தலைமையாசிரிய ருக்கு வியப்பையும் எரிச்சலையும் ஏற்படுத்தியதை உணர்ந்து அவரிடம் எப்போது வேண்டுமானாலும் மாவட்டக் கல்வி அலுவலரோ முதன்மைக் கல்வி அலுவலரோ ஆய்வுக்காக வரலாம் எனவும் அதுபற்றி மாவட்ட அலுவலகத்தில் பணிபுரி யும் என் நண்பனொருவன் எச்சரித்திருப்பதாகவும் பொய் சொன்னேன். தலைமையாசிரியர் கொஞ்சம் பயந்தவரைப் போல் தென்பட்டார். அதைப் பயன்படுத்திக்கொண்டு கடுமை யான வாசகங்களடங்கிய சுற்றறிக்கையொன்றைத் தயாரித்துத் தலைமையாசிரியரின் ஒப்புதலைப் பெற்று ஆசிரியர்கள் அனை வருக்கும் அனுப்பிவைத்தேன். என் பொறுப்பிலிருந்த பணிப் பதிவேடுகளில் விடுபட்ட பதிவுகளைப் பூர்த்திசெய்வதும் தன்பதிவேட்டில் நாளது வரையிலான பதிவுகளை மேற்கொள் வதும் கல்விப் புள்ளிவிவரங்களைத் தொகுப்பதுமாக நானும் கடுமையாக வேலைசெய்தேன். ஆசிரியர்கள் தத்தம் வகுப்பு களுக்குரிய வருகைப் பதிவேடுகளுடன் அங்குமிங்குமாகச் சுற்றியலைந்துகொண்டிருந்தனர். தன் அதிகாரத்தின் வலிமையை நம்ப முடியாத தலைமையாசிரியர் எல்லோரையும் கண்கா ணித்தபடி பள்ளியின் வளாகத்தைச் சுற்றி வந்துகொண்டிருந் தார். அவரது கையில் அசைந்துகொண்டிருந்த பிரம்பைப் பார்த்து மாணவர்கள் மிரண்டு பதுங்கினர். ஆசிரியர்கள் என்னை எதிர்கொள்ள நேரிடும் ஒவ்வொரு தருணத்திலும் புன்னகைக்க முயன்றதைக் கவனித்தபோது என் நிழல் அதிகாரத்தின் மீது எனக்கே போதையேற்பட்டிருந்தது.

நாளையோ அதற்கு மறுநாளோ கடிதம் கிடைக்கப்பெற்ற வுடன் கருணாகரன் இங்கு வரும்போது அவனை எப்படி எதிர்கொள்வது என்பதைப் பற்றிய யோசனைகளுடன் நான் கோப்புகளுக்குள் மூழ்கியிருந்தேன். தலைமையாசிரியரிடமும்

மற்ற ஆசிரியர்களிடமும் இரண்டு நாள்களுக்குள் என்னைப் பற்றி மிக நம்பகமானதும் மதிப்புமிக்கதுமான படிமமொன்றை உருவாக்க முயன்றுகொண்டிருந்தேன். எனது நாளங்களுக்குள் இரவு மிருகமொன்றைப்போல மிக ரகசியமாக நடமாடிக் கொண்டிருந்த பதற்றத்தை அதன் மறைவிடத்தில் பதுக்கிவைக் கும் நோக்கத்துடன் உணவு இடைவேளையின்போது ஆசிரியர் களிடம் கலகலப்பாகப் பேசத் தொடங்கினேன். திரைப்படங் கள், வார இதழ்களில் வந்த துணுக்குகள், சமீபத்திய ஊதியக் குழுவில் ஏற்பட்ட ஏமாற்றங்கள் குறித்து நகைச்சுவை ததும்ப ஓயாமல் பேசிக்கொண்டே இருந்தேன். பிற்பகலில் வருகைப் பதிவேடுகளைப் பூர்த்திசெய்துகொண்டிருந்த ஆசிரியர்கள் சிலருக்கு உதவினேன். சீக்கிரமே களைத்தும் போனேன்.

வீட்டில் பொறுமையற்றவளாகக் காத்திருந்தாள் சாரதா. துணைக்குத் தன் மகனை அழைத்து வந்திருந்தவள் அவனுடைய நச்சரிப்புத் தாளாமல் ஏற்கனவே புறப்பட்டு நின்றிருந்தாள். காலையிலேயே வந்துவிட்டதாகச் சொன்னவள் நேற்றிரவு எங்கே போனேன் எனக் கேட்டாள். நான் சொன்ன பொய் யைப் பொருட்படுத்தாமல் என் அழுக்கடைந்த உடைகளை யும் தூக்கமின்மையால் சிவந்திருந்த கண்களையும் சந்தேகத் துடன் நோக்கினாள். அம்மாவைப் பார்ப்பதற்காக அவளது படுக்கையறையை நோக்கி நடந்தபோது என்னைப் பின் தொடர்ந்தாள். அம்மாவின் உடல்நிலை சிறிது முன்னேறியது போல் தென்பட்டது. என்னைப் பார்த்ததும் தங்கையைப் பற்றிப் புகார் சொல்லிக்கொண்டே விம்மத் தொடங்கினாள் அம்மா. சாரதா கேட்ட அதே கேள்விகளைக் கேட்டாள். நான் பதில் சொல்லாமல் எழுந்து உடைமாற்றிக்கொள்ளப் போனேன். கடிதம் பற்றி சாரதாவிடம் சொல்லலாமா என யோசித்தேன். நான் ஏதாவது செய்தேனா என்பதைத் தெரிந்து கொள்வதற்காக அவள் வீட்டில் காத்திருப்பாள் என்பது நான் எதிர்பார்த்ததுதான். அவளிடம் காட்டுவதற்காகக் கடிதத்தின் தட்டச்சுப் பிரதியைக்கூடக் கைப்பையிலேயே வைத்திருந்தேன். உறையிலிருந்து அதைப் பிரித்தபோது காபியுடன் வந்து நின்றாள் என் தங்கை. பிறகு பேசுவதற்கான தனிமை அவள் விடைபெற்றுக்கொண்டு போகும்வரை கிடைக் கவே இல்லை. போகும்போது “எதச் செய்யறதாருந்தாலு எங்கிட்ட ஒரு பேச்சுச் சொல்லாமச் செஞ்சுராத” எனக் கிசுகிசுத்தாள்.

தொலைக்காட்சி நிகழ்ச்சிகளின் சத்தத்துக்குப் பயந்து புளிய மரத்திற்குக் கீழே கயிற்றுக்கட்டிலைப் போட்டுப் படுத்துக்கொண்டேன். வெப்பத்தால் என் உடல் ஆவியாகிக்

கொண்டிருப்பது போன்ற கற்பனை தோன்றியது. கடிதத்தைப் பெற்றுக்கொண்டதும் கருணாகரன் பதற்றமடைவான் எனவும் பழையனவற்றின் ஞாபகங்களிலிருந்து என் முகத்தையும் அந்த நாளையும் மீட்டெடுக்க முற்படுவான் எனவும் நினைத்தேன். காயமுற்ற சிறு பறவையைப் போலத் தனக்கெதிரே நடுங்கிக்கொண்டு நின்ற சாரதாவின் பழுப்பு நிறக் கண்களிலிருந்து ததும்பிக்கொண்டிருந்த கண்ணீரின் உப்புச் சுவையைத் தன் மரத்துப்போய்விட்ட நாக்கில் அவன் உணர வேண்டுமென விரும்பினேன். ஒரு நாகத்தைப் போல நான் அவன்மீது கண்வைத்துப் பின்தொடர்ந்துகொண்டிருப்பேன் என அவனால் கற்பனைகூடச் செய்திருக்க முடியாது என்பதையும் அதனால் ஏற்படும் பீதியிலிருந்து தன்னைத் தற்காத்துக் கொள்ளத் திணறுவான் என்பதையும் நினைத்துப் பார்த்த போது நான் புன்னகைத்துக்கொண்டேன். எப்படியாவது அவன் என்னை அடையாளம் கண்டுபிடித்துவிட வேண்டும் என்னும் ஆசையும் மூண்டது.

அடுத்த நாள் வழக்கத்தைவிடச் சற்று நேர்த்தியாக உடையணிந்துகொண்டு அலுவலகத்துக்குக் கிளம்பினேன். புழுதி படிந்து கிடந்த என் வண்டியைச் சுத்தமாகக் கழுவித் துடைத்தேன். தன்னம்பிக்கையுடனும் துணிவுடனும் அலுவலகத்திற்கு வந்தேன். நான் கட்டியெழுப்பியிருந்த பிம்பத்தைப் பாதுகாத்துக் கொள்ளும் நோக்கத்துடன் சுறுசுறுப்பாகப் பணிகளைத் தொடங்கினேன். எல்லோராலும் கவனிக்கப்படுபவனாகவும் முக்கியத்துவம் மிக்கவனாகவும் இருப்பது அல்லது அப்படிப் பாவிப்பது பாதுகாப்பானது என நான் நினைத்திருந்தேன். தீர்மானமான அந்தத் தருணம் வரும்போது அது எனக்குத் துணைபுரியும் எனத் தர்க்கரீதியில் அதற்கு எந்த அடிப்படையும் இல்லையென்ற போதிலும் நம்பினேன். நான் எதிர்பார்த்ததைப்போல அன்று கருணாகரன் வரவில்லை. கடிதம் இன்னும் பட்டுவாடா செய்யப்படாமலிருக்கலாம் என நினைத்தேன். நான் எதிர்பார்த்திருந்த தீர்மானமான தருணம் தள்ளிப் போவது பற்றிய ஆசுவாசத்துடனும் ஏமாற்றத்துடனும் வீட்டுக்குத் திரும்பினேன். சாகசங்களால் சூழப்பட்ட கொடுங்கனவுகளின் துணையுடன் அறைகுறையாகத் தூங்கியெழுந்தேன்.

எப்படியும் மறுநாள் அவனை எதிர்கொள்வதைத் தவிர்க்க முடியாது என நினைத்தேன். ஆனால் அடுத்த இரண்டு நாள்கள் வரையிலுங்கூட அவன் தென்படவில்லை. இவ்வூரைக் கடந்துசென்ற ஒரேயொரு தேசிய நெடுஞ்சாலையில் அநேகமாக ஒவ்வொரு நாளும் என் கண்களில் தவறாது தென்பட்டுக் கொண்டிருக்கும் அவனுடைய சாம்பல்நிறக் காரை என்னால்

அந்த நாள்களில் காணவே முடியவில்லை. கடிதம் அவனுக்குக் கிடைக்காமல் போயிருக்குமோ என்னும் சந்தேகம் ஏற்பட்டது. ஒருவேளை அதை அவன் பொருட்படுத்தாமலும் இருந்திருக்க லாம். அதில் தென்பட்ட பழியின் தீவிரத்துக்குப் பயந்து வீட்டுக்குள்ளேயே பதுங்கியும் கிடக்கலாம். எங்காவது வெளியூர் போய்விட்டானோ எனவும் யோசித்தேன்.

ஓர் எளிய தந்திரத்தின் மூலம் அதைத் தெளிவுபடுத்திக் கொள்வது எனக்கு உடனடியாகச் சாத்தியமானது. பெற்றோர் ஆசிரியர் கழகத்தின் தீர்மான நகலில் அதன் தலைவராகப் பொறுப்புவகிக்கும் கருணாகரனிடம் சில கையெழுத்துகளைப் பெற்று மாவட்ட அலுவலகத்துக்கு அனுப்ப வேண்டியிருக்கிற தெனப் பொய் சொல்லி அதற்காக அலுவலக உதவியாளரை அவனிடம் அனுப்பும்படித் தலைமையாசிரியரைக் கேட்டேன். அவன் ஊரிலில்லையெனவும் திரும்புவதற்கு இரண்டு நாள்கள் ஆகலாம் எனவும் சொன்னார் அவர்.

இரண்டு நாள்கள் சகிக்க முடியாதவையாய்க் கடந்து சென்றன. மூண்டெழுந்திருந்த பழியின் வெம்மையிலிருந்து பாதுகாத்துக்கொள்ள முடியாதவனாய் எனது பழைய எம்–80யில் வெறுமனே சுற்றித் திரிந்தபடி இரவுகளைக் கழித்தேன். பின்னிரவில் சாரதாவைப் பார்ப்பதற்காக அவளுடைய வீட்டுக் குப் போனேன். அவளைத் தவிர மற்றவர்கள் எல்லோரும் தூங்கிக்கொண்டிருந்தனர். கதவைத் திறந்தவுடன் கூடத்தில் குறைந்த ஒலியுடன் ஓடிக்கொண்டிருந்த தொலைக்காட்சிப் பெட்டியின் திரை கண்களில் பட்டது. என் அகால வருகை அவளைக் கிளர்ச்சியடையச் செய்திருந்தது. ஏதாவது நடந் திருக்க வேண்டும் என எதிர்பார்த்தாள். தூங்கிக்கொண் டிருப்பவர்கள் யாரும் எழுந்துவிடாதிருக்க வேண்டுமென்னும் எச்சரிக்கையுடன் என்னைத் தணிந்த குரலில் வரவேற்றாள். “என்ன இன்னாரத்துல?” எனப் பதற்றமாகக் கேட்டவள் பிறகு “அம்மா நல்லாருக்காங்கல்ல?” எனச் சுதாரித்துக்கொண் டாள். என் வருகை உருவாக்கியிருந்த சிறு சத்தங்களின் குறுக்கீட்டால் விழித்துக்கொண்ட அவள் கணவர் பதற்றமான செய்தி எதையும் நான் கொண்டுவரவில்லை என்பதை நிச் சயித்துக்கொண்டு செருகும் கண்களுடன் மீண்டும் படுக்கை யறைக்குள் புகுந்துகொண்டார். “சாப்பிட்டியா?” எனக் கேட்ட வள் என் களைத்த விழிகளிலிருந்து அதற்கான பதிலைப் பெறமுடியாதவளாய்ச் சமையலறையை நோக்கி நடந்தாள். நான் பின்தொடர்ந்தேன். குளிர்சாதனப் பெட்டியிலிருந்து சாம்பாரையும் ரசத்தையும் எடுத்துச் சூடாக்கினாள். சாப்பிடும் போது எதிரில் மண்டியிட்டு உட்கார்ந்தபடி என்னைப் பரிதாப மாகப் பார்த்தாள்.

நான் பெருமூச்சு விட்டேன். தாள முடியாத கருணை யுடன் அவளுக்கு ஏதாவது சொல்ல வேண்டுமென விரும்பி எல்லாவற்றையும் மிகச் சுருக்கமாக விவரித்தேன். அவள் ஒன்றுமே சொல்லாமல் எழுந்து போனாள். கடிதம் பற்றிய தகவலைச் சொன்னபோது அவள் முகம் மிகச் சங்கடமான பாவங்களை வெளிப்படுத்தியது. தட்டை எடுத்து வாஷ் பேஸினில் போட்டுவிட்டுக் கை கழுவிக்கொண்டு வந்தேன். அவள் எனக்காக ஒரு பாயை விரித்து வைத்திருந்தாள். “இல்ல, நா கௌம்பறேன்” என உடனடியாகப் புறப்படத் தயாரானேன். “இன்னாரத்துல கௌம்பாட்டியென்ன? இருந்துட்டுக் காலைல போ” என்றாள். வாசல்வரை வர முற்பட்டவளைத் தடுத்துவிட்டு வெளியில் வந்தேன். என் திட்டத்தையும் அதன் உடனடியான விளைவுகளையும் அவளுக்குப் புரியவைக்க முடியாத இய லாமையுடனும் ஆத்திரத்துடனும் வண்டியைக் கிளப்பினேன். பின்னிரவின் குளிர்ந்த தனிமைக்குள் தம் களைத்துப்போன உடல்களைப் புதைத்துக்கொண்டிருந்தவர்களின் தூக்கத்தைக் கருணையே இல்லாமல் சிதைத்துக்கொண்டு வண்டியைச் செலுத்தினேன். என்னைப் பார்த்தவுடன் எதையோ சொல்ல முற்பட்ட அம்மாவின் முனகல்களைப் பொருட்படுத்தாமல் படுக்கையில் விழுந்தேன். நாளை எனக்காகக் காத்திருப்பது என்ன என்பது பற்றி நெடுநேரம்வரை யோசித்துக்கொண் டிருந்தேன்.

மறுநாளும் அரைமணி நேரம் முன்னதாக அலுவலகத் திற்கு வந்தேன். அலுவலக அறைக்கு முன்பு பெரிய குடையாக எழும்பி நிற்கும் செங்கொன்றை மரத்திற்குக் கீழே கருணாகர னின் சாம்பலநிறக் கார் தென்பட்டது. இது நான் அன்றைக் குச் சற்றும் எதிர்பார்த்திராத நிகழ்வு. நான் திணறினேன். பழி நிரம்பிய என் இதயம் வேகமாகத் துடிக்கத் தொடங்கியது. எனது வண்டியிலிருந்து சீற்றத்துடன் வெளியேறியிருந்த கரும் புகை பாதுகாக்க முயல்வது போல் என்னை மூடிக்கொண் டது. அலட்சியமாகவும் துணிவுடனும் அவனைச் சந்திக்க வேண்டுமெனத் தீர்மானித்துக்கொண்டு அலுவலக அறைக் குள் நுழைந்தேன். தலைமையாசிரியரின் இருக்கையில் பொறுமையற்றவனாய் உட்கார்ந்திருந்தான் கருணாகரன். தலைமையாசிரியர் ரகசியமானவையும் முக்கியமானவையு மான கோப்புகள் வைக்கப்பட்டிருக்கும் தனது பிரத்யேகமான பீரோவைக் குடைந்துகொண்டிருந்தார். உள்ளே நுழைந்ததும் என்னை நிமிர்ந்து பார்த்தவனுக்கு வணக்கம் சொல்லிவிட்டு மரப்பலகைத் தடுப்புக்கு அப்பாலிருந்த எனது இருக்கைக்கு வந்தேன். மேசையில் இறைந்துகிடந்த கோப்புகளைப் பார்த்ததும் எனக்கு முன்பாகவே யாராலோ அவை அலமாரியிலிருந்து

எடுக்கப்பட்டிருக்க வேண்டும் எனத் தோன்றியது. பதற்றத்தின் தடித்த பாதங்களின் நடமாட்டத்தை என் இதயத்தில் உணரத் தொடங்கினேன். மிகச் சுலபமாகக் கண்டுபிடிக்கப்பட்டுவிட்ட தால் ஏற்பட்ட அவமானத்தால் என் உடல் நடுங்கத் தொடங்கி யிருந்தது. அந்த அளவுக்கு மிக வெளிப்படையான தடயம் ஒன்று அந்தக் கடிதத்தில் இருந்திருக்க வேண்டுமெனத் தீர்மா னித்து அதைப்பற்றி யோசித்துக்கொண்டே கோப்புகளை ஒழுங்குபடுத்த முற்பட்டேன். பிறகு அலுவலக உதவியாளரை அழைத்து விவரம் கேட்டேன். உதவித் தலைமையாசிரியரும் உடற்கல்வி ஆசிரியரும் எனது பீரோவைத் திறந்து அதிலிருந்த முக்கியமான எல்லாக் கோப்புகளையும் வெளியிலெடுத்துப் போட்டு எதையோ தேடிக்கொண்டிருந்ததாக என் செவி களுக்குள் கிசுகிசுத்தார் அவர். அதற்கு எப்படி எதிர்வினை யாற்றுவது எனத் தெரியாமல் நான் சும்மா இருந்தேன். அப்போதுதான் கருணாகரன் என்னை அழைத்தான்.

“கிளார்க் இருக்காரா? அவரக் கொஞ்ச நாங்கூப்புட் டேன்னு வரச்சொல்லுப்பா. கிளார்க் சார், இப்பிடிச் சித்தெ வந்துட்டுப் போறீங்களா?” எனத் தடித்த குரலில் அழைத்தான். அவனை எதிர்கொள்வதைத் தவிர வேறு வழியில்லை எனத் தீர்மானித்துக்கொண்டு நான் அமைதியாக அவன் முன் போய் நின்றேன். வயர்பின்னலாலான அடிப்புறத்தையுடைய தலைமையாசிரியரது நாற்காலியில் தன்னை வசதியாகப் பொருத்திக்கொள்ள முடியாமல் திணறிக்கொண்டிருந்தவன் என்னைப் பொருட்படுத்தத்தக்கதோர் உயிராக நினைக்கவில்லை என்பதை மூக்குக் கண்ணாடிக்குள் கோழிக்குண்டுகளைப் போல் பிடிப்பற்றவையாய் அசைந்துகொண்டிருந்த அவனது கண்கள் புலப்படுத்தின. கண்ணாடியைக் கழற்றி மிக நிதானமாகத் துடைத்துக்கொண்டே சாம்பல் படர்ந்த கண் களிலிருந்து கசிந்துகொண்டிருந்த மங்கலான பார்வையால் என்னைக் கூர்ந்து பார்த்தான். தீர்மானமானதொரு சொல்லை உச்சரிக்க விரும்புவதுபோல் அவனுடைய உதடுகள் குவிந்துகொண்டிருந்தன. எங்களுக்கிடையே தொடங்கியிருந்த சதுரங்கத்தில் அவன் தன் முதல் காயை நகர்த்துவதைப் பற்றி யோசித்துக்கொண்டிருப்பதாக எண்ணினேன். ஒரு நேர்மையான ஆட்டக்காரனாகப் போதிய அவகாசத்தையும் வாய்ப்பையும் அவனுக்கு அளிக்க வேண்டியது என் கடமை எனக் கற்பனை செய்துகொண்டேன்.

“உங்க பேரு?” எனக் கேட்டான். சொன்னேன். பிறகு நான் எங்கே குடியிருக்கிறேன் எனவும் என் குடும்பம் பற்றியும் கேட்டான். தகவல்சார்ந்து எந்தப் பொய்யையையும் சொல்லி

விடாமலிருக்க வேண்டுமென எச்சரிக்கையுடன் அவனது கேள்விகளுக்குப் பதிலளித்தேன். பிறகு அவன் கொஞ்ச நேரம் மௌனமாக இருந்தான். பீரோவுக்குள்ளிருந்து தன் தலையை வெளியே இழுத்துக்கொண்டு வெளிவந்த தலைமையாசிரியரின் கைகளில் பழுப்பு நிறங்கொண்ட, கிட்டத்தட்டச் சிதைந்துபோன கோப்பு ஒன்று இருந்தது. அதைப் பயபக்தியுடன் மிகக் கவனமாகப் புரட்டிப் பார்த்தவரின் கண்கள் ஒளிரத் தொடங்கியதைப் பார்த்தபோது இவ்வளவு நேரமும் அவர் எதைத் தேடிக்கொண்டிருந்தாரோ அது கிடைத்துவிட்டதை யூகிக்க முடிந்தது. பிறகு அவர் அவனது வலது தோளையொட்டி அவன்மீது உரசிவிடக் கூடாது என்னும் எச்சரிக்கையுடன் மிக அசௌகரியமான முறையில் உடலை வளைத்து நின்றபடி அவனது கண்களுக்குத் தெளிவாகத் தென்படும்படியான கோணத்தில் கோப்பை விரித்துப் பிடித்துக்கொண்டு தணிந்த, பணிவான குரலில் எதைப் பற்றியோ விளக்கத் தொடங்கினார். எதிரே காலியாகக் கிடந்த நாற்காலிகளிலொன்றில் உட்கார்ந்துவிடலாமா என நான் துடுக்குத்தனமாக யோசிக்கத் தொடங்கியிருந்தேன். என் பொறுமையின்மையை மோப்பம் பிடித்துவிட்ட கருணாகரன் உடனடியாக என்னை நோக்கித் திரும்பினான்.

"கிளர்க் சார், சாயந்திரம் நம்ம வீட்டுப்பக்கம் சித்த வந்துட்டுப் போறீங்களா?" என நேர்ப்பார்வையால் என் கண்களை ஊடுருவியபடி கேட்டான். அது ஓர் உத்தரவைப் போல் தென்படாததால் அதை எப்படி எதிர்கொள்வது எனத் தெரியாமல் நான் மௌனமாக நின்றேன். "எனக்குக் கொஞ்சொ அக்கௌன்ட்ஸ் பாக்கணும். நம்ப கணக்குப்புள்ளைக்கு ஒடம்புக்குச் செரியில்ல. ஊட்டுப் பக்கமா வந்தே ரண்டு மாசமாச்சு. சித்த வந்துட்டு வந்தாத் தேவுல" என உணர்ச்சியற்ற குரலில் சொல்லிக்கொண்டிருந்தான் கருணாகரன். என் பழி மிருகம் பேராசையுடன் தன் நாவைச் சுழற்றத் தொடங்கியது. எவ்வித உணர்ச்சியையும் வெளிக்காட்டிக்கொள்ளாமல் எனது சம்மதத்தைத் தெரிவித்துவிட்டு இருக்கைக்குத் திரும்பினேன். விசித்திரமான விளையாட்டொன்றை ஆடத் தொடங்கியிருக்கும் எனக்கும் அவனுக்குமான பொதுவான விதியின் முன்னால் இருவருமே பணிந்து நின்றுகொண்டிருப்பதான கற்பனையில் மூழ்கத் தொடங்கியிருந்தபோது தொலைபேசி அழைத்தது. எதனாலோ அது சாரதாவினுடையதாக இருக்குமென யூகித்தேன். தலைமையாசிரியரின் மேசைமேல் இருந்த தொலைபேசியின் ஒலிவாங்கியை எடுப்பவனும் அவனாகவே இருக்க வேண்டுமென விரும்பினேன். எவ்வளவோ வருடங்களுக்குப் பிறகு சாரதாவுக்கு அவன் குரலை நேரடி

யாகக் கேட்கக் கிடைத்திருக்கும் வாய்ப்பும் அதன் விளைவு களைப் பற்றிய கற்பனையும் என்னைக் கிளர்ச்சியுறச் செய் திருந்தது. அதற்குள் அவன் ஒலிவாங்கியை எடுத்துத் தன் அகன்ற வலது காதில் பொருத்தியிருந்தான்.

“வணக்கம், சொல்லுங்க” என்றான். சாரதாவாயிருந்தால் மிக வேகமாகக் கடந்து சென்றுவிட்ட இந்த முப்பது வருடங் களுக்குள் அவனது குரலை அடையாளம் கண்டுகொண் டிருப்பாள் என நினைத்தேன்.

“இருக்கறாரு, நீங்க யாரு?”

அவள் தன் பெயரைச் சொல்வாளா என அறிந்துகொள் வதற்காக என் செவிகளைக் கூர் தீட்டிக்கொண்டேன். ஆனால் அவன் குரலைத் தாழ்த்திக்கொண்டான். நான் ரப்பர் முத்திரை யைத் தேடுபவனைப் போல எழுந்து தலைமையாசிரியரின் மேசையை நோக்கி நடந்தேன். உணர்ச்சியற்ற முகத்துடன் மறுமுனையின் குரலைக் கேட்டுக்கொண்டிருந்தவன் என்னைக் கண்டதும் “இதோ வந்துட்டாரு, இருங்க குடுக்கறேன்” எனச் சொல்லிக்கொண்டே ஒலிவாங்கியைத் தன் காதிலிருந்து அப்புறப்படுத்தத் தொடங்கியிருந்த தருணத்தில் நான் அவனெதிரில் நின்றேன். அவன் அந்த ஒலிவாங்கியை “சார், பரமானந்தம் சார், உங்களுக்கு போன்” என அப்போதுதான் தன் மண்டையை உள்ளே நுழைத்திருந்த உதவித் தலைமை யாசிரியரிடம் நீட்டியிருக்காவிட்டால் எனது முட்டாள்தனம் அல்லது பதற்றம் அம்பலப்பட்டிருக்கும் என நினைத்துக் கொண்டே தலைமையாசிரியரின் மேசையிலிருந்து எனக்குத் தேவைப்படாத ரப்பர் முத்திரையொன்றை எடுத்துக்கொண்டு திரும்பினேன்.

பிறகு மழைக்கான அறிகுறிகள் தென்படத் தொடங்கி யிருந்த அந்தச் சாயங்காலத்தில் அவனுடைய வீட்டின் முன் ஒரு பணிவான ஊழியனாக வந்து நின்றேன். நான் பழிதீர்க்கக் காத்திருந்த அந்த மனிதன் அப்போது தன் தோட்டத்து வீட்டில் இருந்ததால் நான் வராந்தாவில் காத்திருக்கும்படி பணிக்கப்பட்டேன். ஒழுங்கற்ற பல்வரிசை தெரிய என் முன் வந்து நின்ற குலைந்துபோன உடலையுடைய நடுத்தர வயதைக் கடந்துகொண்டிருந்த பெண்ணும் அவளுக்கு நேரெதிரான தோற்றம்கொண்ட இளம்பெண்ணும் ஆசாரத்திலிருந்து என் னைக் கூர்ந்து பார்த்துக்கொண்டிருந்தார்கள். ஆசாரத்தையும் வராந்தாவையும் பிரிக்கும் மூங்கில் தட்டிகளின் அறுகோண வடிவ இடுக்குகளின் வழியே தென்பட்ட அவளுடைய முகம் அசாதாரணமான அழகுடையதாக இருந்தது. முப்பது வருடங்

களுக்கு முன் அவனது கருணையற்ற கரங்களால் உருக் குலைக்கப்பட்டபோது சாரதா எப்படி இருந்தாளோ அப்படி. அந்தப் பெண் அவனுடைய மகளாக இருக்கக் கூடாது எனப் பதற்றத்துடன் நினைத்துக்கொண்டேன். ஆனால் அவள் அவனுடைய மகள்தான் என்பதை அடுத்த சில நிமிடங் களுக்குள் தெரிந்துகொள்ள நேர்ந்தது என் துரதிர்ஷ்டம். என்னைப் பார்த்தவுடன் எழுந்து தடுக்கிவிடாமலிருப் பதற்காகத் தன் பாவாடையைப் பாதங்களுக்கு மேலாக உயர்த்திப் பிடித்தபடி ஆசாரத்திலிருந்து இறங்கி என்னை நோக்கி வந்தவள் சுமார் நான்கடி தூரத்தில் மானசீகமாக ஒரு கோட்டைக் கிழித்து அதன் மறுபுறம் நின்றபடி பேதமை யின் கடலில் நீந்திக்கொண்டிருந்த, துடுப்புகளைப் போன்ற தன் கரிய விழிகளால் என்னை ஆராய்ந்தாள். நான் யாரென வும் எதற்காக வந்திருக்கிறேனெனவும் அதிகாரத் தோரணை யுடன் கேட்டாள். பதில் சொல்லச் சக்தியற்றவனாகவும் அவளது அழகை நேருக்குநேர் சந்திக்கும் துணிச்சலற்ற கண் களையுடையவனாகவும் நான் மௌனமாக நின்றேன். மறு முறை சற்று அதட்டலாக வந்த அவளது கேள்வியால் திடுக் கிட்டுப்போனவனைப் போல மிகத் தணிந்த குரலில் நான் வந்த நோக்கத்தை அவளுக்குச் சொன்னேன். அவள் "ஓ" என்றாள். பிறகு தன் தந்தை தோட்டத்தில் இருப்பதாகவும் ஐந்து நிமிடங்களுக்குள் வந்துவிடுவார் எனவும் சொல்லி விட்டுத் திரும்பி வீட்டுக்குள் சென்று மறைந்தாள்.

"அப்பிடி அந்தச் சேர்ல உக்காருங்க" எனப் போகும்போது, வராந்தாவில் கிடந்த நீலநிற பிளாஸ்டிக் நாற்காலிகளின் வரிசையைச் சுட்டிக்காட்டிச் சொல்லிவிட்டுப் போனாள். இருள் வாசிக் கொடிகளால் போர்த்தப்பட்டிருந்த பந்தலுக்குக் கீழே ஒளியின் நிறம்கொண்ட அதன் பூக்கள் சிதறிக் கிடந்தன. அவற்றிலிருந்து ஒன்றைக் கையிலெடுத்தேன். யாரோ ஒரு நடுத்தர வயதுப் பெண் காபிக் கோப்பையைக் கொண்டுவந்து கொடுத்துவிட்டுப் போனாள். அவள் அவனுடைய மனைவி யாக இருப்பாளோ என நான் நினைத்தேன்.

ஆனால் நான் முதலில் பார்த்த ஒழுங்கற்ற பல்வரிசை களைக் கொண்டிருந்த குலைந்துபோன உடலையுடைய அந்தப் பெண்ணே அவனுடைய மனைவி என்பதை அந்த வீட்டில் கழித்த அடுத்த ஒரு மணிநேரத்தில் தெரிந்துகொண் டேன். அவன் ஒரு மகனைப் பெற்றிருந்தான். தாயிடமிருந்து ஒழுங்கற்ற பல்வரிசையையும் தந்தையிடமிருந்து வேட்கை நிரம்பிய கண்களையும் விடைத்த நாசியையும் திடமான சரீரத்தையும் பெற்றுக்கொண்டவனாகத் தோற்றமளித்தான்.

மகள் இவர்கள் இருவருக்கும் தொடர்பற்ற வேறு யாருடைய சாயலையோ பெற்றிருந்தாள். அடுத்த இரண்டு வாரங்களுக் குள் நான் அந்தக் குடும்பத்தின் மிக நெருக்கமான உறுப்பினர் களில் ஒருவனாக மாறியதற்கு அவளே காரணம் என நினைக் கிறேன். தோட்டத்திலிருந்து வந்த கருணாகரன் என்னைக் காக்கவைக்க நேர்ந்ததற்காக வருந்தினான். எனக்குக் காபி கிடைத்ததா எனக் கேட்டவன் நேர்த்தியான ஆசாரத்தைக் கடந்து அதன் வலதுகோடியிலிருந்த தன் அலுவலக அறைக்கு என்னை அழைத்துச் சென்றான். சிதறிக்கிடந்த கோப்புகளுக் குள்ளும் பேரேடுகளுக்குள்ளும் புதைந்துகிடந்த ஒரு சௌகரிய மான நாற்காலியை எனக்குக் காட்டினான். அவனுக்குச் சொந்தமாக இரண்டு மூன்று நிதிநிறுவனங்களும் ஒரு கல் குவாரியும் இருந்தன. உள்ளூர் தியேட்டரொன்றிலும் ஸ்பின்னிங் மில் ஒன்றிலும் பங்குதாரராக இருந்தான். பேரூராட்சிப் பணிகள் பலவற்றுக்கு அவனுடைய மனைவியும் மகனும் ஒப்பந்ததாரர்களாக இருந்ததைத் தெரிந்துகொண்டேன். கல் குவாரி அவனுடைய நேரடிக் கண்காணிப்பில் இருந்தது. நாள் தவறாமல் கல்குவாரிக்குச் செல்லும் பழக்கமுடையவன் அதில் தனக்கென ஒரு சிறிய அலுவலகத்தையும் உருவாக்கிக் கொண்டிருந்தான். எல்லாவற்றையும் ஒருங்கிணைக்கும் அலுவலகம் வீட்டின் ஒரு பகுதியில் இருந்தது. அதை மகள் தன் கண்காணிப்பின் கீழ் வைத்திருந்தாள். அவளை அவன் 'சுலோ' என அழைத்தான். சுலோசனாவாக இருக்கும் என நினைத்தேன். அவள்மீது காதல்கொண்டுவிடாதிருக்க வேண்டும் என அவளைப் பார்த்தவுடன் உருகத் தொடங்கியிருந்த காதலின் இறுகிய பனிக்கட்டிகளால் மூடப்பட்டிருந்த என் மனத்தைக் கடுமையாக எச்சரித்தேன். பிறகு இந்தப் பழி வாங்கும் கதை முழுவதும் மட்டமான தமிழ் சினிமா ஒன்றின் அபத்தமான காதல்கதையாக மாறிவிடும்.

உடல்நலம் பாதிக்கப்பட்ட வயதான கணக்குப்பிள்ளை யைத் தவிர அவனுடைய அலுவலகப் பணியாளர்கள் எல் லோரும் முட்டாள்களாக இருந்தனர். ஒன்றிலிருந்து நூறுவரை யான எண்களைக் கடகடவென ஒப்பித்துவிடக்கூடியவனைப் போலத் தென்பட்ட மெலிந்த உடல்கொண்ட இளைஞனொரு வனிடமிருந்து பில் புத்தகங்களையும் பேரேடுகளையும் என் பொறுப்பில் எடுத்துக்கொண்டேன். பிறகு ஒவ்வொரு நாளும் பிற்பகல் கிட்டத்தட்ட நான்கு மணியளவில் தலைமையாசிரி யரின் ஆசியுடன் பள்ளியிலிருந்து புறப்பட்டு நான் அந்த வீட்டை அடைவேன். எனக்காக ஒரு கோப்பைக் காபியும் பிஸ்கட்டுகளும் காத்திருக்கும். ஒன்று முதல் நூறு வரை ஒப்பிக்கும் திறன்கொண்ட இளைஞனின் துணையோடு

தாறுமாறாக்கப்பட்டிருந்த கணக்குகளை ஒழுங்குபடுத்தும் சவாலான பணியை மேற்கொள்ளத் தொடங்குவேன். கல்லூரி யிலிருந்து முதலில் அவனுடைய மகனும் பிறகு 'சுலோ'வும் திரும்புவர். மகன் – அவனது பெயர் 'கௌதமன்' எனப் பிறகு அறிந்துகொண்டேன் – நேராக அலுவலக அறைக்கு வருவான். கண்காணிக்கும் கண்களுடன் தன் தந்தையின் நாற்காலியில் உட்கார்ந்துகொள்வான். நான் பரப்பிவைத்திருக் கும் பேரேடுகளில் சிலவற்றை ஒரு பூச்சியைத் தொடுவதுபோல ஜாக்கிரதையாகத் தொடுவான். பக்கங்களை அதைவிட ஜாக்கிரதையாகப் புரட்டுவான். அவற்றின் அடர் நீல நிறத்தா லான கட்டங்களுக்குள் ஈக்களைப்போல உட்கார்ந்திருக்கும் எண்களைத் தன் அசைவற்ற விழிகளால் வெறித்துப் பார்த்துக் கொண்டிருப்பான். அவனது உப்பிய, களிமண்ணால் செய்யப் பட்டது போன்ற முகத்தைக் குழப்பம் தன் மர்மமான தாக்கு தலால் இரண்டாகப் பிளக்கத் தொடங்கியவுடன் பேரேட்டை மூடி வைத்துவிட்டு எழுந்துவிடுவான். தந்தையின் தொலை பேசியிலிருந்து யாரையாவது அழைப்பான். ஒலிவாங்கியை காதுக்கும் தோளுக்குமிடையே பொருத்திக்கொண்டு பேப்பர் வெயிட்டை உருட்டி விளையாடுவான். பேசிக்கொண்டிருக்கும் போது அடிக்கடி உரக்கச் சிரிப்பான். அல்லது கோபங்கொண்டு கத்துவான். சில தருணங்களில் எந்தச் செவியாலும் உணர முடியாத நுட்பமான குரலில் பேசுவான். அவனது கழுத்தில் புரண்ட தடிமனான தங்கச் சங்கிலியும் மணிக்கட்டைச் சுற்றியிருந்த பிரேஸ்லெட்டும் விரல்களில் தென்பட்ட ஆபாச மான மோதிரங்களும் அவன் ஒரு உருப்படாத பிறவி என்பதற் கான ஆதாரங்களாக எனக்குத் தென்பட்டன. அவனுக்கென்று பால் வண்ண நிறத்தில் ஒரு சிறிய காரும் மோட்டார் சைக்கிளும் இருந்தன. எந்தச் சத்தத்தையும் எழுப்பாத அந்த வாகனங்களைப் பார்த்தபோது வீட்டுக்கு வெளியிலான அவனது உலகின் நிழல் குற்றங்களின் அச்சில் சுழலும் ஒன்றாகவே இருக்கும் எனக் கற்பனை செய்துகொண்டேன்.

சுலோ எப்போதாவது அலுவலக அறைக்குள் வருவாள். ஞாபகம் வைத்துக்கொள்ளத் தேவையற்ற சில கேள்விகளைக் கேட்பாள். பூச்சரம் வாடிவிட்டதை அங்கு வந்தபிறகே உணர்ப வளைப்போலத் தன் அடர்த்தியான பின்னலிலிருந்து அதைப் பிரித்தெடுத்து அங்குள்ள டஸ்ட் பின்னில் நான் கசக்கியெறிந் திருக்கும் காகிதச்சுருள்களின் மேல் வீசியெறிந்துவிட்டுப் போய்விடுவாள்.

பிங்க் நிற விளிம்புகளைக்கொண்ட ஜாதிமல்லிப் பூக்களைச் சரமாகத் தொடுத்துச் சூடுவதில் விருப்பம் கொண்டவளா

யிருந்தாள் சுலோ. சில தருணங்களில் மஞ்சள், வெளிர் சிவப்பு, ஊதாநிறங்களாலான இதழ்களையும் நீண்ட காம்புகளையும் ஓரிரு இலைகளையும் கொண்ட புதிய வகை ரோஜாக்களைச் சூடியிருப்பாள். அவ்வளவாக வாடியிருக்காத அப்பூக்களை அவள் கல்லூரியிலிருந்து திரும்பும் வழியில் தென்படும் ஏதாவ தொரு மாலை நேரப் பூக்காரியிடமிருந்து வாங்கிச் சூடிக் கொண்டு வந்திருப்பாள் என நினைத்துக்கொள்வேன். இன்னும் தம் பொலிவை இழந்திராத அப்பூக்களைத் தன் கூந்தல் இழை களுக்குள்ளிருந்து மிகக் கவனமாகப் பிரித்தெடுத்துக் கொஞ்ச நேரம் தன் உள்ளங்கைக்குள் வைத்துக்கொண்டிருந்துவிட்டுத் திரவத்தைப்போல மிக மென்மையாக டஸ்ட் பின்னுக்குள் நழுவவிடுவாள். அவள் போன பிறகு தனிமையில் உட்கார்ந் திருக்கும் தருணங்களில் அப்பூக்களின் இறந்த உடல்களிலிருந்து பெருகும் வாசனை தொடர்ந்து அவளை நினைவூட்டிக் கொண்டே இருக்கும். நான் பேரேடுகளுக்குள் என் நாசியைப் புதைத்துக்கொண்டு காகிதங்களின் மட்கிய நெடியைச் சுவாசிக்கத் தொடங்கிவிடுவேன்.

எல்லாவற்றையும் சாரதாவிடம் சொன்னேன். அவள் என்னைக் கடுமையாக விமர்சித்தாள். பைத்தியக்காரத்தனமான கற்பனைகளில் மூழ்கிப்போய்விட்டதாகக் குற்றம் சுமத்தினாள். நான் திகைத்துப்போனேன். பதற்றம் தணிந்து அவள் சீராக மூச்சுவிடத் தொடங்கியதும் என் திட்டத்தின் நுட்பங்களை விவரித்தேன். அவள் பொறுமையற்றவளாய்க் குறுக்கிட்டாள்.

"சரி என்ன செய்யப்போறே?"

இந்தக் கேள்வியை என்னால் புரிந்துகொள்ள முடிய வில்லை என்றேன்.

"எப்பிடி அவனக் கொல்லப் போறே?" எனத் தன் பழுப்பு நிறக் கண்களைச் சுருக்கிக்கொண்டு என்னைப் பார்த்தாள். நேரடியான அந்தக் கேள்வியை எதிர்கொள்ள முடியாமல் நான் தடுமாறினேன்.

"ஒரு நாள் அவன் என்ன முழுசா நம்புனதுக்கப்பறம் அவனோட காபி அல்லது சாப்பாட்டுல என்னால வெஷம் வைக்க முடியும்."

அவள் பயங்கரமாகச் சிரித்தாள். திடீரென நான் ஒரு கேலிச்சித்திரமாகிவிட்டதைப்போல அவமானமாக உணர்ந் தேன். முப்பதாண்டுகளுக்கு முன்பு அரிவாளை ஓங்கி நின்று கொண்டிருந்த அந்தக் கேலிக்கிடமான சிறுவனின் பேதமை

யிலிருந்தும் கற்பனைகளிலிருந்தும் நான் இன்னும் விடுபடவே இல்லை எனக் கடுமையாக விமர்சித்தாள். வேறுவிதமான வழிகளைப்பற்றி அவள் கற்பனை செய்து வைத்திருந்தாள். அது மறக்க முடியாத, பயங்கரமான காட்சியாகத் தென்பட வேண்டுமெனச் சொன்னாள். ஒரு கொடிய ஆயுதத்தால் அந்த உடல் பிளக்கப்பட்டுக் கிடப்பதைத் தன் பழி நிறைந்த கண்களால் அவள் பார்க்க விரும்புவதை உணர்ந்தேன். நடுங்கும் என் குரலைக் கொண்டு அவளுக்கு நம்பிக்கையூட்ட முடியாமல் திணறினேன். பிறகு அவள் என்னை மிக எச்சரிக்கையாக இருக்கும்படி அறிவுறுத்தினாள். எப்படியிருந்தபோதும் அவனை நெருங்குவதற்குக் கிடைத்திருக்கும் அந்த வாய்ப்பை அவளால் பாராட்டாமல் இருக்க முடியவில்லை. அந்த வீட்டுக்குள் ளிருந்துகொண்டு அவனது நடமாட்டங்களைக் கூர்மையாகக் கண்காணித்துவரும்படியும் தப்புவதற்கு வாய்ப்பே அற்ற ஒரு தருணத்தைக் கண்டுபிடிக்கும்படியும் பணித்தாள். நான் அவனுக்கு அனுப்பியதாகச் சொன்ன மிரட்டல் கடிதத்தைப் பற்றியும் கேட்டாள். அது அவனுக்குக் கிடைக்காமல் போயிருந் திருக்கக் கூடுமெனவும் நான் முகவரியைச் சரியாக எழுதத் தவறியிருந்திருக்கலாமெனவும் சொன்னாள். அதை உறுதிப் படுத்திக்கொள்ள முயல்வதாகவும் புதிய வழிமுறைகளைப் பற்றி யோசிப்பதாகவும் வாக்களித்துவிட்டுச் சங்கடத்துடன் அவளிடமிருந்து விடைபெற்றேன். மறுமுறை கருணாகரனைச் சந்திக்க நேர்ந்தபோது அவனது அசைவுகளிலிருந்து அவன் என் கடிதத்தைப் பெற்றுக்கொண்டிருக்கிறானா என்பதைக் கண்டுபிடிக்க முயன்றேன். யாரும் இல்லாதபோது அவனது மேசை இழுப்பறையைத் திறந்து என் கடித உறை தென்படு கிறதா எனச் சோதித்தேன். ஜன்னல் விளிம்புகளிலும் அலமாரி களிலும் பிரிக்கப்படாமல் கிடந்த அழைப்பிதழ்கள், வாழ்த்து மடல்கள் போன்றவற்றின் குவியல்களை அலசினேன். என் மீதான அவனது நம்பிக்கை பெருகிக்கொண்டே இருந்தது எனக்குக் குழப்பத்தை அளித்தது. கடந்த இரண்டு வாரங்களில் அவனது கணக்கு வழக்குகளில் ஏற்பட்டிருந்த கோளாறுகளில் பலவற்றை நான் சரி செய்தது காரணமாயிருக்கலாம் என நினைத்தேன். சாரதா சொன்னது போல் அந்தக் கடிதத்தை அவன் பொருட்படுத்தாமலுமிருக்கலாம். அதிகாரத்தின் கோட்டைக்குள் மிகப் பாதுகாப்பாகப் பதுங்கியிருக்கும் ஒரு வனை ஒரு அனாமதேயக் கடிதத்தால் அச்சுறுத்திவிட முடியு மென முட்டாள்தனமாக நம்பிக்கொண்டிருந்துவிட்டேனோ என நினைத்து வெட்கமடைந்தேன். உருப்படியானதும் நடை முறையில் சாத்தியப்படக்கூடியதுமான வழிகளைப் பற்றியும் யோசித்துக்கொண்டிருந்தேன்.

தேவிபாரதி

அவனுடைய மனைவிக்கும் வீட்டிலிருந்த மற்றவர்களுக்கும் நான் முக்கியமானவனாக மாறிக்கொண்டிருந்தேன். சிறுசிறு வீட்டுத் தேவைகளை நிறைவேற்றுவதில் நான் அவர்களுக்குப் பெரும் துணையாயிருந்தேன். சுலோவுக்குத் தேவைப்பட்ட ஒரு இயற்பியல் புத்தகத்தைச் சென்னையிலிருந்த நண்பன் ஒருவன் மூலம் ஒரே வாரத்திற்குள் வரவழைத்துக் கொடுத்திருந்தேன். நண்பர்களுடன் கிரிக்கெட் விளையாடிக் கொண்டிருந்த அவனுடைய மகன் நெற்றியில் காயம்பட்ட தகவலைக் கேள்விப்பட்டவுடன் நான் அவனை உடனடியாக அழைத்துக்கொண்டு மருத்துவமனைக்கு விரைந்தேன். இது போன்ற சிறுசிறு கதாநாயகத்தனங்களால் சுலோ என்னிடம் கூடுதலாக நட்பு பாராட்டத் தொடங்கியிருந்தாள். படிப்பதற்காக நான் எடுத்துவரும் புத்தகங்கள் அவளுக்கு ஆச்சரியத்தை ஏற்படுத்தியிருந்தன. திரைப்படங்களைப் பற்றியும் அரசியல் விவகாரங்களைப் பற்றியும் என்னுடன் நீண்ட நேரம் குழந்தைத்தனமாக உரையாடத் தொடங்கியிருந்தாள். அவனது வீட்டின் ஆசாரத்தில் சங்கடமின்றி உட்கார்ந்துகொண்டிருக்கும் நபர்களில் ஒருவனாக மாறிக்கொண்டிருந்தேன். அவனுக்குச் சொந்தமான குவாரியின் வரவு செலவுக் கணக்குகளைச் சரிபார்த்து அதன் முதன்மைப் பொறுப்பாளியாக இருந்த ஒருவனின் தில்லுமுல்லுகளைக் கண்டுபிடித்து அதன் மூலம் லட்சக்கணக்கான ரூபாய் மோசடி நடந்திருப்பதைச் சுட்டிக்காட்டினேன். இதற்குப் பிறகு அந்த வீட்டின் தாழ்ப்பாள்கள் எனக்காகத் திறந்துவைக்கப்பட்டன. மதிய உணவுக்காக அவனிடமிருந்து அழைப்பு வந்தபோது தலைமையாசிரியர் என்னை ஆச்சரியமாகப் பார்த்தார். ஆசிரியர்களிடமிருந்து கூடுதலான மதிப்பைப் பெறத்தொடங்கியிருந்தேன். சிக்கலான சில பணிகளைத் தவிர மற்றவற்றைத் தலைமையாசிரியர் வகுப்புகளுக்குப் போகாமல் சும்மா இருந்துகொண்டிருந்த ஓவிய ஆசிரியரைக்கொண்டு தானே செய்து முடிப்பதை வழக்கமாக்கிக்கொண்டிருந்தார்.

அவனது தொழில்களிலிருந்து இரட்டிப்பு லாபங்கள் கிடைத்துக்கொண்டிருந்தன. அவன் தொட்டதெல்லாம் துலங்கியது. முதிர்ச்சி கூடிக்கொண்டிருந்த அம்மனிதன் பழி வாங்கப்படுவதற்குத் தகுதியற்றவனாக மாறிக்கொண்டிருக்கிறானோ என்றுகூட நினைத்தேன். அவன் பெற்ற வெற்றிகள் எனக்குத் தாளமுடியாத பொறாமையை மூட்டின. என்னை ஆசீர்வதிப்பதற்காக நீண்ட அவனது கருணையின் கொடுங் கரங்கள் என்னை நிம்மதியற்றவனாக மாற்றிக்கொண்டிருந்தன.

துரதிர்ஷ்டம் என்னைச் சூழத் தொடங்கியிருந்த தருணம் அது. அம்மாவின் உடல்நிலை மேலும் மேலும் மோசமாகிக் கொண்டிருந்தது. அவளைப் பராமரிப்பது தொடர்பாக என்

சகோதரிகளுக்குள் கசப்பும் குரோதமும் பெருகிக்கொண்டிருந்தன. சாரதாவின் அப்பாவியான கணவர் ஒரு விபத்தில் சிக்கித் தொடை எலும்புகளில் முறிவு ஏற்பட்டு மருத்துவமனையில் அனுமதிக்கப்பட்டிருந்தார். எனது அந்தப் பழைய எம் – 80 முற்றாக உருக்குலைந்திருந்தது. அலுவலக வாயிலிலிருந்து அதைக் கிளப்புவதற்கு ஒவ்வொரு நாளும் நான் பட்டபாடுகள் மாணவர்களுக்கான மாலைநேரக் கேளிக்கையாக மாறியிருந்தன. அவனுக்குச் செய்த ஊழியங்களுக்காக அவ்வப்போது ஒரு அற்பத் தொகையை ஊதியமாகக் கொடுத்துவந்தவன் எனது பரிதாபகரமான வாகனத்தை மாற்றுவதற்கு உதவ முன்வந்தான். நான் பிடிவாதமாக மறுத்தேன். மறுநாள் அவனுடைய மனைவியும் பிறகு சுலோவும் அவனது உதவியை ஏற்றுக்கொள்ளச் சொல்லி வற்புறுத்தினார்கள். சுலோ என் வண்டியிலிருந்து எழும் சத்தத்தைக் குறிப்பிட்டுக் கிண்டலடிக்கத் தொடங்கியிருந்தது எனக்குத் தாளமுடியாததாக இருந்தது. அம்மாத ஊதியத்தில் ஒரு கணிசமான தொகையைச் செல விட்டு சைலன்சரைச் சுத்தம் செய்து அதன் சத்தத்தைக் குறைத்தேன். கிழிந்திருந்த சீட் கவரை மாற்றி ஆயில் சர்வீஸ் செய்தவுடன் வண்டி ஓரளவுக்குத் தேறியிருந்தது. அன்றைய பிற்பகல் சத்தமில்லாமல் தன் வீட்டு வாசலில் வந்துநின்ற எனது எம் – 80யைப் பார்த்து அதிசயித்துப் போனவளாய்த் தன் அம்மாவை அழைப்பதற்காக உள்ளே ஓடினாள் சுலோ.

அவள்மீது காதல்கொண்டுவிட்டேனோ எனச் சந்தேகிக்கத் தொடங்கினேன். நான் பயந்தது போல இக்கதை தவிர்க்க முடியாமல் அபத்தமான காதல்கதையாக மாறிவிடுமோ எனக் கவலைப்பட்டேன். அம்மாவைப் பார்ப்பதற்காக வந்திருந்த சாரதா பேச்சினிடையே அடிக்கடி ஒலித்த சுலோவின் பெயரை மிகக் கவனமாகக் குறித்துக்கொண்டாள். ஆழ்ந்த யோசனைக்குப் பிறகு செவ்வாய்க்கிழமை ஒரு கோயிலுக்குப் போக வேண்டுமெனவும் ‘புதுப்பொலிவு’ பெற்ற என் வண்டிக்கு எரிபொருள் நிரப்பித் தயாராக வைத்திருக்குமாறும் கட்டளையிட்டுவிட்டுப் போனாள். மர்மமான ஏதோவொன்றால் தாக்கப்பட்டதுபோல மனத்தில் சோர்வு படரத் தொடங்கியிருந்தது. ஒரு வாரம் மருத்துவ விடுப்புக் கோரித் தலைமையாசிரியருக்கு விண்ணப்பித்தேன். திங்கள்கிழமை முழுவதும் வெளியில் எங்குமே தலைகாட்டாமல் வீட்டிலேயே முடங்கிக்கிடந்தேன். பிற்பகல் ஐந்து மணிக்குக் கருணாகரனிடமிருந்து அழைப்பு வந்தது. காய்ச்சல் எனப் பொய் சொன்னேன்.

“எப்பருந்து?” எனப் பரிவு ததும்பக் கேட்டவன் மருத்துவரைப் பார்த்தேனா எனவும் தன் குடும்ப மருத்துவரை வீட்டுக்கு அனுப்பலாமா எனவும் கேட்டான். நான் ஏற்கனவே

மருத்துவரைப் பார்த்துவிட்டதாகவும் அங்கே வருவதற்கு இரண்டு மூன்று நாள்கள் ஆகலாம் எனவும் சொன்னேன். இரவு எட்டு மணிக்கு மேல் மறுபடியும் தொலைபேசி அழைத்தது.

"ஒடம்பு எப்படியிருக்குது" என மிகத் தணிவாக ஒலித்த சுலோவின் குரலைக் கேட்டு நான் தாள முடியாத அதிர்ச்சிக் குள்ளானேன். வீட்டிலுள்ளவர்களுக்குத் தெரியாமல் மிக ரகசியமாக என்னை அழைத்திருப்பாளோ எனச் சந்தேகித்தேன்.

"காய்ச்சலா?"

"ஆமா..."

"சாதாரணக் காய்ச்சல்தானே?"

"ஆமா, கிளைமேட் ஒத்துக்கல."

"டாக்டரப் பாத்தீங்களா?"

தகப்பனுக்குச் சொன்ன பொய்யை அவளுக்கும் சொன்னேன்.

"நாளைக்கு வருவீங்கள்ள?"

"இல்ல, ரண்டு மூணு நாள் ஆகும்."

"சும்மா வந்துட்டுப் போங்க, ப்ளீஸ். வேல ஒண்ணும் செய்ய வேண்டா."

நிலைகுலைந்துபோவதிலிருந்து என்னைக் காப்பாற்றிக் கொள்ள முடியாதோ என்னும் அச்சத்துடன் இணைப்பைத் துண்டித்தேன்.

அன்றிரவு உண்மையாகவே காய்ச்சலடிக்கத் தொடங்கியது. அதைப் பொருட்படுத்தாமல் வழக்கம்போல் புளிய மரத்திற்குக் கீழே கயிற்றுக் கட்டிலில் படுத்துக்கொண்டேன். நள்ளிரவில் பாத்ரூமுக்கு வந்த என் தங்கை என்னிடமிருந்து வந்த முனகல் சத்தத்தைக் கேட்டு அருகில் வந்து பார்த்தபோது உடல் அனலாகக் கொதித்துக்கொண்டிருப்பதைக் கண்டுபிடித்தாள். அந்த நள்ளிரவில் வெந்நீர் தயாரித்து அம்மாவுக்கென இருப்பில் வைத்திருந்த மாத்திரைகளைக் கொடுத்தாள். சற்றுத் தணிந்தது போல் போக்குக் காட்டிவிட்டுப் பிறகு முன்னிலும் தீவிரமடைந்தது காய்ச்சல். நான் பிதற்றத் தொடங்கினேன். பயந்துபோன என் தங்கை சாரதாவைத் தொலைபேசியில் அழைத்தாள். அதிகாலையில் டாக்சி ஒன்றின் மூலம் மருத்துவ மனைக்கு அழைத்துச் செல்லப்பட்டேன். சொன்ன பொய்க்கு நியாயம் கற்பித்திருந்த என் களைத்த உடலைச் சுமந்துகொண்டு திரும்பி வந்தபோது வீட்டில் சுலோ இருந்தாள். மரணத்தின்

நெடி வீசும் அம்மாவின் கட்டிலுக்கெதிரே அழுக்கடைந்த பிளாஸ்டிக் நாற்காலியில் எங்களுடைய அந்தப் பாழடைந்த வீடு முழுக்க ஜாதி மல்லியின் வாசனையைத் தவழவிட்டபடி உட்கார்ந்திருந்தவளைப் பார்த்ததும் நானும் என்னைவிட அதிகமாகச் சாரதாவும் கடும் அதிர்ச்சிக்குள்ளானோம். கல்லூரிக்குப் போகும் வழியில் என்னைப் பார்க்க வேண்டு மென்பதற்காகவே வந்ததாகச் சொன்னாள். சாரதாவிடமும் இக்கதையில் முக்கியத்துவமற்ற பாத்திரங்களாக இடம்பெற் றுள்ள என் தங்கையிடமும் அம்மாவிடமும் தன்னை என் 'ப்ரெண்ட்' என அறிமுகப்படுத்திக்கொண்டாள். அவள் வரு வதற்குச் சற்று முன்னதாகத்தான் அம்மாவுக்குச் சிறிதளவு நினைவு மீண்டிருக்க வேண்டுமென நினைத்தேன். தன் வற்றிய விரல்களால் அம்மா அவளது நெற்றியை வருடியபோது வெட்கம் தாளாமல் உதடுகளைக் கடித்துக்கொண்ட சுலோ எனக்கென வாங்கி வந்திருந்த சாத்துக்குடிகளையும் ஆப்பிள்களையும் தங்கையிடம் தந்துவிட்டு என்னைப் பார்த்தாள். "அப்பா சொன்னப்ப நா நம்பல, எங்கள ஏமாத்தறதுக்காகச் சொல்றீங் களோன்னு நெனச்செ. சும்மா ஒரு இதுக்காகத்தான் இதயெல்லா வாங்கிக்கிட்டு வந்தெ. பாத்தா நெஜமாவே ரொம்ப மோசமா இருந்துருக்கு" எனச் சொல்லிவிட்டுப் புறப்பட ஆயத்தமானாள். அம்மாவின் கட்டில் சட்டத்தில் ஒருக்களித்துச் சாய்ந்திருந்த சாரதா தன் பழுப்பு நிறக் கண்களால் அவளை வெறித்துக் கொண்டிருந்தாள். தங்கையின் கண்களில் பேராசை சுடர் விடுவதைப் பார்த்தேன். அவள் தனது ஸ்கூட்டியைக் கிளப்பிய போது அப்போதுதான் நினைவு வந்ததைப்போல, "இருங்க காபி சாப்பிட்டுட்டுப் போலா" எனச் சத்தமிட்டுக்கொண்டே அருகில் போனாள் தங்கை. அவள் புன்னகைத்தாள், "வெறுங் காபி மட்டுமா? சாப்பாடெல்லா இல்லையா?" எனக் கேட்டுச் சிரித்தவள் மீண்டும் வருவதாக வாக்களித்துவிட்டுப் புறப்பட்டாள்.

எனக்குக் கண்கள் இருளத் தொடங்கின. காய்ச்சலிலிருந்து சீக்கிரத்தில் விடுபட்டுவிடுவேனோ எனப் பதற்றத்துடன் நோய்க் களையை அதிகரிப்பதற்கான முயற்சிகளை மேற்கொண்டேன். தங்கை இல்லாத தருணங்களில் வரிசையாக சிகரெட்டுகளை ஊதித்தள்ளினேன். இரவில் அவள் தூங்கிய பிறகு சத்தமெழுப் பாமல் வெளியே வந்து பனியில் அலைந்து திரிந்தேன். நான் எதிர்பார்த்ததைப் போலவே மறுநாள் காய்ச்சல் தீவிரமடைந்தது. யாருமே எதிர்பாராத தருணங்களில் சுலோ தொலைபேசியில் அழைத்துக்கொண்டிருந்தாள். தந்தையிடம் சொல்லி மருத்துவரை அனுப்ப ஏற்பாடு செய்வதாகச் சொன்னாள். நான் மிகப் பலவீனமான குரலில் மறுத்துக்கொண்டிருந்தபோது தங்கை என்னிடமிருந்து ஒலிவாங்கியைப் பிடுங்கிக்கொண்டாள்.

என்னைப் பற்றிய புகார்களை அடுக்கியவள் அவளாவது சொல்லக் கூடாதா எனக் கேட்டாள். குறிப்பாக எனது புகைப் பழக்கம் பற்றி அதிகமாகக் குறிப்பிட்டாள். "நாங்கெல்லாஞ் சொன்னாக் கேக்க மாட்டேங்கறாரு, நீங்களாவது சொல்லக் கூடாதா?" என்றவள் ஒலிவாங்கியை என்னிடம் கொடுத்தாள்.

"ஏம்பா, நீ என்ன சின்னப் பையனா? சொன்னாக் கேக்க மாட்டியா?" என ஒருமையில் விளித்து என்னைக் கடிந்துகொண்டாள் சுலோ. நான் திடுக்கிட்டுப் போனேன். பிறகு அதற்காக வருத்தம் தெரிவித்தாள், "சாரிப்பா" என அதையும் உரிமையுடன் சொன்னாள். தங்கை வெட்கத்தோடு அங்கிருந்து அகன்றாள். அடுத்த அரை மணி நேரத்திற்குள் கௌதமனின் கார் வீட்டு வாசலுக்கு வந்து நின்றது. மருத்துவரை அழைத்துக்கொண்டு வந்திருந்த கௌதமன் தன் உப்பிய கண்களுக்குள் கருணையின் ஈரத்தை வரவழைத்துக்கொண்டு தரித்திரத்தால் சூழப்பட்ட என் வீட்டை ஆராய்ந்தான். கார் டிரைவர் நோயுற்றவர்களுக்கான பழங்கள் நிரம்பிய இரண்டு பிக் ஷாப்பர் பைகளை என் தங்கையிடம் கொடுத்ததை நான் இயலாமையுடன் பார்த்துக்கொண்டிருந்தேன். அவர்களது கருணையின் பிடியில் மீளமுடியாதவாறு சிக்கிக்கொண்டிருந்த என் தங்கை அவற்றைச் சுவரில் சாய்த்து வைத்தபோது அவற்றி லொன்று சரிந்து ஆப்பிள்களும் ஆரஞ்சுகளும் ஆசாரத்தில் உருண்டோடின. மருத்துவர் என் கண் ரெப்பைகளைப் பிதுக்கிச் சோதித்துக்கொண்டிருந்தபோது என் கலங்கிய கண்களுக்குத் தென்பட்ட அவரது விழிகள் சாரதாவினுடையவற்றைப் போலப் பழுப்பு நிறத்தில் என்னை ஊடுருவியிருந்தன.

சாரதா மூர்க்கமான ஒரு விலங்காகிக்கொண்டிருந்தாள். என்னிடம் பேசுவதற்கான வார்த்தைகளைத் தொலைத்திருந் தாள். தன் மகனை அழைத்துக்கொண்டு பழிதீர்க்கும் வேண்டு கோள்களுடன் அதற்கான சக்திகளைப் பெற்றிருக்கும் தெய்வங் களின் இருப்பிடங்களைத் தேடி அலைந்துகொண்டிருந்தாள். ஒரு வாரத்துக்கு முன்பு மாசாணி அம்மன் கோயிலுக்குப் போய் ஒரு கிலோ மிளகாயை அரைத்து அத்தெய்வத்தின் உடலில் பூசிவிட்டு வந்ததாகக் கேள்விப்பட்டபோது நான் திகைத்துப்போனேன். மூடுபாறைக் கருப்பண்ணன் கோயில் வாசலில் ஈரச்சேலையுடன் நின்று அங்கு நடப்பட்டிருந்த வேல்களில் இரு கோழிக்குஞ்சுகளைக் குத்திவிட்டு வந்திருந் தாளாம். தனக்கு ஓயாமல் தொந்தரவு கொடுத்துவரும் அண்டை வீட்டுப் பெண்களைத் தண்டிப்பதற்காக அவள் இது போன்ற பைத்தியக்காரத்தனமான செயல்களில் ஈடுபடுவதாகச் சொல்லி உரக்கச் சிரித்தார் அப்பாவியான அவள் கணவர். கேட்டுக் கொண்டிருந்த எனக்கு முகம் வெளிறியது.

சொன்னதுபோல இரண்டு வாரங்கள் கழித்து ஒரு செவ்வாய்க்கிழமை அதிகாலையில் வந்து நின்றாள். பழிதீர்க்கும் தெய்வங்களினுடையதைப் போல அவளது கூந்தல் விரிந்து கிடந்தது. கைம்பெண்ணினுடையதைப் போல் காலியாக விடப்பட்டிருந்த நெற்றியில் செங்குத்தாகப் புடைத்து நின்ற ரத்தக் குழாய்களின் வழியே மூர்க்கமாகப் பாய்ந்துகொண்டிருந்த குருதியின் சத்தத்தை என்னால் துல்லியமாகக் கேட்க முடிந்தது.

“பொறப்புடு” என்றாள்.

“எங்க?”

“ஒரு அவசரம், பொறப்புடு.”

“அப்பிடியென்ன அவசரம், அதும் இன்னாரத்துல?” எனக் கேட்டுக்கொண்டே எழுந்து வந்தாள் தங்கை.

“நீ பொறப்புடு சொல்றெ” எனப் பணியவைக்கும் மூர்க்கத்துடன் கட்டளையிட்டாள். நான் எதுவுமே பேசாமல் புறப்பட்டேன். தங்கை திகைத்துப் போயிருந்தாள். “என்ன அண்ணனுக்குப் பொண்ணு கிண்ணு வந்துருக்குதா? சொல்லு நானுந்தே வந்து பாத்துட்டு வாறே” என விளையாட்டாய்க் கேட்டபோது சாரதாவின் இறுகிய உதடுகளிலிருந்து எந்தப் பதிலும் வரவில்லை. எனது எம் – 80 வழக்கம்போல் தன் வழியைத் தேர்ந்தெடுத்துக்கொண்டு விரைந்தது. முப்பதிலிருந்து இருபத்தொன்பது, இருபத்தொன்பதிலிருந்து இருபத்தெட்டு, இருபத்தேழு என வருடங்களை ஒவ்வொன்றாகக் கழித்துக்கொண்டு கடந்த காலத்தை நோக்கி எங்களுடைய அந்தச் சிறு நகரத்துக்கு அழைத்துச் சென்றது. முப்பது வருடங்களில் ஊர் அடையாளம் காணப்பட முடியாத அளவுக்கு மாறிப்போயிருக்கும் என நினைத்தேன். நெடுஞ்சாலையில் நாங்கள் ஏறி விளையாடிய நாவல் மரங்கள் முதிர்ந்திருந்தன. ஊரெல்லையைச் சூழ்ந்திருந்த ஊஞ்சமரக் காடுகளின் அடர்த்தி கொஞ்சம் கூடியிருந்ததுபோல் தோன்றியது. ஆனால் நாங்கள் படித்த ஆரம்பப் பள்ளியின் பாசிபடர்ந்த கட்டடங்களும் சிதைந்த மதில்களும் காலத்தின் ஒரு நினைவுச் சின்னம்போல் அப்படியே இருந்தன. நுழைவாயிலில் நாங்கள் ஊதல் செய்து விளையாடுவதற்கென்றே இருந்துகொண்டிருந்த பூவரச மரங்களில் புதிதாக ஒரு கிளைகூடத் தோன்றியிருக்கவில்லை. விவசாயி ஒருவனின் பழைய ஓட்டு வீட்டைப்போல் தென்பட்ட அண்ணன்மார் கோயிலின் வாசலில் வெகு காலமாய் முன்னங் கால்களை உயர்த்தி, சுழற்றி வீசிய வால்களுடன் வாயெல்லாம் நுரைதள்ள நின்றுகொண்டிருந்த சுண்ணாம்புக்காரையினாலான பொன்னர் சங்கரின் குதிரை வாகனங்களுக்குப் புதிதாக வர்ணம் பூசப்பட்டிருந்தது மட்டுமே எங்களுக்குத் தென்பட்ட

ஒரே மாற்றம். அவற்றின் உடைந்த சேணங்களில் பதிக்கப்பட்டிருந்த கண்ணாடிச் சில்லுகளிலிருந்து கண்களைக் கூசச்செய்யும் எதிரொளி. கோயில் மதிலில் குத்துக்காலிட்டு உட்கார்ந்திருந்த இடையன் எங்களைக் கூர்ந்து பார்த்தான். கோயிலின் இருபுறங்களிலும் தென்பட்ட மேய்ச்சல் நிலத்தில் அப்போதுதான் இறக்கிவிடப்பட்டிருந்த செம்மறியாடுகள் முப்பது வருடங்களாக அங்கே மேய்ந்துகொண்டிருப்பவையாகத் தோன்றின. நாங்கள் யாருக்கும் சம்மந்தமற்றவர்களைப் போல ஆள்நடமாட்டம் அற்றுக்கிடந்த சந்தைத் திடலைக் கடந்து அஞ்சல்நிலையத்தை நோக்கி விரைந்தோம். தயக்கத்துடனும் தீராத பெருமூச்சுகளுடனும் அஞ்சல்நிலைய வராந்தாவில் காலெடுத்து வைத்தாள் சாரதா. முப்பது வருடங்களாக உறைந்துகிடந்த காலம் அவளது சுவாசம் பட்டவுடன் உருகத் தொடங்கியிருந்தது. ஜன்னலுக்கப்பாலிருந்து வியப்புடன் எங்களை நிமிர்ந்து பார்த்த மூப்புற்ற போஸ்ட் மாஸ்ட்டர் என்னை அடையாளம் தெரிந்துகொள்ள முயல்வதாகக் கற்பனை செய்துகொண்டேன். சந்தேகம் ஏற்படாமலிருப்பதற்காக சில அஞ்சல் வில்லைகளை வாங்க முடிவுசெய்தேன்.

ஒரு “இன்லேண்ட் லெட்டர்” என ஜன்னலுக்குள் நீண்ட என் வலது கரத்தை அவர் சந்தேகத்தோடு பார்த்தார். சுருக்கம் விழுந்த முகத்தை நிமிர்த்தி, “சில்லறை இல்லையே” என இழுப்பறையைத் தேடினார். “பரவாயில்ல பத்து ரூபாய்க்கும் ஸ்டாம்ப் கொடுத்திருங்க” என்றேன் நான். சங்கடத்துக்குள்ளானதைப்போல முகத்தைச் சுழித்துக்கொண்டு அஞ்சல் வில்லைகளை மிகக் கவனமாக எண்ணி என் கையில் திணித்தவர், “முன்ன நடந்த எல்லா விஷயங்களும் திரும்பத் திரும்ப நடக்கற மாதிரி இருக்குது” எனச் சலித்துக்கொண்டார். நான் “ஆமாம்” என முனகினேன். அதற்குள் பக்கவாட்டிலிருந்த மாடிப் படிகளில் ஏறத் தொடங்கியிருந்தாள் சாரதா. அஞ்சல் வில்லைகளைச் சுருட்டிச் சட்டைப் பைக்குள் திணித்துக்கொண்டு அவசரமாக அவளைப் பின்தொடர்ந்தேன். படிக்கட்டுகள் இடிந்துபோயிருந்தன. மாடியில் இருந்த கருணாகரனின் கந்துக்கடை கைவிடப்பட்டதைப்போலத் திறந்து கிடந்தது. கதவு பெயர்க்கப்பட்டுச் சுவரோரம் சாய்த்து வைக்கப்பட்டிருந்தது. குப்பையும் கூளமுமாய்க் கிடந்த வராந்தாவில் காலியானதொரு பீர் பாட்டிலும் உடைந்த கண்ணாடித் துண்டுகளும் சிதறிக்கிடந்தன. யாரோலோ கைவிடப்பட்ட போர்வையொன்று கந்தலாய்ச் சுருண்டு கிடந்தது. சுவரோரம் பயன்படுத்தி வீசப்பட்ட ஆணுறையை இழுத்துக்கொண்டிருந்த எறும்புகளைப் பார்த்துத் தாளமுடியாத அதிர்ச்சிக்குள்ளானவளாய்ப் பின்வாங்கினாள் சாரதா. நான் வந்து நின்றதும்

துணிவுபெற்று அறையினுள் காலெடுத்து வைத்தாள். “இங்க தான்” என அந்த இடத்தைச் சுட்டிக்காட்டிப் பெருமூச்சு விட்டாள். காலத்தால் உறையவைக்கப்பட்டவை போன்ற தன் பழுப்பு நிறக் கண்களால் அதன் காரை பெயர்ந்து நின்ற சுவர்களைப் பார்த்துக்கொண்டிருந்தாள். அவனை நிர்மூலமாக்கும் சாபத்தின் ஒரு வாக்கியத்தைக் கண்டுபிடிக்க விரும்பியவளைப்போலக் குனிந்து எதையோ தேடிக்கொண்டிருந்தாள்.

நான் சத்தமில்லாமல் வெளியே வந்தேன். என் முதிராத கைகளால் அந்த வயதுக்குப் பொருந்தாத பழிதீர்க்கும் வெறியுடன் அரிவாளை ஏந்தி நின்றது இப்போதும்கூட அங்கே நின்றுகொண்டிருந்த சிமெண்ட் தூணுக்குப் பக்கத்தில்தான். பிறகு தாளமுடியாத வியர்வை நெடி வீசும் உடலுடன் கருணாகரன் என்னருகில் வந்ததை ஞாபகப்படுத்திக்கொண்டேன். என் கையிலிருந்த அரிவாளை ரோமம் மண்டிய முரட்டுக் கரங்களால் பற்றியதும், “நெறையா சினிமாப் பாப்பையாடா?” எனக் கேட்டபடியே அதை என்னிடமிருந்து பறித்துக்கொண்டு சிரித்ததும் துல்லியமாக என் நினைவில் தோன்றியது. விம்மலின் சத்தங்களைக் கேட்டு நிமிர்ந்தபோது சாரதா படியிறங்கிப் போய்க்கொண்டிருந்தாள். அவ்விடத்திலிருந்து அவள் கண்டெடுத்திருந்த சாபத்தின் கொடிய வாக்கியத்தைச் சேகரித்துப் பத்திரப்படுத்திக்கொண்டு நான் அவளைப் பின்தொடர்ந்தேன். ஊர் எங்களுடைய நடமாட்டங்களைக் கூர்ந்து பார்த்துக்கொண்டிருந்தது. தெருக்களில் எங்களைக் கடந்துசென்ற முகங்கள் நன்கு அறிமுகமானவை போல் தென்பட்டன. திடீரென யாராவது எங்கள் இருவரையும் பெயர் சொல்லி அழைக்கப்போகிறார்கள் என நினைத்தேன். அப்போது நாங்கள் குடியிருந்த மிகச் சிறிய வீட்டைப் பார்க்க விரும்பினேன். அதைப் பற்றிச் சொல்வதற்காகப் பின் சீட்டில் உட்கார்ந்திருந்த சாரதாவை அழைத்தபோது பதிலளிக்க விரும்பாதது போல் அவள் மௌனமாக இருந்தாள். அப்போது எனது எம் – 80 ஊர் எல்லையைத் தாண்டிக் கொஞ்ச தூரம் வந்திருந்தது. அழுதுகொண்டிருக்கிறாளோ எனச் சந்தேகப்பட்டேன். அவளுக்கு ஆறுதலளிப்பதற்காகவும் இறுக்கத்தைத் தளர்த்தவும் நான் அவளுடைய மகனின் கிரிக்கெட் ஆர்வம் சம்மந்தப்பட்ட வேறொரு கேள்வியைக் கேட்டேன். அதற்கும் பதில் இல்லாமல் போகவே வண்டியின் வேகத்தைக் குறைத்து அவள் முகத்தைப் பார்ப்பதற்காகத் திரும்பினேன். அவள் உட்கார்ந்திருந்த பின் சீட் காலியாக இருந்தது.

காணும் ஒவ்வொரு தருணத்திலும் எனக்கு மிக ரகசிய மான சமிக்ஞைகளை அனுப்பிக்கொண்டிருந்தாள் சுலோ. தன் காதலின் பிங்க் நிற விளிம்புகளையுடைய மெல்லிய இதழ்களை எனக்காக மலர்த்தி வைத்திருந்தாள். என் பழிக்கு அவளை ஒரு கருவியாக மாற்றும் முனைப்போடு நானும் சில சமிக்ஞைகளை அனுப்பிக்கொண்டிருந்தேன். ஒரு முத்தத் தின் வழி அந்தக் குடும்பத்தைப் பழிதீர்ப்பதற்கான முதல் அடியை எடுத்துவைக்கத் தீர்மானித்து அதற்கான தனிமையை எதிர்பார்த்துக் காத்திருந்தேன். தனிமை அபூர்வமானதாக இல்லாதபோதும் நான் வேண்டுமென்றே வாய்ப்புகளைத் தவறவிட்டேன். அவள்மீது எனக்கு எந்த ஆர்வமும் இல்லாதது போன்ற பாவனைகளுடன் ஓய்வேயில்லாமல் கருணாகரன் இட்ட பணிகளை முடிப்பதில் சிரத்தையாக இருந்தேன். என்னையறியாமலேயே நான் அவனுடைய நிழலாக மாற்றப் பட்டிருந்தேன். அவனது தொழில், வியாபாரங்களைக் கண் காணிக்கும் பொறுப்புகளை என்னிடம் கையளித்துவிட்டு அவன் தன் அரசியல் நோக்கங்களை நிறைவேற்றிக்கொள் வதில் அதிகக் கவனம் செலுத்தத் தொடங்கியிருந்தான். அவ் வூர்வாசிகளின் கவனத்துக்கும் மரியாதைக்குமுரியவனாக என்னையறியாமலேயே மாற்றப்பட்டிருந்தேன். கடைத் தெருக் களில் நின்று புகைபிடித்துக்கொண்டிருக்கும்போதோ வெறு மனே சுற்றித் திரிந்துகொண்டிருந்தபோதோ முற்றிலும் அறிமுக மற்ற மனிதர்கள் என்னைப் பார்த்துப் புன்னகைக்க முயல் வதையும் சில தருணங்களில் கையை உயர்த்தி வணக்கம் தெரிவிப்பதையும் கவனித்து நான் பதற்றமடையத் தொடங்கி யிருந்தேன். தலைமையாசிரியர் என் மூலமாகக் கருணாகர னிடம் சில கோரிக்கைகளை முன்வைத்து அவற்றை வெற்றிகர மாக நிறைவேற்றிக்கொண்டிருந்ததால் பூரித்துக்கிடந்தார். என் சக ஆசிரியர் ஒருவர் தனது மாறுதல் தொடர்பாக என் னிடம் உதவி கேட்டார். அவரிடமிருந்து விண்ணப்ப நகலைப் பெற்று அதைக் கருணாகரனிடம் கொடுத்தபோது அவன் உடனடியாகக் கல்வி அமைச்சரைத் தொலைபேசியில் தொடர்பு கொண்டு பேசினான். அடுத்த ஒரு வாரத்திற்குள் பள்ளிக் கல்வி இயக்ககத்திலிருந்து அவர் விரும்பிய இடத்திற்கு மாறு தல் அளிக்கும் உத்தரவு வந்தபோது நான் அதிர்ச்சிக்குள்ளா னேன். வீட்டுமனைப் பட்டா, வங்கிக் கடன் போன்ற சிறு சிறு உதவிகளை அவன் மூலமாக என் உறவினர்கள் சிலருக் குச் செய்துகொடுத்திருந்ததால் அவர்களின் மரியாதைக்குரிய வனாக மாறியிருந்தேன்.

கிடைத்த நேரங்களில் பள்ளிக்குப் போனேன். எந்த நிர்ப்பந்தமும் இல்லாதபோதும் நள்ளிரவு நேரங்களில் அலுவல

கத்தில் தங்கியிருந்து எனக்குரிய பணிகளை அசுர வேகத்தில் செய்து முடிப்பதை வழக்கமாக்கிக்கொண்டேன். கருணாகரனை அதிர்ஷ்டம் சூழத் தொடங்கியிருந்த தருணம் அது. அவனது தொழில்களிலிருந்து கிடைத்துக்கொண்டிருந்த லாபம் இரட்டிப் பாகிக்கொண்டிருந்தது. அவன் சார்ந்திருந்த கட்சியில் மாவட்ட அளவில் ஒரு முக்கியமான பொறுப்பைப் பெற்றிருந்தான். அடுத்த வருடம் நடைபெறவிருந்த சட்டமன்றத் தேர்தலில் அவன் அந்தத் தொகுதியில் போட்டியிடப் போவதாகத் தகவல்கள் கசிந்துகொண்டிருந்தன. வீடு எப்போதும் கட்சிக் காரர்களால் சூழப்பட்டிருந்தது. பலதரப்பட்ட மனிதர்களின் ஆலோசனைகளையும் ஒத்துழைப்பையும் பெறுவதற்கு முயன்று கொண்டிருந்தான். ஓயாமல் சுற்றுப் பயணம் செய்து மக்களைச் சந்திப்பதையும் அவர்களது குறைகளைக் கேட்டறிந்து அவற்றுக் குத் தீர்வு காண்பதையும் வழக்கமாக்கிக்கொண்டிருந்தான். பல தருணங்களில் என்னைத் தன்னுடன் அழைத்துச் சென் றான். அரசியல் விவகாரங்களைப் பற்றி விவாதிப்பதற்காக நானும் அவனும் தோட்டத்து வீட்டில் பல மணி நேரங்களைச் செலவிட்டோம். கூட்டங்களில் பேசுவதற்கும் அரசியல் வட் டாரங்களில் விவாதிப்பதற்கும் தேவைப்பட்ட தகவல்களையும் புள்ளிவிவரங்களையும் அவனுக்கு அளிக்க வேண்டிய புதிய பொறுப்புக்கூட எனக்கு வந்து சேர்ந்திருந்தது. தன் அரசியல் வட்டங்களில் என்னை அவனுடைய நெருங்கிய நண்பனாக அறிமுகப்படுத்தத் தொடங்கியபோது நான் பொறியில் சிக்கிக் கொண்டதுபோல் உணர்ந்தேன். எனது உபயோகத்துக்காக ஒரு புதிய மோட்டார் சைக்கிளை வாங்கியிருந்தான். நான் அதைப் புறக்கணித்துவிட்டு எனது பழைய எம் – 80யிலேயே என் பயணங்களை மேற்கொண்டேன். பிறகு சுலோ அந்த விவகாரத்தில் தலையிட்டாள்.

"ஏய் என்னப்பா, உனக்காக வாங்கின வண்டியெ யூஸ் பண்ண மாட்டேன்னு சொல்லீட்டியாமே?" எனச் சாயங் காலம் அலுவலகத்துக்கு வந்தாள்.

"இல்ல, எனக்கெதுக்கு இதெல்லாம்? என்னுடைய அந்தஸ் துக்கு இது போதும்" என்றேன்.

"அந்தஸ்து கிந்தஸ்துன்னு பிரிச்சுப் பாக்கறதா இருந்தா இனி இங்க வர வேண்டா, தெரியுதா?" எனக் கடுங்கோபத் துடன் வெளியேறியவள் போன வேகத்தில் திரும்பி வந்தாள். கண்கள் சிவந்திருந்தன. அழுதிருப்பாள் என நினைத்தேன், "அப்ப எங்கள அந்நியமா நெனச்சுத்தான் பழகிக்கிட்டிருக்கறே, இல்லப்பா?" எனக் குழந்தைத்தனமான பரிதாபத்துடன் கேட்டுக்கொண்டு எதிரே வந்து உட்கார்ந்தவள் மேசையின்

மீது சோம்பலாகக் கிடந்த என் வலது கையைத் தன் மெலிந்த விரல்களால் வருடினாள்.

“ப்ளீஸ் புரிஞ்சுக்கங்க” என்றாள் சம்பந்தமேயில்லாமல்.

தொலைபேசியின் வாயிலாகவும் நேரடியாகவும் காதலை இறைஞ்சுபவளாக இருந்தாள் சுலோ. தன் தோழிகளை எனக்கு அறிமுகப்படுத்தி வைத்தாள். அற்பக் காரணங்களுக்காக என்னை அழைத்துக்கொண்டு நகரத்துக்குப் போனாள். கல்லூரியிலிருந்து சீக்கிரமே திரும்புவதும் பள்ளியிலிருந்து உடனடியாகப் புறப் பட்டு வருமாறு தொலைபேசியின் வழி எனக்கு ஆணையிடுவது மாக அவள் தவித்துக்கொண்டிருந்தாள். கருணாகரனைப் பழிதீர்ப்பதற்கு அவளது காதலைப் பயன்படுத்திக்கொள்வது பற்றிய ரகசியமான திட்டத்துடன் நான் அவளுக்கு வளைந்து கொடுத்துக்கொண்டிருந்தேன்.

கௌதமன் பின்னிரவு நேரங்களில் தோட்டத்தில் அவனுக் காக அமைத்துக்கொண்டிருந்த குடிலில் நண்பர்களோடு கொண்டாட்டங்களில் மூழ்கத் தொடங்கியிருந்தான். அவனது தொடர்புகள் சந்தேகத்துக்குரியவையாக எனக்குத் தென்பட் டன. அலுவலக அறைக்கு வரும்போது அவனது முகத்துக் குள்ளிருந்து ஆல்கஹால் நெடி வீசத் தொடங்கியிருந்தது. கல்லூரிக்கு மட்டம்போட்டுவிட்டு நண்பர்களுடன் கேளிக்கை களில் ஈடுபட்டுக்கொண்டிருந்தவன் அலுவலகக் கணக்கிலிருந்து தேவைக்கதிகமாகப் பணம் கேட்டு நச்சரிக்கத் தொடங்கி யிருந்தான். ஒரு கட்டத்தில் இதைப்பற்றிக் கருணாகரனின் கவனத்துக்குக் கொண்டுசென்றபோது அவன் அதைப் பொருட் படுத்தவில்லை. “விடுங்க, வலுசொ” என ஒற்றை வார்த்தையில் அந்த விவகாரத்தைக் கை கழுவினான். கணவனுடனோ மகனுடனோ வேறு யாருடனுமோ எந்தத் தொடர்புமற்ற வளாக அந்தப் பெரிய வீட்டின் ஆசாரத்தில் யாரோ ஒரு மர்ம நபரின் வருகைக்காகக் காத்திருப்பவளைப்போலத் தனக்கெனப் பிரத்யேகமாய் வடிவமைக்கப்பட்ட பிரம்பு நாற்காலியில் உட்கார்ந்திருந்தாள் சுலோவின் அம்மா. அவ ளுடைய உடலில் நோய்க்களை அதிகரித்துக்கொண்டிருந்தது. தன் சுவாசத்திலிருந்து வீசத் தொடங்கியிருந்த அழுகல் நெடி யைப் பற்றிய பிரக்ஞையற்றவளாய்க் கணவனின் அதிர்ஷ்டங் களைப் பற்றிய பெருமிதங்களில் மூழ்கியிருந்தாள். பழிதீர்க்கும் பயணத்தின் முதல் அடியை வைப்பதற்கு எதனாலோ தயங்கிக் கொண்டிருந்தேன். என் பழியின் உருகவைக்கும் வெப்பத்துக்குள் காதலின் வெதுவெதுப்பைத் தேடிய சுலோவிடம் எச்சரிக்கை யாக இருந்தேன். என்னைச் சூழத் தொடங்கியிருந்த துக்கங் களைப் பற்றி நான் அவளிடம் ஒரு வார்த்தையையும் பகிர்ந்து

கொள்ளவில்லை. அவளோ ஒவ்வொரு நாளும் என்னைச் சந்திக்க நேரும் முதல் தருணத்தில் அக்கறையுடன் விசாரித்துக் கொண்டிருந்தாள்.

"அம்மா எப்படியிருக்காங்க?"

"பரவாயில்ல."

"நல்லா சாப்பிடறாங்களா?"

"ம்ம், அதுக்கென்ன?"

"என்னெ நெனப்பாங்களா? நெனச்சுருக்க மாட்டாங்களே, நீயும் சொல்லியிருக்க மாட்டியே."

ஆனால் மரணத்தின் பால் பற்கள் அம்மாவின் உயிரை வேகமாகக் கொறிக்கத் தொடங்கியிருந்தன. என் துக்கங்களை அவளிடமோ அந்த வீட்டின் வேறு யாரிடமுமோ பகிர்ந்து கொண்டுவிடக் கூடாது என்பதில் உறுதியாக இருந்தேன். அம்மாவைப் பார்க்க வரும் ஒவ்வொரு முறையும் கண்ணீருடன் திரும்பிச் சென்றுகொண்டிருந்தாள் சாரதா. கருணாகரனைப் பின் தொடர்ந்துகொண்டிருக்கும் அதிர்ஷ்டங்களைப் பற்றிய தகவல்களைத் தெரிந்துகொண்ட தருணங்களில் அவளுடைய கண்களைச் சுற்றி ஏமாற்றத்தின் கருவளையங்கள் படரத்தொடங் கின. நாரையின் கூடுகளைப்போலத் தன் துக்கங்களை யாரா லும் கண்டுபிடிக்க முடியாத இடங்களில் அமைத்துக்கொள்ளக் கற்றுக்கொண்டிருந்தாள் அவள். மிகத் தணிந்த குரலில் அநேக மாக என்செவிகளுக்கு மட்டுமே கேட்கும்படி கருணாகரனை யும் அவனுக்கு அதிர்ஷ்டங்களை அள்ளி வழங்கிக்கொண்டிருக் கும் கடவுள்களையும் சபிப்பாள். "ஆண்டவெ கெட்டவங் களுக்குத்தே கேட்டதெல்லாங் குடுப்பாங்கறது சரியாத்தே இருக்குது" என இயலாமையின் புகைமூட்டம் கவிந்த குரலில் முனகிக்கொண்டே விடைபெறுவாள்.

அவளுடைய சாபங்கள் கருணாகரனைத் தீண்டச் சக்தி யற்றவையாயிருந்தன. மிக உயரிய குடும்பங்களிலிருந்து சுலோ வுக்கு வரன்கள் வந்துகொண்டிருந்தன. கல்யாணத் தரகர் களாலும் ஜோதிடர்களாலும் நிரம்பிக்கொண்டிருந்த வீட்டில் நான் பொருட்படுத்துவதற்குத் தகுதியில்லாதவனாக மாறிக் கொண்டிருந்தேன். வேளாவேளைக்கு முறையாகச் சாப்பிடக் கூட முடியாமல் என்னைத் திணறடித்துக்கொண்டிருந்த வேலைகள் என் கழுத்தை முறித்துப் பேரேடுகளுக்கிடையில் தூக்கிப்போட்டிருந்தன. சுலோ தன்னைப் பெண் பார்ப்பதற் கென வந்து நின்றவர்கள் ஒவ்வொருவருக்கும் முன்னால் சரிகைகளால் இழைக்கப்பட்ட விலையுயர்ந்த பட்டுப்புடவை

களைச் சுற்றிக்கொண்டு வந்து நாணிக்கோணி நின்றுகொண் டிருந்தாள். அது போன்ற தருணங்களில் நான் அலுவலக அறையை விட்டு வெளியே தலைகாட்ட மாட்டேன். அவர்கள் போன பிறகு என்னைத் தேடி வருவாள். அவர்களுக்காகத் தயாரிக்கப்பட்ட பலகாரங்களை என் மேசையின்மீது நிரப்பிச் சாப்பிடச் சொல்லி ஓயாமல் வற்புறுத்திக்கொண்டிருப்பாள். தன்னைப் பெண் பார்த்துவிட்டுச் சென்ற மாப்பிள்ளைமார் களின் சிறப்பியல்புகளைப் பற்றி வாய் ஓயாமல் பேசுவாள். என்னைப் பொறாமையிலாழ்த்த விரும்புகிறாளென்பதைத் தெரிந்துகொண்ட நான் அதிலெல்லாம் எனக்குத் துளியும் அக்கறை இல்லாததுபோல் காட்டிக்கொண்டேன். உண்மை யில் எனக்கு அது தாளமுடியாததாகவே இருந்தது. ஏதோ வொரு காரணத்தால் மாப்பிள்ளை அமையாமல் போகும் போது அற்பத்தனமான சந்தோஷங்களில் மூழ்கிக்கொண்டிருந் தேன். எந்த மாப்பிள்ளையையும் அவள் நிராகரிக்கவில்லை யென்பதையும் ஜாதகப் பொருத்தம், குடும்பப் பின்னணி, அந்தஸ்து போன்ற புறக்காரணங்களாலேயே அவளுக்கு மாப்பிள்ளை அமைவது தள்ளிப்போய்க்கொண்டிருந்தது என் பதையும் கேள்விப்பட்டபோது நான் பொறாமையால் வதை படத் தொடங்கினேன். கடைசியில் எல்லாப் பொருத்தங்களுட னும் ஒரு ஆயில் மில் முதலாளியுடைய மகன் அவளுக்கான மணமகனாகத் தேர்ந்தெடுக்கப்பட்டுவிட்டதாக அவளே வந்து சொன்னாள். பட்டுப் புடவை சரசரக்க என் முன் வந்து நின்றவள். "எனக்குக் கல்யாணம் பண்ணப் போறாங்க தெரியுமா?" எனக் கண்களைச் சிமிட்டிக்கொண்டு கேட்டாள். முகத்தைப் பாறைபோல் வைத்துக்கொண்டு தெரியும் எனத் தலையசைத்தேன்.

"உனக்கு வருத்தமில்லையா?"

"எனக்கென்ன வருத்தம்?"

"பாவி, அப்ப நீ என்ன லவ் பண்ணலியா?"

சிறிதும் கருணையற்றவனாய் இல்லையெனச் சொல்லி விட்டு அவள் முகத்தைக் கூர்ந்து பார்த்தேன். அவள் முகம் சிவந்திருந்தது. கண்கள் தளும்பத் தொடங்கின. நான் பெருமூச் செறிந்தபடி கோப்புகளை நோக்கிக் கண்களைத் தாழ்த்தினேன். அவள் தாள முடியாதவளாய் எழுந்தாள். பதற்றத்துடன் நான் என் நாற்காலியிலிருந்து அவசரமாக எழுந்து நின்றேன். விறைத்த உடலுடன் என்னை நெருங்கியவள் ஒரு இரைபோல என்னைப் பற்றி இழுத்து வாழ்வில் எப்போதும் மறக்க முடியாத ஒரு முத்தத்தைத் தந்துவிட்டு அதன் சுவையை

உணரும் முன்பே என்னை விடுவித்துவிட்டு ஓடி மறைந்தாள். என் விரல் நகங்களில் ஒரு சிறிய புழுவைப்போல படர்ந்து கிடந்த அவளது கூந்தலின் ஓரிழையைப் பீதியுடன் பார்த்துக் கொண்டு, ஓர் அன்னியனின் வீட்டில், நான் பழிதீர்க்கக் காத்துக்கொண்டிருப்பவனது அலுவலகத்தில் அசைவற்று நின்றுகொண்டிருந்தேன். என் உதடுகள் எரிந்துகொண்டிருந்தன. காலம் உதிர்ந்து சாம்பலாகிக்கொண்டிருந்தது. காலத்தின் சாம்பல் மேட்டில் நான் நின்றுகொண்டிருப்பது அதன் இறந்த காலத்திலா நிகழ்காலத்திலா எனப் புரிந்துகொள்ள முடியாமல் குழம்பினேன். இது வேறு யாருக்கோ நடந்தது எனக் கற்பனைசெய்துகொள்ளவும் முயன்றேன். என் பலவீனமான உடல் உலர்ந்த நதியின் படுகையைப்போல வெப்பமடையத் தொடங்கியது. ஒரு கெட்ட நிமித்தத்தின் அறிகுறிபோல அலுவலகத் தொலைபேசி மணி ஒலிக்கத் தொடங்கியது.

என் கைகள் நடுங்கின. எதிர்பார்த்ததைப்போலவே அது என் தங்கையிடமிருந்து வந்திருந்த அழைப்பு. திட்டவட்டமான காரணம் எதுவும் சொல்லாமல் என்னை உடனடியாகப் புறப்பட்டு வரச்சொன்னாள். பதற்றம் மிகுந்த அவளது குரலில் அதற்கு மேல் எந்த வார்த்தையையும் கேட்காமலேயே அம்மா செத்துப்போய்விட்டாள் என்னும் திடமான முடிவுடன் யாரிடமும் சொல்லிக்கொள்ளாமல் அங்கிருந்து புறப்பட்டேன். வீட்டில் அம்மாவின் உயிரற்ற உடலையும் அவளது மரணத்தை முற்றிலும் தனியானவளாக எதிர்கொண்ட தங்கையையும் தவிர அண்டை வீடுகளிலிருந்து வந்து குழுமத்தொடங்கித் தம் அழுகுரல்களின் மூலம் மரணத்தை அறிவித்துக்கொண்டிருந்த பெண்கள் சிலரும் தென்பட்டனர்.

அம்மாவின் உடல் கிடத்தப்பட்டிருந்த ஆசாரத்துக்குள் போய் அழுதுகொண்டிருந்த பெண்களின் முன் ஒரு செங்குத்துக் கோடுபோல நின்றேன். முதலில் என் வருகையைக் கவனித்த வளும் பிறகு எழுந்துவந்து கழுத்தைக் கட்டிக்கொண்டு அழுத வளும் சாரதாதான். பிறகு காரியங்கள் அதன் போக்கில் நடக்கத் தொடங்கின. அம்மாவின் பழைய வெள்ளைச் சேலை யைக் கிழித்து வாய்க்கட்டுக் கைக்கட்டுக் கட்டும் பொறுப்பை அந்தக் காரியத்தில் தேர்ந்தவரான சித்தப்பா மேற்கொண்டார். சாரதாவின் கணவரும் மற்ற பங்காளிகளும் உறவுகளுக்குச் சொல்லும் வழியைப் பற்றி விவாதித்துக்கொண்டிருந்தனர். கொட்டு முழக்குப் போட வந்திருந்த சாம்புகர்கள் பறைகளை நெருப்பில் வாட்டிக்கொண்டிருந்தனர். ஆலமர நிழலுக்குக் கீழே அவளது இறுதிப் பயணத்துக்கான தேர் தயாராகிக் கொண்டிருந்தது. இழவு காண வருபவர்களுக்குக் காபி

தயாரிக்கும் பொறுப்பை மேற்கொண்டிருந்த அண்டை வீட்டுப் பெண்களிலிருந்து ஒருத்தி மிகப் பரிவுடன் எனக்காக ஒரு காபியைக் கொண்டுவந்து கொடுத்தாள். ஒரு சொட்டுக் கண்ணீர் சிந்தாமல் வந்தவர்களுக்குக் கை நீட்டிக்கொண்டு வாசலில் நின்றேன். பெண்கள் என்னைக் கட்டியழுதபோது அவர்களது சோகத்துக்கு ஈடுகொடுக்க முடியாமல் திணறி னேன். பள்ளிக்கூடத்திலிருந்து ஆசிரியர்களும் அலுவலக சகாக் களும் ஒரு வேனில் வந்து இறங்கியிருந்தார்கள். "கருணாகரன் வந்தாரா?" என அவர்கள் கேட்டுக்கொண்டிருந்தபோது வாசலில் அவனுடைய சாம்பல்நிறக் கார் வந்து நின்றது. எல்லாக் கண்களும் ஆச்சரியம் தாளாமல் என்மீது கவியத்தொடங்கி யிருந்தன. சாரதா அவனைப் பார்க்கும் விருப்பமற்றவளாய் அம்மாவின் சடலம் கிடத்தப்பட்டிருந்த ஆசாரத்துக்குள் குழுமி அழுதுகொண்டிருந்த பெண்கள் கூட்டத்திற்குள் தன்னை ஒளித்துக்கொண்டாள். அவன் பந்தலுக்குக் கீழே நின்றபடி வீட்டிலுள்ள ஒவ்வொருவருக்கும் ஆறுதல் சொல்லத் தொடங்கி னான். சாரதாவும் அவனும் நேருக்குநேர் சந்தித்துக்கொள்ள நேர்வதன் மோசமான விளைவுகளைப் பற்றிய கற்பனைகளால் நான் பீதியுற்றிருந்தேன். ஆனால் தான் அவனைப் பார்க்கவே இல்லையென்றாள் சாரதா. "உயிர் இருக்கற வரைக்கும் அவன் மொகத்துல முழிக்கக் கூடாது. நா அவனப் பாக்கறதா இருந்தாப் பொணமாத்தாம் பாப்பே. எப்ப நடக்குமோ? அது உங்கைல இருக்குது" என மூன்றாம் நாள் காரியங்களெல்லாம் முடிந்து கயிற்றுக்கட்டிலில் உட்கார்ந்துகொண்டு மிகத் தாழ்ந்த குரலில் அவள் சொல்லிக்கொண்டிருந்ததைக் கீழே குத்துக்காலிட்டு உட்கார்ந்தபடி கேட்டுக்கொண்டிருந்தேன் நான்.

பிறகு அந்த வீட்டுக்குப் போனபோது கருணாகரனைப் பழிதீர்க்க அவனுக்கு நான் விதித்திருந்த கெடு முடிவடைவதற் குச் சரியாக இரண்டு நாள்கள் மட்டுமே எஞ்சியிருந்ததை உணர்ந்தேன். மிகச் சோர்ந்து போயிருந்தேன். என்னை அலைக் கழித்துக்கொண்டிருந்த, என்னால் ஒருபோதும் நிறைவேற்ற முடியாத சூளுரை பற்றிய முட்டாள்தனமான கற்பனைகளி லிருந்து நிராசையின் துன்பத்தைச் சகித்துக்கொண்டு வெளி யேறிவிடும் விருப்பத்தோடு அவர்களிடமிருந்து இறுதியாக விடைபெற்றுக்கொள்வதற்காக அந்த வீட்டின் முன் வந்து நின்றேன். என்னைக் கண்டவுடன் சுலோ துள்ளிக் குதித்தாள். "ஏ, வந்துட்டியாப்பா?" எனக் குதூகலமாகக் கேட்டுக் கிட்டத்தட்டக் கத்திக்கொண்டே ஓடினாள். வீடு ஏதோவொரு கொண்டாட்டத்துக்குத் தயாராகிக்கொண்டிருந்ததுபோல் தென்பட்டது. என் மனச்சோர்வை அதிகரித்துக்கொண்டிருக்

கும் இச்சூழலிலிருந்து உடனடியாக வெளியேறிவிடத் தீர்மானித்துக் கருணாகரனைத் தேடிக்கொண்டு அலுவலகத்துக்குப் போனேன். அங்கு அவன் இல்லாததால் ஒன்று முதல் நூறு வரை ஒப்பிக்கும் திறனுடைய அந்த ஒல்லியான இளைஞனிடம் விசாரித்துக்கொண்டு தோட்டத்துக்குப் போனேன். கருணாகரன் தொழுவத்தில் வேலையாள்களுடன் இருந்தான். என்னைக் கண்டதும் அவனது கருணை மிகுந்த விழிகள் விரிந்தன.

"கிளார்க் சாரா? வாங்க. நானே ஆளனுப்பலாம்னு இருந்தெ" என இரண்டடி முன்னால் வந்தான், "ஃப்ரீயாயிட்டீங்களா? சரி வீட்டுக்குப் போயித் தயாராயிட்டு வாங்க. அல்லாரு வீரப்பூர் பொறப்புட்டுக்கிட்டிருக்கறொ. வீரப்பூர் போயிருக்கறீங்களா? குன்னடையா சாமி கத நடந்த எடொ. சண்டைல வெட்டிப்போட்ட தலையெல்லா இன்னொ அப்பிடியே கெடக்குது. படுகளத்துல சிந்துன ரத்தமெல்லா கட்டிபுடிச்சுப் போயிக் கெடக்குது. போயிட்டு வந்தாப் புண்ணியொ. நம்பளப் புடுச்ச பீடையெல்லாம் போயிரு. நீங்க போயிருப்பீங்கள்ளொ? அது சரி வீரப்பூர் போகாதவங்க இந்தப் பக்கத்துல இருக்க முடியுமா? சொல்லுங்க" எனப் பேசிக்கொண்டே நடந்தான். நான் திகைத்துப்போனேன். சுலோ பரபரப்பாக அங்குமிங்கும் சுற்றிக்கொண்டிருந்தாள். குளித்து, உடைமாற்றித் தன் அடையாளமாக மாறிவிட்டிருந்த பிங்க் நிற விளிம்புகளையுடைய ஜாதி மல்லிப் பூச்சரத்தைத் தொங்கவிட்டுக்கொண்டு சீக்கிரம் தயாராகும்படி எல்லோருக்கும் கட்டளை பிறப்பித்துக்கொண்டிருந்தாள். "என்னப்பா, நீயுந்தான வாறே?" எனக் கண் சிமிட்டினாள். "உனக்காகத்தான் நானே ஒத்துக்கிட்டேன். ரண்டு நாள் இருக்கப் போறமாக்கு. அங்க வா உன்ன வெச்சுக்கறேன்" என ஆள்காட்டி விரலை உயர்த்தி மிரட்டிவிட்டு ஓடினாள்.

வாசலுக்கு வந்தபோது கௌதமன் தன் கல்லூரித் தோழர்களுடன் காரிலிருந்து இறங்கினான். "வாங்க சார்" என என் கைகளைப் பற்றிக்கொண்டான். அம்மாவைப் பற்றியும் நடந்து முடிந்த காரியங்களைப் பற்றியும் அக்கறையுடன் விசாரித்தவன் தங்களுடன் வீரப்பூருக்கு வந்து கொண்டாட்டங்களில் கலந்துகொள்ளுமாறு அழைத்தான். தன் முகத்திலிருந்து வீசிக்கொண்டிருந்த ஆல்கஹாலின் நெடி எனக்கு அசௌகரியமூட்டக்கூடும் என நினைத்தவனைப்போல உடனடி யாக அங்கிருந்து அகன்றான். முதிர்ந்துகொண்டிருந்த அந்த உடல் அவனது தந்தையின் சாயலைப் பெறத் தொடங்கியிருந்தது.

எனது சூளுரையை நிறைவேற்றிக்கொள்வதற்குக் கிடைத்துள்ள அற்புதமான வாய்ப்பாக அதைக் கருதிக்கொண்டு அவர்களுடன் புறப்பட்டேன். கருணாகரன் நம்பமுடியாத அளவுக்கு உற்சாகமாகத் தென்பட்டான். ஓர் இளைஞனைப் போல எல்லோருடனும் கலகலப்பாகப் பேசிக்கொண்டே வந்தான். நான் கொஞ்ச நேரம் அவனுடைய காரிலும் பிறகு கௌதமனின் காரிலும் பயணித்தேன். உறவினர்களும் வேலையாள்களும் கூடாரம் அமைப்பதற்கான தார்பாலின்களையும் கயிறுகளையும் ஆட்டுக் கிடாய்களையும் சேவல்களையும் சமையலுக்கான மற்ற சாமான்களையும் ஒரு லாரியில் ஏற்றிக்கொண்டு எங்களுக்குப் பின்னால் வந்துகொண்டிருந்தனர். கரூரைத் தாண்டியதும் சுலோ எங்களுடைய காருக்கு வந்தாள். அவள் பின் சீட்டுக்கு வந்ததும் நான் என் இருக்கையை இடம் மாற்றி ஓட்டுனரின் இருக்கைக்குப் பக்கத்தில் உட்கார்ந்துகொண்டேன். பின்னிருக்கையில் அவளுடைய வயதான மாமாவும் அத்தையும் உட்கார்ந்திருந்தனர். கௌதமன் சீழ்க்கையடித்துக்கொண்டே காரை வேகமாகச் செலுத்தினான். இடையிடையே கிரிக்கெட் பற்றிப் பேசிக்கொண்டிருந்தான். பின்னிருக்கையிலிருந்து மிக ரகசியமாக என்னைச் சீண்டிக்கொண்டே வந்தாள் சுலோ. சீட் இடுக்குகளின் வழியே தன் மெலிந்த விரல்களை நுழைத்து என் இடுப்பை நிமிண்டினாள். நான் திரும்பிப்பார்த்தபோது மிக அப்பாவியாக முகத்தை வைத்துக்கொண்டு ஜன்னல் வழியே வேடிக்கை பார்ப்பவளைப்போலப் பாவித்தாள். அவளுடைய கண்களுக்குள் ததும்பிக்கொண்டிருந்த காதலின் மிக ரகசியமான திரவத்துக்குள் மூழ்கிப்போய்விடுவேனோ என நான் பீதியுறத் தொடங்கினேன்.

ஆனால் வீரப்பூரை அடைந்ததும் நான் என்னைத் திடப்படுத்திக்கொள்ள முயன்றேன். கட்டுக்கடங்காத கூட்டத்தினிடையே தனியாக அலைந்து திரிந்துவிட்டு தார்பாலினால் அமைக்கப்பட்ட எங்களுடைய கூடாரத்துக்குத் திரும்பினேன். ஊரிலிருந்து அழைத்துவரப்பட்டிருந்த ஊழியக் குடும்பத்து ஆள்கள் புல்பூண்டுகளையும் செடிசெத்தைகளையும் அகற்றிக்கொண்டிருந்தனர். பண்டாரங்கள் சமையல் வேலையில் மும்முரமாக இருந்தனர். சுலோ தன் தோழிகளுடனும் உறவினர்களுடனும் காடுகளில் சுற்றிக்கொண்டிருந்தாள். முட்டாள்தனமான நம்பிக்கைகளுடன் நான் அவளைத் தேடிக்கொண்டு போனேன். படுகளத்தில் கருச்சிவப்பு நிறத்தில் இறைந்துகிடந்த கற்களைப் பொறுக்கித் தன் அம்மாவின் வீங்கிய கால் முட்டிகளின்மீது சரித்துக்கொண்டிருந்தவள் என்னை அலட்சியமாக நிமிர்ந்து பார்த்துவிட்டுத் தொலைவில் ஊஞ்சமர நிழலொன்

றில் கால் மடித்து உட்கார்ந்திருந்த தன் அப்பாவிடம் போய்ப் பதுங்கிக்கொண்டாள். தன் வீங்கிய முழங்கால்களைப் பிடித்துக் கொண்டு உட்கார்ந்திருந்த அவளுடைய அம்மா என்னை அழைத்தாள். "இந்தக் கல்லக் கொஞ்சொங்கூட்டி எம்பட முட்டீல வெக்கறையா? இத வெச்சா நல்லாப் போயிருமுனு சொல்றாங்கொ. இந்தப் புள்ளகிட்டச் சொன்னா ரண்டு கல்லத் தூக்கி வெச்சுப்புட்டு ஓடிப்போயிருச்சு" எனப் படுகளத்தில் இறைந்துகிடந்த கருஞ்சிவப்பு நிறக் கற்களைக் காட்டிச் சொன்னாள். தன் அப்பாவுக்குப் பக்கத்தில் கைகளை உயரே தூக்கி ஊஞ்சமரக் கிளையொன்றைப் பற்றி நின்றபடி பேசிக் கொண்டிருந்த சுலோவைக் கண்களால் இழுத்துப்பிடித்துக் கொண்டு அவளது கோரிக்கையை நிறைவேற்ற முற்பட்டேன். சேலையை முழங்காலுக்கு மேலே உயர்த்தித் தன் வெளிறிய தொடைகளைக் காட்டிக்கொண்டிருந்த அவளுடைய தாயின் நோயுற்ற உடலிலிருந்து வீசிய அசவுகரியமான நெடியைச் சகித்துக்கொண்டு வெப்பமான அந்தக் கற்களைக் குத்தாக அள்ளி வீங்கிய முழங்கால்களின்மீது சரித்துவைத்துவிட்டு எழுந்து கோயிலை நோக்கி நடந்தேன். கோபுரங்களைப் போல அடுக்கி வைக்கப்பட்டிருந்த சீனி மிட்டாய்க் கடைகளை வேடிக்கை பார்த்துக்கொண்டே கூட்டத்தினிடையே அலைந்து திரிந்தபோது, "ஏய் மிட்டாய் வாங்கிக் குடுப்பா" எனக் கொஞ்சலுடன் வந்து நின்றாள் சுலோ. அவ்வளவு நேரமும் மிக ரகசியமாக என்னைப் பின்தொடர்ந்துகொண்டிருந்திருப்பாளோ என நினைத்தேன். நெரிசலுக்குள் நான் முன்னும் அவள் பின்னுமாகச் சுற்றிக்கொண்டிருந்தோம். தெரிந்தவர்கள் யாரும் தென்படாததால் நான் துணிவுடன் அவளை உரசிக் கொண்டு நடந்தேன். அவள் என் கைகளைப் பற்றிக்கொண்டாள். நான் உதற முற்பட்டபோது அவளே விலகிக்கொண்டாள். மிட்டாய்களை வாங்கிக் கையில் பிடித்துக்கொண்டு "மாமியாருக்கு நல்லா ஐஸ் வெக்கறே போல இருக்கு? கல்லப் பொறுக்கிக் குத்துக் குத்தா எங்கம்மா கால் மேல வெச்சுக்கிட்டிருந்தியே. நா பாத்துக்கிட்டேதே இருந்தெ. செய்யி, செய்யி. நாளைக்கு நமக்கு சப்போர்ட் பண்ணுவாங்க" எனக் கிசு கிசுத்தபடி இடுப்பை ஒரு கிள்ளுக் கிள்ளிவிட்டு மறைந்தாள். பிறகு அப்பெருங்கூட்டத்தினிடையே வெகு நேரம்வரை மிகத் தனியனாக அலைந்து திரிந்தேன்.

மலைப் பரப்பு முழுவதையும் பாட்டுக்காரர்கள் முற்றுகையிட்டிருந்தார்கள். எல்லாத் திசைகளிலிருந்தும் உடுக்கைச் சத்தம் வந்துகொண்டிருந்தது. பலியிடப்படுவதற்காகக் கொண்டு வந்து இறக்கப்பட்டிருந்த ஆயிரக்கணக்கிலான ஆட்டுக்கிடாய்கள் ஓயாமல் கத்திக்கொண்டிருந்தன. இளைஞர்கள் கள்ளச்

சிரிப்புடன் பெண்களின் பின்னால் சுற்றிக்கொண்டிருந்தார்கள். நான் விரலிச் செடிகள் குத்துக்குத்தாகப் படர்ந்துகிடந்த காட்டை ஆராய்வதற்குப் புறப்பட்டேன். கோயிலிலிருந்து முதலில் கூவண்டாம் பள்ளத்துக்கும் அங்கிருந்து தவசுக் கம்பம் அமைந்துள்ள வீரமலையுச்சிக்கும் செல்லும் வறண்ட பாதையின் வழியே கால் கடுக்க நடந்தேன். அடர்ந்த ஊஞ்ச மரங்களுள்ள காடுகளுக்குள் சீட்டாட்டக் கச்சேரிகள் நடந்து கொண்டிருந்தன. பிளாஸ்டிக் தம்ளர்களில் சாராயத்தை நிரப்பி வைத்துக்கொண்டு பெருங்கூச்சலுடன் சீட்டு விளையாடிக்கொண்டிருந்த ஒரு குழு என்னைக் கண்டதும் கூச்சலைச் சற்று நிறுத்திவிட்டு என்னைப் பார்த்தது, பிறகு முன்னிலும் அதிக உற்சாகத்துடன் ஆட்டத்தைத் தொடர்ந்தது. கூவண்டாம்பள்ளத்தின்மீது பிரும்மாண்டமாய் வளர்ந்து நின்று கொண்டிருந்த புங்கமர வேரிலிருந்து பெருகிக்கொண்டிருந்த கலங்கலான சுனைநீரைச் சிலர் பிளாஸ்டிக் குடங்களில் சேகரித்துக்கொண்டிருந்தனர். சுனைநீரை அள்ளி வாயில் ஊற்றிக்கொள்வதற்காகவும் உச்சியில் தெளித்துக்கொள்வதற்காகவும் பெண்கள் முண்டியடித்துக்கொண்டிருந்தனர். மிகச் சிரமப்பட்டுக் கூட்டத்தை ஊடுருவிக்கொண்டு சுனையை எட்டிப் பார்த்தேன். வேரிலிருந்து செம்மண் கலந்த தண்ணீர் குடிநீர்க் குழாயொன்றிலிருந்து வருவதுபோலச் சீறலுடன் வந்துகொண்டிருந்தது. முதியவர்களுக்கும் பெண்களுக்கும் சுனைநீரை நிரப்பித் தந்துகொண்டிருந்த இளைஞர்களில் ஒருவரிடம் “ஒரு பாட்டில் கிடைக்குமா” எனக் கேட்டபோது நகரவாசியைப்போலத் தென்பட்ட எனக்கு உடனடியாக உதவினார். சுலோவுக்கோ அவளுடைய அம்மாவுக்கோ கொடுக்கலாம் என அதை வாங்கிப் பத்திரப்படுத்திக்கொண்டு நடந்தேன். பாதையின் இருபுறங்களிலும் அடர்ந்துகிடந்த கிளுவை மரங்களிலும் திருகு கள்ளிப் புதர்களிலும் ஒரு சிறிய பறவைகூடத் தென்படவில்லை. இப்பெரும் கூட்டத்தைக் கண்டு அவை மிரண்டு தொலைவிடங்களுக்குப் போயிருக்கலாம் என நினைத்தேன். ஆனால் முதியவர் ஒருவர் சொன்ன பதில் ஆச்சரியம் தருவதாயிருந்தது. “இதொரு சத்தியவாக்கு தம்பி, இந்த எட்டு நாளைக்குமு இந்தக் காட்டுக்குள்ள காக்கா, குருவி, நாய், நரின்னு ஒரு பெராணி தட்டுப்படாது. எங்க இங்க இத்தன கெடாய வெட்றாங்கொ, இத்தன சோறு கெடக்குது, ஒரு காக்கா தட்டுப்படுதான்னு பாரு” என அவர் சொன்ன பிறகு அதை மறுப்பதற்கான சாட்சியைத் தேடிக் காடு முழுக்க அலைந்து திரியும் கண்களுடன் நான் மலையுச்சியை நோக்கி நடந்தேன். நடுவழியில் பாறையொன்றின்மீது தென்பட்ட சிறு நிழலில் என் களைத்த உடலைக்

கிடத்தினேன். கொண்டாட்டங்களின் சத்தங்களால் சூழப்பட்டுள்ள இவ்விரவு கடந்துசெல்வதற்குள் என் பழியைத் தீர்த்துக்கொள்வதற்கான வாய்ப்புகளைப் பற்றி யோசிக்கத் தொடங்கினேன். எங்கிருந்தோ வந்துகொண்டிருந்த உடுக்கைகளின் சத்தத்தைக் கேட்டு எழுந்தபோது என்னைக் கடந்து போய்க்கொண்டிருந்தது பாட்டுக்காரர்களின் ஒரு குழு. என்னை வழிநடத்திச் செல்லும் விதிபோல அந்தக் கூட்டத்தில் தென்பட்டான் வளந்தாங்கோட்டைப் பாட்டுக்காரன்.

"என்ன மாப்பள, நெழலொணத்தியச் சாஞ்சுக்கிட்டாப்பல இருக்குது?" எனத் தன் கூட்டத்திலிருந்து விலகி நான் கிடைகொண்டிருந்த சிறு நிழலுக்கு வந்தவன் பீடியொன்றைப் பற்றவைத்துக்கொண்டான். அவன் இறக்கிவைத்த உடுக்கையை எடுத்துக் கையில் வைத்துக்கொண்டேன். கயிறை மெட்டிப் பிடித்துக்கொண்டு விரல்களால் லேசாகத் தட்டியபோது பம்பம்மென்று எழுந்தது. "கெவர்மெண்ட் வேலக்காரனுக்குப் பாட்டுப் படிக்க ஆசையா?" எனக் கேட்டுச் சிரித்தான் பாட்டுக்காரன். "கெவர்மெண்ட் வேல பத்தாதுன்னு பெரிய எடத்து வருமானம் வேற" எனத் தணிந்த குரலில் சொல்லிவிட்டுக் கண்களைச் சிமிட்டினான். "சம்பளமெல்லா நல்லாக் குடுக்கறாங்களா?" எனக் கேட்டான். கருணாகரனின் வீட்டில் நான் பார்த்துவந்த வேலையைப் பற்றியும் அந்த வீட்டோடு எனக்குள்ள உறவுகள் பற்றியுமான சில கேள்விகளுக்குப் பிறகு என் கண்களைத் தன் நேர்ப் பார்வையால் துளைத்தான். சுருக்கம் விழுந்த அந்தக் கண்களை எதிர்கொள்ள முடியாமல் நான் பார்வையை விலக்கிக்கொண்டேன். பிறகு சுலோவைப் பற்றிக் கேட்டான். ஊரில் அவளுக்கும் எனக்குமான உறவைப் பற்றிய ரகசியமான பேச்சுகள் உலவிக்கொண்டிருப்பதாகச் சொன்னவன் மிகப் பரிவுடன் என்னை எச்சரித்தான்.

"அதெல்லா பெரிய எடொ. ஆசப்பட்டு வாய் வெச்சுப் புடாத. கண்டுங்காணம இருக்கறாப்பலாதேந் தெரியு. சத்தமில்லாம ஆள முடிச்சுப்புடுவாங்கொ. தட்டி வாய்க்கல்ல உட்டுப்புடுவாங்கொ. நம்புளுக்கெல்லா ஆருஞ் சப்போட்டுக்கு வர மாண்டாங்கொ. சாதீன்னு வந்துட்டாப் பங்கும் பங்காளி, மாமெ, மச்செென அல்லாரு ஒண்ணு சேந்துக்குவாங்கொ. நாசுவம் பக்கம் பேசறதுக்கு ஆரு இருக்கறா? நாசுவனுக்குத் திமுறப் பாத்தையான்னுதேங் கேப்பாங்களோ தவுத்து சப்போட்டுக்கு வர மாண்டாங்கொ. எத்தனயப் பாத்துருக்கறொ? தூரப் போவாட்டியென்னா? கொளத்துப்பாளையத்துப் பண்ணாடியூட்டுச் சின்னக் கவண்டெ உங்க அத்தையெக் கூட்டிக்கிட்டுப் போயி ஒரு மாசங் கழிச்சுக் கொண்டாந்து

தல வாசல்ல உட்டுப்புட்டு எனக்கென்னன்னு போன கத தெரியாதாக்கு? ஊருக்குள்ள ஒராளூ நாயஞ்சொல்ல வருல. அவமானப்பட்டுப்போயி அவ நாணுக்கிட்டா. இன்னைக்கு அந்தக் கவண்டெ காருங்கீரு வெச்சுக்குட்டு சும்மா ஜம்முனு போயிக்குட்டுத் திரியுது. நாந்தே வெறூடாப் போயிட்டே. இதொண்ணொக் கைல புடுச்சுக்குட்டு ஊரூராப் போயி நாலு பாட்டப் படிச்சு, ரண்டாட்டத்தப் போட்டுக் கஞ்சியக் குடுச்சுக்கிட்டுத் திரியறம் பாத்தையா?" என நான் கொண்ட பழியின் திரியைத் தூண்டிவிட்டுவிட்டுத் தன் உடுக்கையைக் கையிலெடுத்துக்கொண்டு எழுந்தான்.

கூடாரங்களில் சாப்பாடு தயாராகிக்கொண்டிருந்தது. எல்லாக் கூடாரங்களிலிருந்தும் மாமிச வாடை வந்துகொண் டிருந்தது. பெண்கள் மிளகரைத்துக்கொண்டிருந்தார்கள். என்ன செய்வதெனத் தெரியாமல் கூடாரங்களுக்கிடையே தென்பட்ட சிறிய இடைவெளிகளின் வழியாக வெறுமனே சுற்றித் திரிந்து விட்டுக் கோயிலுக்கு வலப்புறம் இருந்த ஒரு தோட்டத்துக்குப் போனேன். புதரொன்றின் மறைவில் கௌதமனின் தலையைப் பார்த்தேன். நண்பர்களுடன் சேர்ந்து குடித்துக்கொண்டிருந்த வன் என்னைப் பார்த்தவுடன் கூச்சத்துடன் புன்னகைத்தான். "குடிக்கறீங்களா சார்?" என அருகில் வந்தான். "சும்மா ஒரு ஜாலிக்காகத்தான் சார்" எனத் தன்னிடமிருந்த பாட்டில்களில் ஒன்றை என் கைகளில் திணித்துவிட்டு அவசரமாக விடை பெற்றான். பாட்டிலைப் பேண்ட் பாக்கெட்டில் செருகிக் கொண்டு பாட்டுக்காரனைத் தேடிக்கொண்டு நடந்தேன். கோயிலைச் சுற்றிலும் அமைக்கப்பட்டிருந்த சிறுசிறு அரங்கு களில் சாயம் பூசிய முகங்களுடன் பயிற்சியெடுத்துக்கொண் டிருந்த பாட்டுக்காரர்களிடையே அவனைத் தேடி வெகுநேரம் அலைந்தேன். கடைசியில் பலியிடப்பட்ட ஆடுகளுக்குத் தோல் உரித்துக்கொண்டிருந்தவர்களுக்கிடையே அவனைக் கண்டு பிடித்தேன். ஏற்கனவே போதையிலிருந்தவன் என்னிடமிருந்த பாட்டிலை மகிழ்ச்சியுடன் பெற்றுக்கொண்டான். ஆடுகளின் குருதி தோய்ந்த கத்தியை இடுப்பில் செருகியவன் கொஞ்சம் ஈரலை அள்ளி மடியில் கட்டிக்கொண்டு நடந்தான். எதற்கென்று தெரியாமலேயே நான் அவனைப் பின்தொடர்ந்தேன். காட்டின் அடர்ந்த பகுதியொன்றுக்குள் அழைத்துச் சென்றவன் சுள்ளி களைக்கூட்டி வைத்துத் தீ மூட்டி ஈரலை வாட்டினான். குருதி தோய்ந்த தன் கத்தியை எடுத்துக் கீழேவைத்தபோது என்னை அங்கே அழைத்துவந்த விதியின் ரகசியமான அழைப் பைக் கேட்டு நான் திடுக்கிட்டுப் போனேன். கண்ணிமைக்கும் நேரத்திற்குள் அதைக் கைப்பற்றி என் பனியனுக்குள் செருகிக் கொண்டேன். இரவு கவியத் தொடங்கும்வரை அவனுடன்

பேசிக்கொண்டிருந்துவிட்டுக் கூடாரத்துக்குத் திரும்பிக்கொண்டிருந்தபோது எனக்கு வியர்த்துக்கொட்டத் தொடங்கியிருந்தது. அன்றைய இரவோடு கருணாகரனுடன் நான் ஆடிக்கொண்டிருக்கும் சதுரங்க ஆட்டத்தை முடிவுக்குக் கொண்டுவந்துவிட வேண்டும் எனத் தீர்மானித்துக்கொண்டு கோயிலுக்கு அப்பால் பொட்டல் வெளியில் தனித்திருந்த ஒரு வன்னி மரத்துக்குக் கீழே அரையடி ஆழத்திற்கு மண்ணைத் தோண்டி கத்தியைப் புதைத்து, அடையாளத்துக்காக இரண்டு மூன்று கருங்கற்களை நவீனச் சிற்பம்போல ஒன்றின் மேலொன்றாகச் சரித்து வைத்துவிட்டுக் கூடாரத்திற்கு வந்தேன்.

எல்லாவற்றையும் முன்கூட்டியே திட்டமிட்டிருந்தேனா எனத் தெரியவில்லை. ஆனால் ஒழுங்காகவும் வரிசைக்கிரமமாகவும் நடக்கத் தொடங்கியிருந்த அந்த நிகழ்வுகள் எனக்குப் பதற்றத்தை ஏற்படுத்தியிருந்தன. நான் விதித்த கெடு முடிவடைவதற்குள் அவனைப் பழிதீர்ப்பதற்கான வாய்ப்பு இப்போது மிக நிச்சயமானதாக மாறிக்கொண்டிருந்தது. என்னை வழிநடத்துவது வேறு யாரோ எனக் கற்பனை செய்துகொண்டேன். கடைத்தெருவில் கௌதமன் நண்பர்களுடன் எதிர்ப்பட்டான்.

"எங்க போயிருந்தீங்க சார்? அப்பா உங்கள ரொம்ப நேரமாத் தேடிக்கிட்டிருக்கறாரு. பாத்தா வரச்சொல்லுன்னு எங்கிட்டச் சொல்லியுட்டாரு" எனச் சொல்லிவிட்டு அவசரமாகக் கடந்துசென்றான்.

தன் விதியை விரும்பி அழைத்துக்கொண்டிருக்கிறான் இந்தக் கருணாகரன் என நினைத்துக்கொண்டேன்.

கூடாரத்தினுள் குதூகலம் ததும்பிக்கொண்டிருந்தது. இளம் போதையில் மிதந்துகொண்டிருந்த ஆண்கள் தமக்கான பெண்களைப் பார்த்துக் கள்ளச் சிரிப்புச் சிரித்துக்கொண்டிருந்தனர். கேலியும் கிண்டலும் பேசிச் சிரித்துக்கிடந்த பெண்கள் ரகசியமான களியாட்டங்களுக்குத் தயாராகிக்கொண்டிருந்தனர். நடுக்கூடாரத்தில் சம்மணமிட்டு உட்கார்ந்தபடி இரட்டைக் குழல் துப்பாக்கியொன்றைச் சுத்தம் செய்துகொண்டிருந்த கருணாகரனைப் பார்த்து நான் தாளமுடியாத அதிர்ச்சிக்குள்ளானேன். சுலோ ஒரு குழந்தையின் பேதமையுடன் அதை வேடிக்கை பார்த்துக்கொண்டிருந்தாள். என்னைப் பார்த்தவுடன் கருணாகரன் புன்னகைத்தான். "கிளார்க் சார், சீக்கிரமாச் சாப்புடுங்க, மொசவேட்டைக்குப் போவலா" என அழைத்தான். "வீரமலக் காட்டுக்குள்ள மொசக் குமுஞ்சு கெடக்குது. துப்பாக்கியில்லாம நா இங்க வாறதேயில்ல. என்னதேங் கெடாயுஞ் சாவலும் அடிச்சாலு ரண்டு மொசலச் சுட்டுக்கிட்டு வந்து வறுத்து ரண்டு துண்டு

திங்காமப் போவ மாண்டெ" என்றான். நான் அவசர அவசர மாகச் சாப்பிட்டுவிட்டுப் புறப்பட்டேன். சாப்பிடும்போது எனக்கெதிரிலிருந்த அரிசி மூட்டையொன்றின் மீது உட்கார்ந்த படி பிங்க் நிற விளிம்புகளையுடைய பார்வையால் என்னை ஊடுருவிக்கொண்டிருந்த சுலோ தன் சங்கடமான கண்களால் எதையோ உணர்த்த விரும்பியதாக நினைத்தேன். என் பழியின் ரகசியங்களைப் பற்றி ஏதேனும் தெரிந்துகொண்டிருப்பாளோ என்றுகூட யோசித்தேன். ஆனால் முயல் வேட்டையும் கருணாகர னின் கையிலிருந்த துப்பாக்கியும் என்னைக் கிட்டத்தட்டப் பரவசத்தில் ஆழ்த்திக்கொண்டிருந்தன. சாகசத்துக்கான கற்பனை களைத் துப்பாக்கித் தூண்டியிருந்தது. என் கதைத் திட்டம் முற்றிலும் எதிர்பாராததாகவும் வியக்கத்தக்க பரிமாணங்களைக் கொண்டதாகவும் மாறிக்கொண்டிருப்பதாக நினைத்தேன். ஆனால் கருணாகரனின் நாவிதனும் மற்றொரு நாடார் இளைஞ னும் எங்களோடு புறப்பட்டபோது நான் ஏமாற்றமடைந்தேன்.

கோயிலுக்கு வட கிழக்கே ராகியும் சோளமும் பயிரிடப் பட்ட வயல்வெளிகளை வேட்டைக்கான களமாகத் தேர்ந் தெடுத்திருந்தான் கருணாகரன். பிரகாசமானதும் கூர்மையான முனைகளையுடையதுமான ஒளியைப் பாய்ச்சும் ஹண்டர்ஸ் லைட்டைத் தன் நெற்றியில் கட்டிக்கொண்டான். மற்ற இரு வரும் ஆளுக்கொரு டார்ச் விளக்கைக் கையில் வைத்துக்கொண் டிருந்தார்கள். ஒவ்வொருவரிடமும் ஒரு வலுவான குறுந்தடி இருந்தது. எங்களுடன் வந்தவர்களில் ஒருவன் பாதுகாப்புக் காக வைத்துக்கொள்ளச் சொல்லி என்னிடம் ஒரு ஊஞ்சத் தடியைக் கொடுத்தான். அவனது தோளில் ஒரு உண்டிவில்லை யும் தொங்கவிட்டிருந்தான். மற்றொருவன் காலியான ஒரு சாக்குப் பையைத் தன் தோளில் போட்டுக்கொண்டிருந்தான். நான் ஒரு சால்வையைச் சுற்றிக்கொண்டேன்.

பாட்டுக்காரர்கள் அப்போதுதான் உடுக்கைகளை இசைத் துப் பார்வையாளர்களைத் திரட்டிக்கொண்டிருந்தனர். கடைத் தெருக்களின் வழியாக நடந்தபோது துப்பாக்கியைச் சாக்குப் பைக்குள் வைத்து மறைத்துக்கொண்டிருந்தான் அந்த மற்றொரு வன். பொம்மைகளும் வளையல்களும் விற்கும் கடைகளில் பெண்களும் குழந்தைகளும் முண்டியடித்துக்கொண்டிருந்தனர். போதிய கூட்டம் திரண்டிருந்தபோதும் குடைராட்டினக் காரர்கள் எல்லோரையும் கூவியழைத்துக்கொண்டிருந்தனர். சிறுநீர் கழிக்கப் போவதாகச் சொல்லிவிட்டு வந்து வன்னி மரத்துக்குக் கீழே புதைத்துவைத்திருந்த கத்தியை எடுத்து இடுப்பில் செருகிச் சால்வையால் இழுத்து மூடிக்கொண்டு நடந்தேன். கொண்டாட்டங்களின் சத்தங்களும் ஒளியும் எட்டாத

தொலைவை அடையும்வரை மௌனமாக நடந்தோம். நான் எல்லோரையும் பின்தொடர்ந்தேன். வேட்டையின் நுட்பங்களைக் குறித்தும் வேட்டைக் களத்தில் நடந்துகொள்ள வேண்டிய விதம் பற்றியும் தணிந்த குரலில் விவரித்துக்கொண்டு வந்தான் கருணாகரன். வேட்டைக்காரனை அடியொற்றி அவனுக்குப் பின்னால்தான் நடந்துவர வேண்டுமென எனக்கு அறிவுறுத்தினான்.

முயல் தட்டுப்பட்டதும் வேட்டைக்காரன் குறிபார்ப்பான். ஒவ்வொருவரும் அவரரவர் கிடைகளில் அசைவற்று நின்றுகொள்ள வேண்டும் என்பது முக்கியமாகக் கடைப்பிடிக்க வேண்டிய விதி.

குறிப்பிட்ட தூரத்தைக் கடந்ததும் அவனது நெற்றியில் பொருத்தப்பட்டிருந்த விளக்கு ஒளிரத் தொடங்கியது. அரையடி உயரத்தில் அசைந்துகொண்டிருந்த சோளப் பயிர்களின் மீது அதன் கூர்மையான ஒளி மிக நிதானமாக ஊர்ந்துசெல்லத் தொடங்கியது. எல்லோரும் சத்தமில்லாமல் பின்தொடர்ந்துகொண்டிருந்தோம். சில்வண்டுபோலக் கிர்ரென ஒலியெழுப்பிக்கொண்டு வந்தது கருணாகரனின் தோளில் தொங்கிய ஹாரன். ஒளி வேலியொன்றைக் கடந்தபோது ஒரு முயல் தட்டுப்பட்டது. கருணாகரன் தணிந்த குரலில் எல்லோரையும் எச்சரித்துவிட்டுப் பதுங்கிப் பதுங்கி முன்னேறினான். முயல் மிரண்டு வயல் வெளியில் தாவியது. மிக வன்மமாகத் தன்னைப் பின்தொடர்ந்த ஒளி வளையத்திற்கு முகத்தைக்கொடுக்க மறுத்து வெற்றிகரமாகக் கடந்து தெற்கு நோக்கி ஓடி மறைந்தது.

“சரியான திருடு. கண்ணக் காட்டவே மாண்டீங்குது பாத்தியா?” எனச் சொல்லிக்கொண்டே சிகரெட் ஒன்றைப் பற்றவைத்தான் கருணாகரன். எல்லோரையும் அமைதியாகப் பின்தொடருமாறு கட்டளையிட்டுவிட்டுக் கை டார்ச்சைத் தரையை நோக்கித் தாழ்த்திக்கொண்டு நடந்தான். நெற்றியில் பொருத்தியிருந்த விளக்கை அணைத்திருந்ததால் நட்சத்திரங்களின் மெலிந்த ஒளியில் எதிரே உள்ள குன்றுகள் கரிய இருளாய் எழும்பி நின்றிருந்தன. பத்து நிமிட நடைக்குப் பிறகு மறுபடியும் அவன் தன் விளக்கை இயக்கிய மூன்றாவது நிமிடத்தில் தொலைவில் ஒளிரும் ஒரு ஜோடிக் கண்களைக் கண்டுபிடித்தோம். எல்லா உடல்களும் விறைத்துக்கொண்டு நின்றன. கருணாகரன் குறிபார்த்தான். நான் எல்லோருக்கும் பின்னால் பதுங்கி நின்றுகொண்டு படபடக்கும் இதயத்துடன் ஒளிரும் அந்தக் கண்களைப் பார்த்தேன். துப்பாக்கியின் விசையைச் சுண்டியதும் தோட்டா வெடித்ததும் அடிபட்ட முயல் துள்ளிக்கொண்டு விழுந்ததும் ஒரே சமயத்தில் நிகழ்ந்திருந்தது.

“வக்காலோழுது நம்புகிட்டயே வேலையக் காட்டுது” என முணுமுணுத்துக்கொண்டே அதை நோக்கி நடந்தான் கருணாகரன். அதற்குள் முயல் உயிரைவிட்டிருந்தது. அதன் கொழுத்த உடலைச் சாக்குப் பைக்குள் திணித்துக்கொண் டான் அவனுடைய நாவிதன்.

அடுத்த ஒரு மணி நேரம்வரை ஒரு உயிர்கூடத் தட்டுப் படவில்லை. காடுகாடாய் அலைந்து திரிந்ததில் நான் சோர் வுற்றிருந்தேன். “இன்னைக்கென்னமோ ஒரு உருப்படியக் காணா. எவனோ வந்து கம்ப்ளீட்டா அரிச்சுக்கிட்டுப் போயிட்டா னாட்ட இருக்குது” எனச் சலித்துக்கொண்டே நடந்தான் கருணாகரன். நாங்கள் நடந்து சென்றுகொண்டிருந்த ஒற்றை யடிப் பாதையை மறித்துக்கொண்டு தென்பட்ட ஒரு விரியன் பாம்பை அடித்துப்போட்டுவிட்டு நிமிர்ந்தபோது கருணாகரன் இரண்டு முயல்களைக் கண்டுபிடித்திருந்தான். எங்களை அமைதி யாக இருக்கச் சொல்லிவிட்டு அவன் மட்டும் முன்னேறிச் சென்றான். நாங்கள் மூச்சுவிடாமல் நின்று மிக நிதானமாக அலைந்துகொண்டிருந்த விளக்கொளியைக் கண்காணித்துக் கொண்டிருந்தோம். ஒரே சீராக விரைந்துகொண்டிருந்த ஒளி, பிறகு அங்குமிங்குமாய் அலைந்து ஓரிடத்தில் நிலைத்தது. துப்பாக்கியிலிருந்து சீறலுடன் வெளியேறிய தோட்டாக்களின் சத்தத்தைக் கேட்டு எல்லோரும் அந்தத் திசையை நோக்கி ஓடினோம். அடிபட்டு விழுந்த முயலின் உடலைப் புரட்டிக் கொண்டிருந்தான் கருணாகரன். அடுத்த பத்து நிமிடங்களுக்குள் தப்பியோடிய அந்த மற்றொரு முயலையும் வேட்டையாடினான். இடையிடையே பாட்டரியையும் விளக்கையும் துப்பாக்கியை யும் அந்த நாடார் இளைஞனிடம் கொடுத்துவிட்டு என்னிடம் பேசிக்கொண்டே நடந்தான்.

கருணாகரனின் உடலை என் பழியின் ரத்தம் தோய்ந்த கத்தியால் பிளப்பதற்கான சரியான தருணத்தை எதிர்பார்த்துக் கொண்டிருந்தேன். சாக்குப் பை முயல்களின் உயிரற்ற உடல் களால் நிரம்பிக் கிடந்தது. அதைச் சுமக்க முடியாமல் சுமந்து கொண்டு நடந்த கருணாகரனின் நாவிதனைப் பார்க்கப் பரிதாபமாக இருந்தது. நள்ளிரவுக்குப் பிறகு எல்லோரும் நடுக்காட்டிலிருந்த ஒரு குடியானவனின் காட்டுச் சாளையில் உட்கார்ந்தபடி சற்று நேரம் ஓய்வெடுக்கத் தொடங்கியிருந் தோம். மிகக் களைத்துப்போனவனாகத் தரையில் மல்லார்ந்து படுத்தான் கருணாகரன். மற்றவர்கள் முயல்களைத் தரையில் கொட்டி ஹண்டர்ஸ் லைட்டின் ஒளியில் அவற்றின் எண் ணிக்கையைக் கணக்கிட்டுக்கொண்டிருந்தனர். பிறகு இருவரும் தங்களுக்குள் குசுகுசுத்தபடி எழுந்து எதற்காகவோ காட்டுக்குள்

சென்றனர். நானும் அவனும் தனித்து விடப்பட்டோம். கருணாகரனுக்குக் கண்கள் செருகிக்கொண்டிருந்தன.

துப்பாக்கியை இறுகப் பற்றியபடி தன் செருகிய கண்களால் அவன் என்னைக் கண்காணித்துக்கொண்டிருப்பதாகக் கற்பனை செய்து கொண்டேன். என் சூளுரையை நிறைவேற்றுவதற் கான தருணத்தை நெருங்கிவிட்டதில் என் உடல் சிலிர்த்து நடுங்கத் தொடங்கியிருந்தது. சாரதாவின் பழுப்புநிறக் கண்கள் நினைவுக்கு வந்தன. பிங்க் நிற விளிம்புகளாலான சுலோவின் காதலைப் பற்றிய கற்பனைகளைத் தவிர்த்துவிட்டு இடுப்பில் மறைத்துவைத்திருந்த ரத்தம் தோய்ந்த கத்தியின் கைப்பிடியைப் பற்றினேன். என் கைகள் நடுங்கின. அவனுடையதும் என்னுடை யதுமான விதியைத் தலைகீழாகப் புரட்டிப்போடவிருக்கும் கடைசி நிமிடங்களைச் சத்தமில்லாமல் கடந்துசென்றுகொண் டிருந்தது கொண்டாட்டங்களால் சூழப்பட்டிருந்த அவ்விரவு. ஆனால் ஒரு மனிதனோ கொடிய விலங்கோ அக்காட்டின் ஆபத்தான ஒரு சிறு பிராணியோ வேறு எதுவுமோ என் வழியில் குறுக்கிட்டுவிட்டதைப் போல நான் செயல்படாமல் அசைவற்று நின்று என் எதிரியை அது அவன்தானா என நிச்சயப்படுத்திக்கொள்ள முற்படுபவனைப் போலப் பார்த்துக் கொண்டிருந்தேன். அது கோழைத்தனமா என யோசிக்க முயன்றேன். கோழைத்தனமோ கருணையோ எனக்குக் கிடைத்த அந்த அற்புதமான வாய்ப்பைத் தவறவிட்டுவிட்டு நான் சும்மா நின்றுகொண்டிருந்தேன். பிறகு வெகு நேரங்கழித்துக் காட்டுக் குள் சென்றிருந்த அவனுடைய நாவிதனும் அந்த மற்றொரு வனும் திரும்பி வந்தனர். அதற்குப் பிறகுதான் கருணாகரன் விழித்தெழுந்தான். “சித்த அப்பிடியே கண்ணசந்திருக்கலா மல்லொ?” என மிகப் பரிவுடன் என்னைக் கேட்டுக்கொண்டே சோம்பல் முறித்தான். “எத்தன உருப்படீடா இருக்குது?” என முயல்களைப் பற்றிக் கேட்டான். “செரி போலாமா? போயிச் சித்த நேர பாட்டுக் கேக்கலா. இன்னொ படுகளம்போட்டுப் படுகளமெழுப்புன பாட்டக் காணமாட்ட இருக்குது” எனத் தனக்குத்தானே சொல்லிக்கொள்வதுபோல எழுந்தான். குருதி தோய்ந்த அந்தக் கத்தியை அந்த இடத்திலேயே சத்தமின்றி நழுவவிட்டுவிட்டுத் தாளமுடியாத அவமானத்துடன் இவை பற்றி எதுவுமே அறியாதவர்களாகக் கூடாரத்தை நோக்கி உற்சாகமாக நடக்கத் தொடங்கியிருந்த அந்த மூன்று உடல் களைப் பின்தொடர்ந்தேன்.

கூடாரத்தில் யாருமே இல்லை. எல்லோருமே கதை கேட்கப் போயிருக்க வேண்டுமென நினைத்தேன். உடுக்கை களின் வன்மமான சத்தம் கூடாரத்தை நிரப்பிவிட்டுக் கடந்து

சென்றுகொண்டிருந்தது. மற்ற இருவரும் கொண்டு வந்திருந்த முயல்களைச் சுத்தம் செய்வதற்காகக் காட்டுப் பகுதிக்குப் போன பிறகு நானும் கருணாகரனும் மட்டும் மீண்டுமொரு முறை தனித்து விடப்பட்டோம். மிகச் சோர்ந்துபோயிருந்த என் மூளைக்கு அது எந்தவிதத்திலும் முக்கியமானதாகப் படாததால் கூடாரத்தின் இருள் சூழ்ந்த பகுதியொன்றில் போர்வையை விரித்து என் களைத்துப்போன உடலைக் கிடத்தி னேன். கை, கால், முகம் அலம்பி உடைமாற்றிக்கொண்டு பாட்டுக் கேட்கப் புறப்பட்ட கருணாகரன் என்னை அழைத்த போது தலை வலிப்பதாகச் சொல்லித் தப்பினேன்.

என் நெற்றி நரம்புகள் உண்மையாகவே தெறித்துவிழுந்து விடுமோ எனப் பயந்தேன். உடனடியாக அங்கிருந்து தப்பி ஓடிவிடலாமா எனவும் யோசித்தேன். சாரதாவிடம் தோல்வியை ஒப்புக்கொண்டுவிட வேண்டும். எல்லாவற்றையும் கெட்ட கனவாக நினைத்து மறந்துவிட்டுத் தற்போதைய நிம்மதியான வாழ்க்கையைக் குலைக்காமல் தொடர்வதைப் பற்றி அவளுக்கு அறிவுரை வழங்க வேண்டுமென நினைத்தேன். அதைக்கேட்டு அவள் சிரிக்கக்கூடுமெனத் தோன்றியது. மேற்கொண்டு எதையும் யோசிக்காமலிருக்க விரும்பிப் போர்வையை இழுத்து மூடிக்கொண்டேன். பாட்டுக்காரர்கள் தம் கதையின் இறுதிக் கட்டங்களை நெருங்கிக்கொண்டிருந்தார்கள். எல்லாத் திசை களிலிருந்தும் மூர்க்கமாக வந்துகொண்டிருந்த உடுக்கைகளின் சத்தம் மனப்பிறழ்வை ஏற்படுத்திவிடக்கூடுமோ என அஞ்சி னேன். எந்த வாகனமுமில்லாமல் அந்தப் பாங்காட்டிலிருந்து உடனடியாகப் புறப்பட்டுப் போய்விட முடியாது என்ற உண்மை எல்லாவற்றையும்விடப் பயங்கரமானதாக இருந்தது. சம்மந்தமே இல்லாமல் சுலோவின் நினைவு வந்தது. அதிலிருந்து தப்பும் முனைப்புடன் தூங்க முயன்றேன். நினைவுகளை முற்றாக இழப்பதற்கு முன்பே ஒரு சாபம்போல சுலோ கனவில் தோன்றி னாள். பிங்க் நிற விளிம்புகளையுடைய ஜாதி முல்லைச் சரத் தின் வாசனை என் நாசித் துவாரங்களை வருடத் தொடங்கி யது. அவளுடைய சருமத்தின் வெதுவெதுப்பை மிக அருகில் உணர்ந்தேன். கருணாகரனைப் பழிதீர்க்கக் கிடைத்த வாய்ப்பைத் தவறவிட்டதற்குச் சுலோமீதான என் ரகசியக் காதல்தான் காரணமாயிருக்கக்கூடுமோ என யோசிக்க முற்பட்டேன். தாளமுடியாத சுயஅருவருப்பு மூளத்தொடங்கியது. போர்வையை உதறியெழ முயன்றேன். எனக்கு மிக அருகில் உட்கார்ந்திருந் தாள் சுலோ. அது இன்னும் மீதமிருக்கும் கனவின் பிம்பமா யிருக்க வேண்டும் என நினைத்தேன்.

"என்னப்பா தலவலியா?" என்றாள்.

“அதுக்குத்தான் அப்பவே உன்னப் போக வேண்டாம்னு சொல்ல நெனச்சேன்” எனக் கிசுகிசுத்தபடியே என்னை நோக்கிக் குனிந்தாள்.

தன் குளிர்ந்த உள்ளங்கையால் அவள் என் நெற்றியை வருடியபோது அது கனவல்ல என்பது புரிந்தது. நான் அந்தக் கையைப் பற்றினேன். கை நிறைய பிங்க் நிறத்தலான கண்ணாடி வளையல்களை அணிந்திருந்தாள். மிக மிருதுவாக அவற்றைத் தடவினேன். “தேர்க்கடைல வாங்குனது” எனச் சொல்லிக் கொண்டே விடுவித்துக்கொள்ள முயன்றாள். என் பிடி மூர்க்க மாக மாறியிருந்தது. “விடு வளையல் ஒடஞ்சிரும்” என்றாள். அவள் கண்களில் மிரட்சி படரத் தொடங்கியது. நான் துள்ளி யெழுந்து அவளை இறுகத் தழுவினேன். அவள் அதிர்ச்சியுற்று உதற முற்பட்டாள். நன்கு திட்டமிடப்பட்ட காரியமொன்றைச் செய்வதுபோல அவளுடைய உணர்ச்சிகளை தூண்ட முற்பட் டேன். அவள் திணறினாள். அவளுடைய உடல் துவளத் தொடங்கியது. கண்கள் செருகிக்கொண்டிருந்தன. அவள் மல்லார்ந்தாள். நான் அவள்மீது கவிந்தேன். “வேண்டாம்பா ...” என மிகப் பலவீனமான குரலில் முனகினாள். அதற்குள் காதலின் வெம்மை தாளாமல் உலர்ந்து சருகாகியிருந்த அவளுடைய மிருதுவான உடலை என் கட்டுப்பாட்டுக்குள் கொண்டுவந்திருந்தேன். தலைகீழாகக் கவிழ்த்துவைக்கப்பட்ட இரு சாமந்திப் பூக்களைப் போன்ற அவளுடைய முலைகளைப் பழிதீர்க்கும் வன்மத்துடன் பற்றினேன். சுலோ கத்த முற்பட் டாள். சத்தம் வெளியே வராதவாறு நான் அவளது உதடுகளைக் கவ்விக்கொண்டேன். பிறகு எந்தக் குறுக்கீடும் இல்லாமல் வருடங்களாய் எனக்குள் ததும்பிக்கிடந்த பழியின் கொழ கொழப்பான திரவத்தால் அவளது உடலை நிரப்பிவிட்டு எழுந்து சிகரெட் ஒன்றைக் கொளுத்திக்கொண்டு அங்கிருந்து நகர்ந்து கூடாரத்தின் வெளிச்சம் படர்ந்த முன் பகுதிக்கு வந்து யாராவது தென்படுகிறார்களா எனப் பார்த்துக்கொண் டிருந்தேன். அவள் விசும்பிக்கொண்டிருந்தாள். என் செவிகள் மரத்துப் போயிருந்தன. பிறகு என் முதுகில் ஒரு அணிலைப் போல நடுங்கிக்கொண்டிருந்த அவளது உடலின் கதகதப்பை உணர்ந்தேன். பயமுறுத்தப்பட்ட குழந்தையைப்போல என் கழுத்தை இறுகக் கட்டிக்கொண்டிருந்தாள் சுலோ. “கல்யாணத் துக்கு முன்னால ஏம்பா இப்பிடிப் பண்ணுன?” எனத் தன் உடைந்த குரலால் பரிதாபமாக முணுமுணுத்தாள். நான் சாரதாவின் பழுப்புநிறக் கண்களை நினைவுக்குக்கொண்டுவர முயன்றுகொண்டிருந்தேன். என் ஆறுதலை வேண்டித் ததும்பிக் கொண்டிருந்த அச்சிறு பெண்ணின் கண்களைச் சந்திக்க முடியாதவனாகவும் வியர்வை மண்டிய அம்முகத்தின்மீது

தாறுமாறாகப் படிந்துகிடந்த கேசத்தை ஒழுங்குபடுத்தச் சக்தியற்றவனாகவும் கன்றிப்போயிருந்த அவளது கன்னங்களில் மிருதுவான முத்தமொன்றைத் தருவதற்குத் துணிவற்றவனாக வும் நிலைகுலைந்துகிடந்த அத்தருணத்தில்தான் மிகப் பயங்கர மான அந்தக் கூக்குரலைக் கேட்டேன்.

பெரும் தீவினையொன்றால் சூழப்பட்டுவிட்டதுபோல் கதறத் தொடங்கியிருந்த எனக்கு மிகப் பரிச்சயமானதுபோல் தென்பட்ட ஒரு பெண்ணின் குரல் கொண்டாட்டங்களின் இவ்விரவின்மீது ஒரு சாபமாய்க் கவியத்தொடங்கியிருந்தது. சுலோ அதை அடையாளம் கண்டுகொண்டவளைப் போலப் பதற்றத்துடன் என்னைத் தள்ளிவிட்டுவிட்டு அங்கிருந்து ஓடத் தொடங்கியிருந்தாள். தடுமாறிக் கீழே சரிந்திருந்த நான் அவளுடைய குதிகால்களின் சத்தங்களை அவை தேய்ந்து மறையும்வரை கேட்டுக்கொண்டு அப்படியே கிடந்தேன். ஒரு பனிப்பாறையைப் போல என்மீது கவிந்திருந்த அவளது கண்ணீரின் கரிந்த நெடி முற்றாகக் கரைந்து ஆவியாகிச் செல்லும்வரை என்னால் பிரக்ஞையை மீட்டெடுத்துக்கொள்ள முடியவில்லை. பிறகு நத்தையைப் போல மிகத் தயக்கத்துடன் கூடாரத்தைவிட்டு வெளியே வந்தேன்.

படுகளத்தைப் பெருங்குழப்பமொன்று சூழத் தொடங்கி யிருப்பதற்கான அறிகுறிகள் தென்பட்டன. யாரோ ஒருவரது கட்டளைக்குக் கீழ்ப்படிந்ததுபோல் பாட்டுக்காரர்கள் அனை வரும் உடுக்கைகளை வீசியெறிந்துவிட்டுக் கூக்குரல் வந்த திசையை நோக்கி ஓடிக்கொண்டிருந்தார்கள். பார்வையாளர் கள் முதலில் அதைக் கதையின் ஒரு பகுதியாயிருக்கும் எனக் கருதி கழுத்தைத் திருப்பி வேடிக்கை பார்க்கத் தொடங்கி யிருந்தனர். பிறகு யாரோ ஒருவன் தன் பெருங்குரலால் அவர்களுக்குச் சொன்ன செய்தியைக் கேட்டு அதிர்ச்சியுற்றவர் களாய்ப் பாட்டுக்காரர்களைப் பின்தொடர்ந்து ஓடத்தொடங்கி யிருந்தனர். மிதிபட்ட உடுக்கைகள் வலி தாளமுடியாமல் முனகிக்கொண்டிருந்தன. நான் அப்பெரும் கூட்டத்தோடு சேர்ந்துகொண்டேன். பிறகு திசை தெரியாமல் நகர்த்திச் செல்லப்பட்டேன். சற்றுத் தொலைவில் பெண்ணொருத்தி யின் உரத்த தேம்பல். அது சுலோவினுடையதைப்போல் தோன்றவே கூட்டத்தை மூர்க்கமாகப் பிளந்துகொண்டு முன் னேறினேன். எல்லாவற்றுக்கும் பிறகு, கடைசியில் தீராத ஆர்வத்துடன் வட்டவடிவமாகத் திரண்டு நின்று தன்னைச் சூழத் தொடங்கியிருந்த பார்வையாளர்களின் நடுவில் அந்த வட்டத்தின் மையப் புள்ளியைப்போலவும் நாடகமொன்றின் இறுதிக்காட்சியில் அதை முடிவுக்குக்கொண்டு வரும்

பொறுப்பை ஏற்றுக்கொண்டிருக்கும் கதாபாத்திரம் போலவும் ரத்தம் தோய்ந்த கத்தியுடன் நின்றுகொண்டிருந்த கௌதமனைப் பார்த்தேன். காண்டியம்மன் கோயிலின் செம்மஞ்சள் நிறக் கோபுர ஒளி அவன்மீது ஒரு திரைச்சீலையைப்போலப் படர்ந்திருந்தது. பேசுவதற்கு வாய்ப்பளிக்கப்படாத ஒரு துணைப் பாத்திரத்தைப்போல வெளிறிய முகத்துடன் தன் புத்திரனுக் குப் பக்கத்தில் நின்றுகொண்டிருந்தான் கருணாகரன். அப் பொட்டல் வெளியில் புரண்டுகொண்டிருந்த தன் தாயைத் தூக்கி நிறுத்துவதற்கும் தாங்கிப் பிடிக்கவும் முயன்றுகொண் டிருந்த சுலோவின் அழுகை, உடுக்கைகளின் திடீர் மௌனத் தால் ஏற்பட்டிருந்த வெற்றிடத்தை நிரப்புவதுபோலவும் அவலமான பின்னணி இசைபோலவும் மிகமிக மிருதுவாக ஒலித்துக்கொண்டிருந்தது. தன் காலடியில் துவண்டுகிடந்த இரு உடல்களிலிருந்து பெருகிக்கொண்டிருந்த குருதியை வெறித்துநின்ற கௌதமன் என்னைப் பார்த்ததும் பற்றியிருந்த கத்தியைக் காலடியில் நழுவவிட்டுவிட்டு அடைக்கலம் கோரு பவனைப்போல என்னிடம் ஓடி வந்தான்.

○

பிறகு பழியின் எனது இந்தக் கதையை வேறு யாரோ வழிநடத்திச் சென்றுகொண்டிருந்தார்கள். சம்மந்தமற்ற வேறு யாரோ. என்ன நடந்தது என்பதையோ கருணாகரனுக்கும் அவனது குடும்பத்துக்கும் என்ன காத்திருக்கிறது என்பதையோ அவர்களுக்கு மிக அருகில் இருந்துகொண்டிருந்த என்னால் கூட முழுமையாகப் புரிந்துகொள்ள முடியவில்லை. அதற்குப் பிறகு அல்லது அந்த நொடியில் கருணாகரனின் சாம்ராஜ்யம் சீட்டுக்கட்டைப்போல சரிந்துவிழத் தொடங்கியது. தன் கல்லூரித் தோழர்கள் இருவரைக் கொலை செய்த குற்றத்துக்காகக் கருணாகரனின் அருமை மகன் கைதுசெய்யப்பட்டுச் சிறைக்கு அனுப்பப்பட்டிருந்தான். கொலைக்கான காரணத்தைப் பற்றிப் பலவிதமான கட்டுக்கதைகள் உலவிக்கொண்டிருந்தன. பெண் விஷயம் என்றார்கள். கொலைசெய்யப்பட்டவர்களில் ஒருவ னுடைய தந்தை புகழ்பெற்ற வழக்கறிஞர், மற்றொருவன் கருணாகரனைவிட அதிக அதிகாரம்கொண்ட ஒரு சட்ட மன்ற உறுப்பினரின் மகன். தந்தைமார்கள் இருவரும் இணைந்து பழிதீர்க்கும் முனைப்புடன் செயல்பட்டுக்கொண்டிருந்தார் கள். உறவினர்களும் அவன் சார்ந்திருந்த கட்சியும் கொலை யுண்டவர்களுக்கு ஆதரவாகத் திரண்டு நின்றதால் கருணாகர னால் மகனைக் காப்பாற்ற எதுவுமே செய்ய முடியவில்லை.

ஒரே இரவில் எல்லா கௌரவங்களையும் இழந்து நிராதர வாக நின்றது அந்தக் குடும்பம். பத்திரிகைகளில் கௌதமனைப்

பற்றியும் கருணாகரனின் குடும்பம் பற்றியுமான ஆபாசமான கட்டுக்கதைகள் வெளிவந்துகொண்டிருந்தன. எப்போதுமே நோயாளியாக இருந்துகொண்டிருப்பதில் விருப்பமுடையவளாகத் தென்பட்ட அவன் மனைவி இப்போது உண்மையாகவே பாதிக்கப்பட்டிருந்தாள். கருணாகரன் பித்துப் பிடித்தவனைப்போல அலைந்துகொண்டிருந்தான். வழக்கறிஞர்களுக்கு அவர்கள் கேட்ட தொகையைக் காட்டிலும் பல மடங்கு அதிகமான பணத்தை வாரியிறைத்து எப்படியாவது தன் மகனைக் காப்பாற்றும்படி கெஞ்சிக்கொண்டிருந்தான். யாருமே உதவ முன்வரவில்லை. அவனது 'மாப்பிள்ளை'களான அமைச்சர்கள் அவனைச் சந்திக்க மறுத்துவிட்டிருந்தார்கள். எல்லாவற்றையும் நான் மிக அருகிலிருந்து பார்த்துக்கொண்டிருந்தேன். முற்றாக நிதானமிழந்து போயிருந்த என் எதிரிக்குத் துணையாக நீதிமன்றங்களுக்கும் கௌதமன் அடைக்கப்பட்டிருந்த சிறைச்சாலைக்கும் வழக்கறிஞர்களின் அலுவலகங்களுக்கும் மாறி மாறி அலைந்துகொண்டிருந்தேன். சாரதாவின் பழுப்பு நிறமுடைய கண்கள் தொலைவிலிருந்து எல்லாவற்றையும் வன்மத்துடன் கண்காணித்துக்கொண்டிருந்தன. நாள் தவறாமல் என்னுடன் பேசிக்கொண்டிருந்தவள் அன்று வீரப்பூரில் நடந்தவற்றைப் பற்றியும் அதன் பின் நடந்துகொண்டிருந்தவற்றைப் பற்றியும் நுட்பமாக விவரிக்கச் சொல்லி என்னைத் துளைத்தெடுத்துக்கொண்டிருந்தாள். அவளுடைய பெருமூச்சின் வெப்பத்தை என் கையிலிருந்த ஒலிவாங்கியின் வழியாக உணர முடிந்தது. கருணாகரன் தன்னைச் சூழ்ந்துள்ள நெருக்கடிகளிலிருந்து மீண்டுவந்துவிடுவானோ எனப் பதற்றப்பட்டாள். அதற்கு வாய்ப்பே இல்லை எனத் தர்க்கரீதியாக விளக்கியபோது சமாதானமடைந்ததுபோல் தென்பட்டாள். பழிதீர்க்கும் தெய்வங்கள் தன்னைக் கைவிடாது என்னும் உறுதியான நம்பிக்கை அவளுக்கு இருந்தது.

"இன்னொ இருக்குது பாரு. நீ பக்கத்துல இருந்து பாத்துக்கிட்டுத்தான இருக்கறே? அந்தக் குடும்பத்த நடுத்தெருவுல நிறுத்தாம உடமாட்டா அந்த மாசாணியம்மன். குடும்பத்தோட பிச்சையெடுக்க வெப்பா" என ஒவ்வொரு முறையும் தன் பழி நிரம்பிய உரையாடலை முடிவுக்குக்கொண்டுவந்துகொண்டிருந்தாள் அவள். சுலோவுக்குச் சொல்ல எதுவுமே என்னிடமில்லை. அவமானம் தாளாதவளாய்க் கல்லூரிப் படிப்பை அத்தோடு கைவிட்டிருந்தாள் சுலோ. நடந்த எதுவுமே அவளுக்கு நம்ப முடியாததாயிருந்தது. தன்னம்பிக்கையையும் பேதமையையும் இழந்து ஆறுதலும் அரவணைப்பும் தேவைப்படும் மிகப் பலவீனமான பெண்ணாக மாறிக்கொண்டிருந்தாள். வீட்டு நிர்வாகத்துக்கும் அவளுடைய தாயின் சிகிச்சைக்கும்

உறுதுணையாயிருந்துகொண்டிருப்பது தவிர வேறு வழியற்றவ னாக இருந்து வந்தேன் நான். பிறகு எல்லாமே பழக்கம் சார்ந்த செயல்பாடுகளாக மாறத்தொடங்கியிருந்தன. கருணாகரனைத் தவிர அந்த வீட்டின் மற்ற எல்லோருமே வாழ்வின் இயல்பு களைக் காப்பாற்றிக்கொள்ளவும் அக்கொடிய எதார்த்தத்தைப் புரிந்துகொள்ளவும் முயன்றுகொண்டிருந்தனர். எல்லாவற்றி லிருந்தும் மீண்டு வருவது பற்றிய கனவுகளில் மூழ்கியிருந்த கருணாகரன் தனக்குரிய எல்லாவற்றையும் முற்றாகக் கைவிடத் தொடங்கியிருந்தான். சொந்தங்களால் கைவிடப்பட்ட அந்த வீட்டினுள் உதவுவதுபோல் நடித்துக்கொண்டு மிகச் சுதந்திர மாக உலவிக்கொண்டிருந்தேன் நான். ஒரு கெட்ட ஆவியைப் போல அவர்களுடைய அந்தரங்கமான எல்லா இடங்களையும் கைப்பற்றிக்கொண்டிருந்தேன்.

"நீயுமில்லாமப் போயிருந்தா நாங்க அனாதையாத்தான் போயிருப்போம். ரொம்பத் தாங்ஸ்பா" என்பாள் சுலோ. சந்தர்ப்பம் கிடைக்கும்போதெல்லாம் தன் நன்றியறிதலை முத்தங்களின் வாயிலாகத் தெரிவித்துக்கொண்டிருந்தாள். சமையலறையிலோ அலுவலக அறையிலோ தொழுவத்திலோ தோட்டத்து வீட்டிலோ நாங்கள் முத்தமிட்டுக்கொண்டோம். சில தருணங்களில் புணரவும் வாய்ப்புக் கிடைத்தது. கூச்சமும் தயக்கமுமற்றவளாக அத்தருணங்களை எதிர்கொண்டாள் அவள். கண்காணிப்பதற்கு யாருமே அற்ற நிலையில் நான் அவளைக் குற்ற உணர்வில்லாமல் சுரண்டிக்கொண்டிருந்தேன். "என்ன ஏமாத்திட மாட்டியே?" என ஒவ்வொரு முத்தத்திற்குப் பிறகும் என்னிடம் சத்தியம் வாங்கிக்கொண்டிருந்தாள். நான் அவளுக்குப் பொய்யான வாக்குறுதிகளைக் கொடுத்துக்கொண் டிருந்தேன். ஒருமுறை தான் கர்ப்பமுற்றிருப்பதாக அவள் என்னிடம் சொன்னபோது நான் திகைத்துப்போனேன். பிறகு அவளுக்காகக் கருக்கலைப்பு மாத்திரைகளை வாங்கிவந்து கொடுத்தபோது சாப்பிட மறுத்தாள். "வேண்டாப்பா, இப்படியே இருந்துட்டுப் போகட்டும். எனக்கு உன் கொளந்தையக் கொஞ்சனும்னு ஆசையா இருக்கு" என்றாள். நிலைமையின் விபரீதத்தைப் புரிந்துகொள்வதற்குப் பிடிவாதமாக மறுத்தாள். பிறகு இரண்டு நாள்களில் சமாதானமடைந்தாள். வழக்கம் போல என்னிடம் சத்தியம் வாங்கிக்கொண்டு அவற்றைச் சாப்பிட இசைந்தாள்.

இது எதுவுமே தெரியாதவனாய்த் தன்னைச் சூழ்ந்துள்ள நெருக்கடிகளிலிருந்து விடுபடுவதற்கான வழிகளைத் தேடி ஓய்வேயில்லாமல் அலைந்துகொண்டிருந்தான் கருணாகரன். தனது தொழில்களை ஒவ்வொன்றாகக் கைவிட்டிருந்தான்.

குவாரி இழுத்து மூடப்பட்டது. பல்வேறு நிதிநிறுவனங்களில் செய்திருந்த முதலீடுகளைத் திரும்பப் பெற்று மகனுக்காகச் செலவளித்தான். நான்கு மாதங்களுக்குப் பிறகு கௌதமன் பிணையில் விடுவிக்கப்பட்டு நிபந்தனையின் பேரில் தொலை தூர நகரமொன்றில் தங்கியிருக்க நேர்ந்தபோது அவனைப் பார்ப்பதற்காக எல்லோருமே இடையறாத பயணங்களை மேற்கொண்டிருந்தோம். சில நாள்கள் நானோ கருணாகரனோ அந்நகரத்திலேயே அவனுக்குத் துணையாகத் தங்கியிருக்கவும் வேண்டியிருந்தது. அவனைப் பார்ப்பதற்காக சுலோவையும் அவளுடைய தாயையும் இரண்டு மூன்று முறை அழைத்துக் கொண்டு போனேன். எப்படியும் விடுதலை செய்யப்பட்டு விடுவோம் என்னும் திடமான நம்பிக்கையுடன் உற்சாகமாகத் தென்பட்டான் கௌதமன். திட்டவட்டான தடயங்களும் தெளிவான சாட்சியங்களும் அவனது நம்பிக்கைக்கு எதிராக இருந்தன. விசாரணை நீதிமன்றம் அவனுக்கு மரணதண்டனை வழங்குவதற்கான வாய்ப்புகளே அதிகமாக இருந்தன. வழக்கறிஞர் அதைப்பற்றி மறைமுகமாக என்னிடம் எச்சரித்துக்கொண்டிருந் தார். கருணாகரனுக்குங்கூட அது புரிந்திருந்தது. அப்படி நடக்கக் கூடுமானால் உயர் நீதிமன்றத்தையும் தேவைப்பட்டால் உச்ச நீதிமன்றத்தையும் அணுக வேண்டியிருக்கும் என வழக்கறிஞர் கூறியதாகச் சொன்னபோது அதைப் பற்றித் தன் மனைவிக்கோ சுலோவுக்கோ எதுவும் சொல்ல வேண்டாமெனக் கேட்டுக் கொண்டான் கருணாகரன். சாரதாவோ நானோ விரும்பியதை விட மிக மோசமான முறையில் அவன் பழிதீர்க்கப்பட்டுக் கொண்டிருந்தான். ஆனால் இந்தக் கதையின் இறுதி வாக்கியத் துக்காக நாங்களிருவரும் நீண்ட காலம் காத்திருக்க வேண்டி யிருக்குமென நினைத்தேன். மிக நீண்ட காலத்துக்கு. ஆனால் அந்த வேறு யாரோவின் செயல்களுக்கு உரிமைகொண்டாடு வதைத் தவிர இதில் எனக்கோ சாரதாவுக்கோ என்ன பங்கு இருக்க முடியும்? வேண்டுமானால் நான் யார் என்பதையும் சாரதா யார் என்பதையும் அவனுக்குச் சொல்லலாம். முப்பது வருடங்களுக்கு முன்னால் அவனுடைய கந்துக்கடையில் நடந்த கொடிய நிகழ்வை நினைவூட்டலாம். ஒருவேளை அதற் கான தருணத்தை எதிர்பார்த்துத்தான் இன்னும் அவர்களோடு இருந்துகொண்டிருக்கிறேனோ எனவும் நினைத்தேன்.

வீழ்ச்சியடைந்துகொண்டிருக்கும் தன் குடும்பத்திலிருந்து செல்ல மகளையாவது காப்பாற்ற விரும்பினான் கருணாகரன். செசன்ஸ் கோர்ட்டில் குற்றம் நிரூபிக்கப்பட்டுக் கௌதமனுக்கு இரட்டை ஆயுள் தண்டனை வழங்கப்பட்டதும் அவர்கள் எல்லோருமே துகள்களாகச் சிதறிப்போயிருந்தனர். மற்ற எல்லோரையும்விடக் கௌதமனே அதிக நம்பிக்கையிழந்த

வனாகத் தென்பட்டான். உடனடியாக உயர் நீதிமன்றத்தில் மேல்முறையீடு செய்வதற்கான நடவடிக்கைகள் தொடங்கப் பட்டபோதும் ஜாமீன் கிடைக்காதால் மத்தியச் சிறையில் அடைக்கப்பட்டவன் தன்னைப் பற்றிக் கவலைப்படாமல் எப்படியாவது தங்கையின் கல்யாணத்துக்கு ஏற்பாடு செய்யும் படி எல்லோரையும் கேட்டுக்கொண்டான். பிறகு அது பற்றி என்னிடம் ஆலோசித்தான் கருணாகரன்.

நான் அதை ஊக்குவிப்பதுபோல் நடித்தேன். எனக்குத் தெரிந்த கல்யாணத் தரகர்களை அவர்களுக்கு அறிமுகப்படுத்தி னேன். தேர்ந்தெடுப்பதற்கு அவனுக்கு அதிக வாய்ப்புகள் இருக்கவில்லை. அதிகம் படிக்காத வசதியற்ற தூரத்து உறவினன் ஒருவன் சுலோவைக் கல்யாணம் செய்துகொள்ள முன்வந்த போது அதை நன்றியுடன் ஏற்றுக்கொள்ள வேண்டிய நிலைக்குத் தள்ளப்பட்டிருந்தான். முன்பு அவனுடைய கல்குவாரியில் டிராக்டர் ஓட்டுபவனாக இருந்த அவனோடு எனக்குச் சிறிதளவு பரிச்சயம் இருந்தது. கருணாகரனின் வேண்டுகோளை ஏற்று நான் பத்துப் பதினைந்து மைல்களுக்கப்பாலிருந்த அவர்களுடைய கிராமத்து வீட்டுக்குப் போய் அவனுடைய விதவைத் தாயிடம் பேசிவிட்டு வந்தேன். என்னுடன் கருணாகரனின் விசுவாச மான நாவிதனும் வந்திருந்தான். அவனுடைய தாயின் கண் களில் பேராசை ஒரு மழைக்கால நதியைப்போலப் பெருக்கெடுத் திருந்தது. கருணாகரனின் சொத்துகளைப் பற்றித் தெரிந்து கொள்வதில் அதிக அக்கறை காட்டினாள். பூடகமான பல கேள்விகளுக்குப் பிறகு நேரடியாக விஷயத்துக்கு வந்தாள். என்னிடம் அவற்றுக்கான பதில் இல்லையெனச் சொன்ன போது மிகக் கறாராகப் பேசத் தொடங்கினாள். பேச்சினிடையே தன்னைப் பெரிய மனம் கொண்டவளாகக் காட்டிக்கொள் வதற்கு ஓயாமல் முயன்றுகொண்டிருந்தாள்.

“எங்குளுக்குச் சொத்துப் பத்தும்பேருலயெல்லா ஆசை யில்லெ. என்னமோ கஷ்டத்துல இருக்கற ஒரு மனசனக்குக் கைகுடுத்தாப்பல இருக்குட்டும்னுதே தானாவதிக்காரங்கிட்டச் செரி செஞ்சாப் போவுதுன்னு சொன்னெ. எங்கு பங்கும் பங்காளியெல்லா வேண்டான்னுதேஞ் சொல்லிக்கிட்டிருக்க றாங்கொ. அந்தப் புள்ள சுலோசனாவப் பத்திக்கோடச் சனொ என்னென்னமோ பேசுது. பழக்க வழக்கஞ் செரியில்லீனு கேள்விப்பட்டெ. செரி இருக்குட்டு, பேசற சனொ பேசீட்டுப் போவுது. அந்தப் பகவேனுட்ட வழின்னு சம்மதஞ் சொல் லீருக்கறெ. அதுக்காக ஒண்ணுமில்லாமக் கட்டிக்கிட்டு வர முடியுமாக்கு? சாதி சனத்தப் பகச்சுக்குட்டு ஒண்ணப் பண்றொ, நாளைக்கு ஆதரவில்லாமப் போனாலு சமாளிக்கறதுக்குத்

தெறம் வேணுமல்லொ?" என வெகு சாமர்த்தியமாகப் பேசினாள். பிறகு கௌதமனின் மீதான குற்றச்சாட்டுகள் குறித்தும் அவன் விடுதலையாவதற்கான வாய்ப்புகள் குறித்தும் கேட்டாள். எல்லாவற்றையும்பற்றி அவர்களுக்கு விளக்க முயன்றேன்.

"நெறையாச் செலவாவுமாக்கு?" எனக் கேட்டவள் பிறகு அதைப் பற்றிக் கவலைப்படத் தொடங்கினாள்.

"அத்தன செலவு பண்ணி வெளிய கொண்டாராட்டியென்ன? இருந்துட்டுத்தே வருட்டு. நீ சொல்றாப்பல பண்ணண்டு பதிமூணு வருஷங்கிருமிச்சு ஒரு நா வெளிய உட்டுத்தான தீரோணு? அப்ப நம்பு கைல நாலு பணமிருந்தாத்தான ஆவு? இருக்கறதையெல்லா வக்கீலுக்கும் போலீசுக்குங் குடுத்துப்புட்டு அவிய போயிச் சேந்துருவாங்கொ. பயெ வெளில வந்து ஒண்ணுமில்லாம நிக்கறதாக்கு. அதுக்குத்தேஞ் சொல்றெ. பின்ன அவிய சொத்த நாங்க என்ன பண்றெ?" எனச் சிறிதும் வெட்கமற்றவளாய்த் தன் பேராசையை வெளிப்படுத்தினாள். பிறகு கருணாகரனிடம் நேரடியாகப் பேச வாய்த்தபோது சொத்தில் பாதியைத் தன் மகன் பெயருக்கு எழுதிவைக்க வேண்டுமெனப் பிடிவாதம் பிடித்தாள். பேச்சு வார்த்தையில் கலந்துகொண்ட சொற்ப உறவினர்களின் முன்னிலையில் கருணாகரன் அதற்கு உடனடியாக இசைந்தான்.

எல்லாவற்றையும் கேள்விப்பட்ட சுலோ தாளமுடியாதவளாக என்னைத் தேடிக்கொண்டு வந்தாள். அப்போது நான் கருணாகரனின் பயனற்றுப் போய்விட்ட அலுவலக அறையில் தனியாக இருந்தேன்.

"என்ன இருக்கறதெல்லாங்குடுத்து எப்பிடியாச்சு என்னத் தாட்டியுட்டறலாம்னு பாக்கறாரா அப்பா? நீ அதுக்குத் தொணையா" எனக் கேட்டவள் "அப்பா இருக்குட்டு, அவருக்கு ஒண்ணுந்தெரியாது. இப்ப அவுரு இருக்கற நெலைல அவரால வேற மாதிரி யோசிக்கவும் முடியாது. ஆனா உனக்கு வெக்கமா இல்லையா? தானாவதிக்காரனாட்டப் பேச்சுவார்த்த நடத்திக் கிட்டிருக்கறே? கமிஷனுக்கு ஆசப்பட்டுட்டியா?" எனக் கடுமையாக விமர்சித்தாள்.

நான் பதில் சொல்லாமல் உட்கார்ந்திருந்தேன்.

"சொல்லுப்பா" என என் தோள்களைப் பற்றி உலுக்கினாள். பிறகு உடைந்து அழத்தொடங்கியவள் அடைக்கலம் தேடுவதுபோல என் தோளில் சாய முயன்றாள். நான் பதற்றத்துடன் எழுந்து நின்றேன். தன் காதலையும் ஒவ்வொரு முத்தத்தின்போதும் நான் அவளுக்கு அளித்த வாக்குறுதிகளையும்

நினைவூட்டியவள் எப்படியாவது தன்னை இந்த நெருக்கடி யிலிருந்து காப்பாற்றும்படி மன்றாடினாள். நான் இல்லாத ஒரு வாழ்க்கையைத் தன்னால் நினைத்துக்கூடப் பார்க்க முடியாது என விம்மியவள் அவளுடைய தகப்பனையோ சாதிசனத்தையோ நினைத்துப் பயப்படுகிறேனா எனக் கேட் டாள். கடைசியில் எங்காவது கண்காணாத இடத்துக்குப் போய்க் கல்யாணம் செய்துகொண்டு வாழலாம் என ஒரு யோசனையை முன்வைத்துவிட்டு என் பதிலுக்காகக் காத் திருந்தாள். ததும்பிக்கொண்டிருந்த அவளது கண்களைப் பார்க்கத் தாளாமல் நான் அங்கிருந்து நகர முற்பட்டேன். தன் மெலிந்த கரங்களால் என் தோள்களைப் பற்றி நிறுத்தியவள் தீர்மானமான ஒரு பதிலைச் சொல்லும்படி கேட்டு என் கண்களை ஊடுருவினாள். என் பார்வையில் தென்பட்ட பொய்மை அல்லது பாவனைகளில் தென்பட்ட தந்திரம் அவளுக்கு எதையோ உணர்த்தியிருக்க வேண்டுமென நினைக் கிறேன். திடீரென நம்பிக்கையிழந்தாள். அவளது உடல் நடுங்கத் தொடங்கியது. பிறகு என்னைக் கிட்டத்தட்டத் தள்ளிவிட்டுவிட்டு, "கடசீல நீயும் சராசரியான ஆளுதான்னு நிரூபிச்சிட்டே, தாங்ஸ்பா" எனத் தணிந்த குரலில் சொல்லிக் கொண்டே அங்கிருந்து மறைந்தாள்.

நான் கிட்டத்தட்டக் கருணாகரனைப்போல் மாறிவிட் டேனோ என நினைத்தேன். ஆனால் எதையும் சரி செய்யும் விருப்பம் இருக்கவில்லை. வீட்டுக்குத் திரும்பியவன் அன்றிரவு முழுவதும் குடித்துக்கொண்டிருந்தேன். காலையில் சாரதா வைப் பார்க்கப் போனேன். பழிதீர்க்கும் இந்தக் கதை எவ்வளவு தூரம் வந்திருக்கிறது என்பதைத் தெரிந்துகொள்வதற்காக ஆவலோடு காத்திருந்தாள் அவள். மற்ற விஷயங்களைப் புறக்கணித்துவிட்டுச் சுலோவைப் பற்றியும் எங்களுடைய 'காதலை'ப் பற்றியும் என் குற்றஉணர்வைப் பற்றியும் முதல் முதலாக அவளுக்குச் சொல்லத் தொடங்கினேன். மிக விறு விறுப்பான அத்தியாயமொன்றைக் கேட்டுக்கொண்டிருப்பது போன்ற பாவனையில் குறுக்கிடாமல் எல்லாவற்றையும் கேட்டுக்கொண்டிருந்தவள்.

"இது நா எதிர்பாத்ததுதான்" என உணர்ச்சியற்ற குரலில் சொல்லி முடித்துவிட்டு வெகு நேரம்வரை ஒன்றுமே பேசாமல் பெருமூச்செறிந்தபடி உட்கார்ந்திருந்தாள். பிறகு எனக்காகவும் தனக்காகவும் கொஞ்சம் காபி தயாரித்துக்கொண்டு வந்து உட்கார்ந்தாள். நான் சொன்னவற்றை நம்பாமலிருக்க அல்லது வேறுவிதமாக புரிந்துகொள்ள முயன்றுகொண்டிருக்கிறா ளென நினைத்தேன்.

"அந்த மாசாணியம்மன் அவங் குடும்பத்தச் சும்மா உடாது, எனக்குத் தெரியும்" என அந்தத் தருணத்துக்குச் சற்றும் பொருந்தாத ஒரு வாக்கியத்தைத் திருப்தியுடன் முணு முணுத்தவள், "நீ கீது மனசு மாறீடாத" எனச் சுட்டுவிரலை நீட்டி எச்சரித்தாள். பிறகு காபிக்கோப்பையை என் முன்னால் வைத்துவிட்டு மிகத் தணிந்த குரலில் மீண்டுமொரு முறை எல்லாவற்றையும் – தொடங்கியது முதல் அன்று வரையிலான எங்கள் பழியின் கதையை – நினைவுகூரத் தொடங்கினாள். எனக்கு மூச்சு முட்டிற்று. அவளுக்குச் சொல்ல என்னிடம் எதுவுமே இல்லாததால் சீக்கிரத்திலேயே விடைபெற்றுக் கொண்டு புறப்பட்டேன்.

இரண்டு மூன்று நாள்கள்வரை வீட்டுக்குள்ளேயே முடங்கிக்கிடந்தேன். சுலோவிடமிருந்து தொலைபேசி அழைப்பு வரும் என்னும் திடமான நம்பிக்கையோடு ஒலிவாங்கியைக் கைக்கெட்டும் தொலைவிலேயே வைத்திருந்தேன். வேறு யாராலோ வழிநடத்திச் செல்லப்பட்டுக்கொண்டிருக்கும் இக் கதையில் திடீரென நல்லதாக ஏதாவது நிகழும் என இன்னுங் கூடக் கனவுகண்டுகொண்டு இருந்தேன். பிறகு எந்தத் திட்ட மும் இல்லாமல் அவர்களுடைய வீட்டின் முன் போய் நின்றேன். எவ்வளவோ நாள்களுக்குப் பிறகு அந்த வீட்டில் கொண்டாட்ட மனநிலை நிலவிக்கொண்டிருந்தது. இரண்டு நாள்களுக்கு முன்னர் மிக எளிய முறையில் நிச்சயதார்த்த விழாவை நடத்தி முடித்திருந்ததாகவும் என்னை அழைக்க முடியாததற்காக வருந்துவதாகவும் தெரிவித்த கருணாகரன் கையைப் பற்றி என்னை உள்ளே அழைத்துக்கொண்டு போனான். மரத்துப்போன முகத்துடன் வந்து நின்றாள் சுலோ. மிகச் சாதாரணமாக என்னை எதிர்கொண்டாள். திடீரென ஏற்பாடு செய்யப்பட்டுவிட்ட நிச்சயதார்த்தத்துக்காகச் செய்யப் பட்ட பலகாரங்களை அந்நியனொருவனுக்குப் பரிமாறுவது போல் பதற்றமற்ற அசைவுகளுடன் கொண்டுவந்து வைத்து விட்டு அங்கேயே நின்றாள். அவளால் வேறு எப்படித்தான் நடந்துகொள்ள முடியும் என நினைத்தேன்.

"இன்னும் நா கொஞ்சம் தெம்போடதே இருக்கறெ. ஆணெ படுத்தாலு குதிரெ மட்டந்தேன்னு எவுனுக்குப் புரியப் போவுது சொல்லுங்கொ? புள்ளைக்கு ஜாம் ஜாம்னு கல்யாணம் பண்ணி வெக்கப்போறனா இல்லையான்னு பாருங்க. என்ன பயெ திடீர்னு இப்பிடியொரு சிக்கல்ல மாட்டிக்கிட்டானேன்னு பாக்கெற. அவனென்ன என்னாரமு கத்தியத் தூக்கிக்கிட்டா திரிஞ்சவெ? சனம் ஆயரஞ் சொல்லுட்டு. நா அவனக் கையுட

மாண்டெ. இருக்கறதெல்லாம் போனாலுஞ்செரி, வெளீல கொண்டாராம உடமாண்டெ. ஹைகோர்ட் கைவிட்டாக் கூட சுப்ரீம்கோர்ட் போய்க் கேச ஓடச்சரலாம்னு லாயர் சொன்னாரு. நல்லபடியா இந்தப் புள்ளயத் தாட்டியுட்டுப் புட்டு அப்பறம் பேசறெ" எனச் சுலோவைச் சுட்டிக்காட்டிச் சவால்விடுவதுபோலப் பேசிக்கொண்டே போனான் கருணாகரன். சுலோ எதன்மீதும் அக்கறையற்றவளைப் போல அங்கிருந்து நகர்ந்தாள். திடீரென அவர்களிடமிருந்து அந்நியமாக்கப்பட்டு விட்டதுபோல் உணர்ந்தேன்.

ஆனால் சொன்னபடியே கல்யாணத்தை வெகு விமரிசை யாக நடத்தி முடித்தான் கருணாகரன். ஓரிரு தருணங்களைத் தவிரக் கல்யாண ஏற்பாடுகளில் நான் அதிகமாகப் பங்கெடுத்துக் கொள்ளவும் இல்லை. ஒதுங்கியிருந்த உறவினர்கள் சிலரின் ஒத்துழைப்பைப் பெறுவதில் எப்படியோ வெற்றி பெற்றிருந் தான் கருணாகரன். அவனது புதிய உறவினர்கள் என்னைக் காண நேரும்போது தன் அலுவலகக் குமாஸ்தா என அறிமுகப் படுத்துவதில் அதிகக் கவனமாக இருந்தான். ஒருநாள் "இவரு நம்ம ஆபீஸ் குமாஸ்தா" என அவன் தன் வருங்காலச் சம்மந்தி யின் உறவினர் ஒருவரிடம் என்னை அறிமுகப்படுத்தியபோது நான் அவமானமாக உணர்ந்தேன். என் முகமாறுதலை உணர்ந்து சங்கடப்பட்டவன் பிறகு அதைச் சமாளிக்க முற்பட்டான் "ஆனா நம்ப குடும்பத்துல ஒருத்தராட்ட. இவரோட ஒத்தாசை யில்லாமப் போயிருந்தா இந்த ரண்டு வருஷத்துல நம்பக் கஷ்டப்பட்டிருப்பெ. போலீஸ், கோர்ட்னு ராத்திரிப் பகலா அலையறாரு. பெத்துப் பெறப்பெல்லா கைவிட்ட நெலைல நம்பு பக்க நிக்கறாரு. ஒரு அண்ணனாட்ட இருந்து சுலோசனா கல்யாணத்துக்கு ஓடியாடித் திரியறாரு பாருங்கொ" எனப் பெருமிதத்துடன் சொன்னபோது நான் தாளமுடியாதவனானேன். 'அண்ணனாட்ட' என்ற சொல்லிலிருந்த தற்காப்புணர்வைப் புரிந்துகொண்டு அசட்டுத்தனமாகப் புன்னகைத்தேன். கல்யாணத் துக்கு முன்னதாகவே சுலோ தன் வருங்கால மாமியாரிடம் நெருக்கமாகியிருந்தாள். அல்லது அப்படி நடித்தாள். என்னைப் பொறாமையிலாழ்த்த முயல்கிறாளென நினைத்தேன். ஆனால் அவள் என்னை அவமானப்படுத்துவதற்கே விரும்பினாள் என்பதைத் தாமதமாகப் புரிந்துகொண்டேன். தன் உறவினர் களின் முன்னிலையில் எனக்குச் சில கட்டளைகளைப் பிறப்பிக்குமளவு துணிந்திருந்தாள். நான் எந்த எதிர்ப்பும் காட்டாமல் அவளுக்குப் பணிந்துகொண்டிருந்தேன். நான் பணிவேன் என்பதில் அவளுக்கு எந்தச் சந்தேகமும் எழுந்திருக்க வாய்ப்புமில்லை. கடைசியில் இருவருக்குமே இந்த விளையாட்

டுச் சலித்துப்போனது. திடீரென ஒருநாள் முடிவெடுத்து வீட்டுப் பக்கம் போவதை முற்றாக நிறுத்திக்கொண்டேன்.

கல்யாணத்துக்கு ஒருவாரம் இருந்தபோது அவர்களுடைய நாவிதன் என்னைத் தேடிக்கொண்டு வந்தான். அசாதாரண மான ஏதோவொன்றின் குறுக்கீட்டால் அவளது கல்யாணம் நிறுத்தப்படுவதைப் பற்றிய கற்பனைகளில் மூழ்கியிருந்த எனக்கு அவனது வருகை கிளர்ச்சியூட்டுவதாக இருந்தது. ஆனால் கருணாகரன் எனக்கு முறைப்படி பத்திரிகை வைப்பதற்காகவே அவனை அனுப்பி வைத்திருக்கிறான் என்பது தெரியவந்தபோது ஏமாற்றமாக உணர்ந்தேன். கருணாகரன் மனமுடைந்து போய் விட்டதாகச் சொன்னவன் சுலோவுக்கு அந்த டிராக்டர் ஓட்டி பொருத்தமான மாப்பிள்ளை அல்ல என்றான். நான் ஏதாவது சொல்வேன் என அவன் எதிர்பார்ப்பதைப் புரிந்துகொண்டு அமைதியாக இருந்தேன். கருணாகரனின் அழைப்பின் பேரில் இரண்டு நாள்களுக்குப் பிறகு அவர்களுடைய வீட்டுக்குப் போனேன். எனக்காகப் பேண்ட் – சர்ட் எடுத்து வைத்திருந் தான். "உங்குளுக்கு நெறையாச் செஞ்சுருக்கனும், நேரங்கெட் டுக்குச்சு" எனப் பெருமூச்சு விட்டவன் இரண்டு நாள்களுக்கு முன்னதாகவே மண்டபத்துக்கு வந்துவிட வேண்டும் என உரிமையுடன் கேட்டுக்கொண்டான். திருமணத்தையொட்டிக் கௌதமனுக்குப் பரோல் கிடைக்க வாய்ப்பிருந்தாலுங்கூட அவன் வரவிரும்பவில்லையெனச் சொல்லிவிட்டதாகத் தெரி வித்தபோது லேசாக விம்மினான், "எனக்கும் அது நல்லதுன்னு தாம் பட்டுது. அல்லாருக்குஞ் சங்கடொ. ஆராச்சு ஒரு பேச்சுச் சொல்லிப்புட்டாங்குன்னா அதக் கேட்டுக்குட்டுச் சும்மா இருக்க முடியாது. ரண்டு நாக் கிருமிச்சுப் புள்ளையக் கூட்டிக் கிட்டுப் போயி அங்கயே பாத்துப்புட்டு வரலாமான்னு யோசிக் கறேன்" என்றான். கௌதமனைப் பார்ப்பதற்காகத் தன்னுடன் வருமாறு என்னை அழைப்பான் என எதிர்பார்த்துக் கொஞ்ச நேரம் அமைதியாக இருந்தேன். கருணாகரன் ஓயாமல் புகை பிடித்துக்கொண்டிருந்தான். இருவருக்குமே மனம் இறுகிக் கொண்டிருந்தது. அங்கிருந்த இரண்டு மணி நேரத்தில் சுலோ அந்தப் பக்கம் தென்படவே இல்லை. அதைப் பற்றி அவனிடம் கேட்கலாமா என யோசித்தேன். ஒருவேளை தன் தோழிகளுக் குப் பத்திரிகை வைப்பதற்காகப் போய்விட்டாளோ என நினைத்தேன். அதற்கான மனநிலை அவளுக்கு இருக்க முடியும் என்பதையும் என்னால் நம்ப முடியவில்லை. பிறகு திடீரென எல்லாம் முற்றுப்பெற்றுவிட்டதாகத் தோன்றவே அவசர அவசரமாக அவனிடமிருந்து விடைபெற்றுக்கொண்டு வீட்டுக்கு வந்தேன்.

ஒரு மூன்றாம் மனிதனைப்போல, முகூர்த்தம் நடை பெற்றுக்கொண்டிருந்தபோது மண்டபத்துக்குப் போய்த் திருமணத்திற்கு வந்திருந்த என் அலுவலக சகாக்களுடனும் ஆசிரியர்களுடனும் நின்றுகொண்டேன். மணமக்களுக்கு வாழ்த்துச் சொல்ல கும்பலாக மணமேடைக்குப் போனோம். சுலோ எல்லோரையும் பொதுவாகப் பார்த்துப் புன்னகைத்துக் கொண்டிருந்தாள். நான் அவளைக் கடந்தபோது அந்த டிராக்டர் ஓட்டியின் காதில் எதையோ கிசுகிசுத்தாள். உறவினர்களும் நண்பர்களும் கணிசமான எண்ணிக்கையில் மண்டபத்துக்கு வந்திருந்தனர். மண்டபத்தை விட்டு வந்தபோது வாசலில் சக்கரநாற்காலியொன்றில் உட்கார்ந்திருந்த கருணாகரனின் மனைவி என்னைப் பெயர் சொல்லி அழைத்தாள். நான் வந்ததில் மிக மகிழ்ச்சியடைவதாகச் சொன்னவள் தனக்கெதிரே போடப்பட்டிருந்த ஒரு பிளாஸ்டிக் நாற்காலியில் என்னை உட்கார வைத்துக் கொஞ்ச நேரம் பேசிக்கொண்டிருந்தாள். பிறகு திடீரென நினைவு வந்ததுபோல் சாப்பிட்டுவிட்டேனா எனக் கேட்டாள். பதில் சொல்வதில் என்னிடம் தென்பட்ட தாமதத்தைப் பார்த்தவள் மண்டபத்திலிருந்த ஒரு பெண்ணை அழைத்து என்னை அழைத்துச் சென்று சாப்பிட வைக்குமாறு உத்தரவிட்டாள். அதோடு திருப்தியடையாமல் சக்கரநாற்காலியைத் தள்ளிக்கொண்டு என்னைப் பின்தொடர்ந்து உணவுக் கூடத்துக்கே வந்து பக்கத்தில் உட்கார்ந்துகொண்டாள். தன் கருணை மிகுந்த கரங்களால் எனக்குத் தாம்பூலப் பையைக் கொடுத்து அதற்குப் பிறகே விடைபெற்றுக்கொள்ள அனுமதித்தாள் அவள்.

அதற்குப் பிறகு கருணாகரனின் வீட்டுக்குப் போவதை அடியோடு நிறுத்திக்கொண்டேன். எல்லாவற்றிலுமிருந்தும் விடுபடும் எத்தனிப்புடன் மாறுதல் கோரி விண்ணப்பித்திருந்தேன். நீண்ட விடுப்பு எடுத்துக்கொண்டு நாடோடியைப்போல ஊர்ஊராகப் போய் என் பழைய நண்பர்களைச் சந்தித்துக் கொண்டிருந்தேன். தங்கையை அவளுடைய கணவனுடன் சேர்த்து வைப்பதற்குச் சில முயற்சிகளை எடுத்துத் தோற்றேன். என் கசந்த நினைவுகளின்மீது சாம்பல் படரத் தொடங்கியிருந்த தருணத்தில் கொஞ்சமும் எதிர்பாராதவிதத்தில் கருணாகரனின் வீட்டிலிருந்து தொலைபேசி அழைப்பு வந்திருந்தது. இந்தக் கதையின் முக்கியத்துவமற்ற ஒரு பாத்திரமான என் தங்கை தான் அவளுடன் பேசியிருந்தாள். சுலோ உடனடியாகத் தன்னைத் தொடர்புகொள்ளுமாறு கேட்டுக்கொண்டதாகவும் அவளுடைய குரலில் ஒருவிதமான பதற்றம் தென்பட்டதாகவும் அவசர அவசரமாகப் பேசிவிட்டு இணைப்பைத் துண்டித்து விட்டதாகவும் சொன்னாள் என் தங்கை.

"போன் பண்ணு. பாவம், என்னமோ பிரச்சினையாட்ட இருக்குது" என்றாள். நான் பிறகு பார்க்கலாம் எனக்கூறிவிட்டுக் கடைத்தெருவுக்கு வந்து அங்கிருந்த பொதுத்தொலைபேசியிலிருந்து கருணாகரனின் வீட்டு எண்ணைத் தொடர்பு கொண்டேன். மணி அடித்துக்கொண்டே இருந்தது. நான் வெகுநாள்களாக எதிர்பார்த்துக்கொண்டிருந்த அந்த அசாதாரணமான தருணம் வந்துவிட்டதாகக் கற்பனை செய்து கொண்டு அவர்களது வீட்டுக்குப் போனேன். மனித நடமாட்டமற்ற அந்த வீடு கைவிடப்பட்டுவிட்டதைப்போல் தோற்றமளித்தது. திறந்துகிடந்த கதவுக்கு அப்பால் கூடத்தில் ஆசாரத்தில் யாரோ நடமாடுவதை உணர்ந்து பதற்றத்துடன் தேடிக்கொண்டு போனேன். கருணாகரனின் நாவிதனும் மற்றொரு பெண்ணும் தென்பட்டனர்.

"சார் வாங்க, கவண்டர ஆஸ்பத்திரீல சேத்துருக்குதுங்களே, உங்குளுக்குத் தெரியாதுங்களா?" என்றான்.

"என்னாச்சு?"

"இருந்துருந்தாப்பல மயக்கம்போட்டு உளுந்துட்டாங்கொ. ஆருமே இல்லெ. பழனா வந்து சொல்லித்தே எனக்கே தெரியும் பாத்துக்குங்களே. முந்தா நேத்துப் பொழுதோட மணி ஒம்பது ஒம்பதரயிருக்கு. அன்னாரத்துல ஓடிப்போயிப் பழனிச்சாமி டாக்டரக் கூட்டியாந்தெ. பிரஷர் ஜாஸ்தியாப் போச்சுன்னு உடனே கோயமுத்தூர் கொண்டுபோகச் சொன்னாங்கொ. அப்பறொ சின்னக் கவுண்டச்சிக்குப் போனப் பண்ணிச் சொல்லிப்புட்டு நானுமு நம்ப பரமனுஞ் சேந்து கார வெச்சுக்குட்டு நேரா கேஜிக்குக் கொண்டுக்குட்டுப் போயிட்டொ. பொழுதோடத்தே சின்னக் கவுண்டச்சி வந்தாங்கொ. பாவ அவீளுக்குமு முடீலெ. இப்பொ எட்டுமாசமாவப்போவுதாட்ட இருக்குது. அவியதே கூட இருக்கறாங்கொ. உங்குளுக்குப் போன் பண்ணீருப்பாங்களாட்ட இருக்குது. வெளியூர் கீது போயிட்டீங்களா?"

நான் உடனடியாகப் புறப்பட்டுப் போனேன். மனத்தில் இனம் புரியாத சந்தோஷம் கரைபுரளத் தொடங்கியது. குப்பையும் கூளமுமாகக் கிடந்த கருணாகரனின் அலுவலக அறைக்குப் போய் அங்கிருந்தபடியே தொலைபேசியில் சாரதாவுக்கு விஷயத்தைச் சொல்லிவிட்டுப் புறப்பட்டேன். கிட்டத்தட்ட இரண்டு மணிநேரப் பேருந்துப் பயணம். சுலோவுடனான உணர்ச்சிகரமான சந்திப்பைப் பற்றியும் அவளுக்கு ஆறுதல் சொல்வதைப் பற்றியுமான கற்பனைகளில் திளைத்தபடியே மிக அசௌகரியமான முறையில் இருக்கையில் சாய்ந்து

உறங்கிப்போனேன். தெளிவற்ற பிம்பங்களாலும் குழப்பமான சத்தங்களாலும் நிரம்பிய கனவுகளின் தொந்தரவு தாங்காமல் பத்து நிமிடங்களுக்குள்ளாகவே விழித்துக்கொண்டேன். திடீரென அது ஒரு அபத்தமான பயணமாக இருக்கக்கூடுமோ என நினைத்தேன்.

மருத்துவமனை வாசலிலேயே சுலோவும் அவளது கணவனாக ஆகிவிட்டிருந்த அந்த முன்னாள் டிராக்டர் ஓட்டியும் தென்பட்டனர். அவர்கள் எனக்காகவே காத்துக்கொண்டிருப்பதாகக் கற்பனை செய்துகொண்டு கடந்த சில வாரங்களாக நான் அவர்களுடைய வீட்டுக்குப் போக முடியாததைப் பற்றிக் கிட்டத்தட்ட மன்னிப்புக் கோரும் தொனியில் விளக்கமளிக்கத் தொடங்கினேன். சிற்றுண்டி சாப்பிடுவதற்காக அருகிலுள்ள உணவுவிடுதிக்குச் சென்றுகொண்டிருப்பதாகச் சொன்ன சுலோ கருணாகரன் அனுமதிக்கப்பட்டிருக்கும் வார்டு எண்ணைக் குறிப்பிட்டு அங்கே போகுமாறு எனக்குக் கட்டளையிட்டாள். அவளுடைய கணவனுக்கு என்னை அவர்களுடைய வேலைக்காரர்களில் ஒருவன் எனக் காட்ட முயல்கிறாளோ எனச் சந்தேகித்தேன். அவளுடைய கட்டளைக்குக் கீழ்ப்படியக் கூடாது எனத் தீர்மானித்துக்கொண்டு மருத்துவமனை வளாகத்தைவிட்டு வெளியேறி ரயில் நிலையத்துக்கு எதிரில் உள்ள பிளாட்பாரப் பெட்டிக்கடை ஒன்றினருகே நின்று சிகரெட் ஒன்றைக் கொளுத்திக்கொண்டேன். தன் பெருத்த வயிற்றைத் தூக்கிக்கொண்டு கணவனைப் பின்தொடர்ந்துகொண்டிருந்த சுலோ அதைக் கவனித்தாள். பிறகு அவளுடைய வெறுப்பை உமிழும் விழிகள் உடனடியாக என்னிடமிருந்து விலகிக்கொண்டன. நான் வார்டுக்குப் போனபோது சுலோ ஏற்கனவே உணவு விடுதியிலிருந்து திரும்பியிருந்தாள். முற்றிலும் நிராதரவானவர்களாக என்னுடைய உதவியை எதிர்பார்த்துக்கொண்டிருப்பார்கள் என நான் நினைத்ததற்கு மாறாக அவர்களுடைய உறவினர்கள் பலர் நோயாளியின் அறைக்கு வெளியே போடப்பட்டிருந்த நாற்காலிகளில் உட்கார்ந்திருந்தனர். நோயாளியைப் பார்க்க யாருக்கும் அனுமதி கொடுக்கப்படாததால் எல்லோருமே சுலோவிடமும் அவள் கணவனிடமும் விவரம் கேட்டுக்கொண்டிருந்தார்கள். சுலோ மிகத் தணிந்த குரலில் சுருக்கமாக அவர்களுக்குப் பதிலளித்துக்கொண்டிருந்தாள்.

நான் அவளிடம் பேச முயன்றபோது அதை மறுத்துவிட்டு நோயாளியின் அறைக்குள் நுழைந்துகொண்டாள். அவளுக்கு நான் எந்த விதத்திலும் முக்கியமானவன் அல்ல என்பதை உணர்த்த முயல்கிறாள் என நினைத்துக்கொண்டேன். எனது ஏமாற்றத்தை மறைப்பதற்காக யாராலும் பொருட்படுத்தப்

படாதவனாக அங்கு நின்றுகொண்டிருந்த அவளுடைய கணவ னிடம் பேச்சுக்கொடுக்கத் தொடங்கினேன். அவன் என்னைப் பற்றி எதுவுமே தெரிந்துகொண்டிருக்காதவனைப்போல் நடித் தான். நான் பணிபுரிந்துகொண்டிருக்கும் பள்ளியில் தன் உறவினர் ஒருவர் ஆசிரியராகப் பணிபுரிந்துகொண்டிருப்ப தாகச் சொன்னவன் அவரை எனக்குத் தெரியுமா எனக் கேட்டான். நோயாளியின் அறையிலிருந்து வெளியேவந்த சுலோ நாங்கள் இருவரும் அருகருகே உட்கார்ந்து பேசிக் கொண்டிருந்ததைப் பார்த்து எரிச்சலடைந்தாள். அவனை அழைத்துத் தன் கையிலிருந்த மருந்துச் சீட்டைக் கொடுத்து கீழ்த்தளத்திலுள்ள டிஸ்பென்சரிக்குப் போய் அதிலுள்ளவற்றை வாங்கி வருமாறு பணித்தாள். நான் அவனுடன் சேர்ந்துகொண் டேன். போகும்போதும் வரும்போதும் தன் குடும்பப் பெருமை களைப் பற்றி ஓயாமல் தம்பட்டமடித்தான். எல்லாமே அவ னுடைய கற்பனையாக இருக்க வேண்டுமென நினைத்தேன். சுலோ தனக்குப் பொருத்தமான மனைவி அல்ல என்பதையும் கருணாகரனின் நல்ல மனதுக்காக அவளைத் திருமணம் செய்துகொள்ளச் சம்மதித்தாகவும் சொன்னவன் இதையெல் லாம் சுலோவிடம் சொல்லிவிட வேண்டாம் எனக் கேட்டுக் கொண்டான். ஒரு பரிதாபமான ஜீவன் என அவனைப் பற்றி நினைத்துக்கொண்டேன். சாயந்திரமாவதற்குள் வந்திருந்த பார்வையாளர்களில் அநேகமாக எல்லோருமே விடைபெற்றுக் கொண்டு போயிருந்தார்கள். சுலோவின் கணவன் வீட்டிலுள்ள மாடு கன்றுகளைப் பற்றிக் கவலைப்படத் தொடங்கினான். "ஆளுக்காரனுகள நம்ப முடியாது" என்றான். நிறைமாத கர்ப்பிணியாக இருந்த சுலோவுக்கு மருத்துவமனை மிக அசௌகரியமான ஒன்றாக இருந்தது. ஆகக் கூட்டிக் கழித்துப் பார்த்தால் கருணாகரனுடன் முழு நேரமும் இருக்க விதிக்கப் பட்டவனாக நான் மட்டுமே எஞ்சியிருந்தேன். அடுத்த இரண்டு நாள்களுக்குப் பிறகு கருணாகரனைத் தீவிர சிகிச்சைப் பிரிவி லிருந்து சாதாரண வார்டுக்கு மாற்றும்வரை மூச்சுவிட முடிய வில்லை. பிறகு உடனடியாகத் தான் ஊருக்குப் போய்விட்டு வர வேண்டியிருக்கிறதெனச் சொல்லிவிட்டுப் புறப்பட ஆயத்த மானான் அவள் கணவன்.

"வேணும்னா போய் அம்மாவ அனுப்பறேன்" எனக் கோபம்கொண்ட சுலோவைச் சமாதானப்படுத்தினான். இரவு நோயாளியின் அறையில் இருந்த கூடுதல் படுக்கையில் சுலோவை விட்டுவிட்டு நான் கீழ்த்தளத்திலிருந்த பார்வையாளர் கூடத்தில் போடப்பட்டிருந்த நாற்காலிகளிலொன்றில் சாய்ந்து ஓய் வெடுத்துக்கொண்டிருந்தேன். நள்ளிரவுக்கு மேல் ஒரு தடவை யும் அதிகாலையில் மற்றொரு தடவையும் சுலோ அழைத்

தாள். முதல்முறை ஆய்வுக்கூடத்திலிருந்து பரிசோதனை முடிவு களைப் பெற்றுவருவதற்காகவும் மறுமுறை காபி வாங்கிவரு வதற்காகவும். எந்த மறுப்பும் இல்லாமல் அவளது கட்டளை களை நிறைவேற்றிக்கொண்டிருந்தேன். மறுநாள் காலையில் அவளுக்காகச் சிற்றுண்டி வாங்கிவரப் பணித்தவள் கொஞ்சம் பணத்தைக்கொடுத்து என் செலவுக்கு வைத்துக்கொள்ளச் சொன்னபோது நான் அதை வாங்க மறுத்தேன். அவள் கடுங்கோபம் கொண்டாள்.

“யாரும் எங்களுக்குச் சும்மா எதுவும் செய்ய வேண்டா” என்றாள்.

“நான் ஒண்ணும் கூலிக்காரன் இல்லெ” என வெடுக்கெனப் பதிலளித்தபோது அவள் நிமிர்ந்தாள்.

“யார் யார் என்னென்ன கூலி கேப்பாங்கன்னு தெரி யாமையா கெடக்குது?” எனச் சொல்லிவிட்டுக் கண்களை மூடிக்கொண்டாள். முற்றாகச் சிதறடிக்கப்பட்டவனாகப் பணத் தைப் பெற்றுக்கொண்டு வேகமாக அங்கிருந்து மறைந்தேன். தொலைபேசியில் சாரதாவுக்குப் பல நல்ல செய்திகளைச் சொல்ல முடிந்தது. கருணாகரனின் நிலை நம்பிக்கையூட்டும் விதத்தில் இல்லையெனச் சொன்னபோது “சீக்கிரம் போய்ச் சேந்துருவானா?” என வன்மம் தெறிக்கும் குரலில் கேட்டாள்.

“உடனடியா அதுக்கு வாய்ப்பில்ல. ஆனா இனி எந்துருச்சு நடமாடறது கஷ்டம். ஒரு பக்கம் செயலிழந்து போச்சு” என்றேன்.

“அப்பொ இனிமே பீயி மல்லெல்லா கட்டல்லதான்னு சொல்லு.”

நான் மௌனமாக இருந்தேன்.

“அவுனுக்கு உடனே சாவு வந்துரக் கூடாது. அவம் பண்ணுன பாவத்துக்கு ரண்டு மூணு வருஷத்துக்குக் கெடை யாக் கெடந்து மேலெல்லாப் புழுப்புழுத்துச் சாவோணு. எத்தன பேரு வாழ்க்கையக் கெடுத்துருப்பான். ஏழபாழகளக் கொள்ளையடிச்சுச் சேத்துன சொத்து நல்ல வழிலையா அழியப்போவுது பின்ன? என்னையாட்ட எத்தன பேரு சாப மிட்டுருப்பாங்கொ?” எனத் திடுக்கிடவைக்கும் வன்மத்துடன் சொன்னபோது அவளுக்கு மூச்சிரைத்தது.

கருணாகரனுக்குப் பல்வேறு பரிசோதனைகள் தேவைப் பட்டன. மருத்துவமனையின் பல்வேறு பிரிவுகளுக்கு அவனை அழைத்துச் செல்ல வேண்டியிருந்தது. படுக்கையிலிருந்து ஸ்ட்ரெச்சர்களுக்கும் ஸ்ட்ரெச்சர்களிலிருந்து சக்கர நாற்காலி

களுக்கும் சக்கர நாற்காலிகளிலிருந்து ஸ்கேனர்களுக்கும் அவனது உடலை மாற்றிக்கொண்டிருந்தோம். அவள் கணவனும் மாமியாரும் ஒருவர் மாற்றி ஒருவர் துணைக்கிருந்தார்கள். சுலோ தந்தைக்குத் துணையாக மருத்துவமனையிலேயே தங்கியிருந்தாள். இரண்டு மூன்று நாள்களுக்கொரு முறை நான் வீட்டுக்குப் போய்த் திரும்பிக்கொண்டிருந்தேன். அவளுடைய மாமியார் என்னை விரோத மனப்பான்மையுடன் பார்த்துக்கொண்டிருந்தாள். நான் என்ன சாதி எனக் கண்டுபிடிப்பதற்கும் எனக்கும் அவர்களுக்கும் என்ன தொடர்பு எனத் தெரிந்துகொள்வதற்கும் பல நுட்பமான கேள்விகளைக் கேட்டுக்கொண்டிருந்தாள். சுலோவிடமிருந்து தெளிவான பதில் கிடைக்காததால் என்னிடம் நேரடியாகவே கேட்டாள். என் தாத்தாவின் பெயரைச் சொன்னதும் அவள் முகம் தெளிவடைந்தது.

“அட நீ கொமர நாசுவம் பேரனாக்கு? சோசியஞ் சொல்லிக்கிட்டிருந்தானே? ஆம்பேரனா, பொம்பேரனா? கொமரெ இன்னொ இருக்கறானா? வயசாயிருக்கு.”

முதல்முறையாக அந்த வீட்டைச் சேர்ந்த ஒரு நபரால் அவமானப்படுத்தப்பட்டதுபோல் உணர்ந்தேன். என் முகம் சிவந்துகொண்டிருப்பதைச் சங்கடத்துடன் பார்த்துக்கொண்டிருந்தாள் சுலோ.

“உங்கம்மா நல்லாருக்கறாளா? செலம்பாதான அவ பேரு?”

“அது எங்க பெரியம்மா.”

“ஆமாமா உங்கம்மா பேரு முத்தா, இப்ப ஞாபகம் வருது போ. தெக்க மயில்ரங்கத்துக்குப் பக்கத்துல ஒடையாம்பாளையத்துலயோ நாச்சிபாளையத்துலயோ இருக்கறம்னு சொன்னா” பிறகு எங்களுடைய முழு வரலாற்றையும் நினைவுகூர்ந்தாள்.

“உங்கப்பெ கண்ணம்மாபுரத்துல வாத்தியாரா இருந்தப்ப எங்கூட்டுக்கு வருவே. நம்பக் கஷ்டப்பட்டுக்கிட்டிருப்பே. சாப்பாட்டுக்கே திண்டாட்டந்தே. எங்கப்பாரய்யந்தே மனசெளவி கொஞ்சொ ஒத்தாச பண்ணிக்கிட்டிருந்தாங்கொ. இப்ப என்ன பண்ணிக்கிட்டிருக்கறெ? இவிய பண்ணயத்துல இருக்கறயாக்கு?”

நான் அரசுப் பணியில் இருப்பதாகச் சொன்னபோது வியந்தாள்.

“தேவுலியா. அரச்சலூர் சினிமாக் கொட்டாயில முறுக்கு வித்துக்கிட்டிருந்தியல்லொ? நாம் பாத்துருக்கறெ. அதுக்கப்பறொ படிச்சியாக்கு?”

தாளமுடியாத அவமானத்தால் எனக்கு உடல்நடுங்கத் தொடங்கியது. ததும்பத் தொடங்கியிருந்த கண்ணீரைக் கட்டுப் படுத்திக்கொள்வதற்காக பாத்ரூமுக்குள் நுழைந்து முகத்தைக் கழுவிக் கண்களை அழுந்தத் துடைத்துக்கொண்டு வெளியே வந்தேன். சுலோ தணிந்த குரலில் தன் மாமியாரிடம் எதையோ சொல்லிக்கொண்டிருந்தாள். உடனடியாக அங்கிருந்து வெளி யேறினேன். வெதுவெதுப்பான அந்த நகரத்தின் நெரிசல் மிகுந்த சாலைகளிலும் ரயில் நிலையத்தின் தாழ்வாரங்களிலும் வெகு நேரம் சுற்றித் திரிந்தேன். பிறகு ஒரு சாராய விடுதிக்குள் நுழைந்து கொஞ்சம் விஸ்கி சாப்பிட்டுவிட்டு நகராட்சிப் பூங்காவினுள் அதன் மறைவிடங்களுக்குள் பதுங்கி ரகசிய முத்தங்களைப் பரிமாறிக்கொண்டிருந்த காதலர்களை வேடிக்கை பார்த்துக்கொண்டே யோசிக்கத் தொடங்கினேன். பழிதீர்க்கும் கற்பனைகளுடன் நுழைந்து கருணாகரனின் வீட்டுக்குள் ஒரு பரிதாபத்துக்குரிய, அவர்களது கருணையால் பிழைத்துக்கொண் டிருக்கும் பண்ணையாள்களில் ஒருவனாக இருந்துகொண்டிருக் கும் அபத்தம் தாளமுடியாததாயிருந்து. உடனடியாக மருத்துவ மனைக்குத் திரும்பி என் உடைகளை எடுத்துக்கொண்டு சொல் லாமல் கொள்ளாமல் ஓடிவிடத் தீர்மானித்து எழுந்தேன். தாவரங்களாலான பந்தலொன்றின் நிழலைக் கடந்தபோது பெருத்த முலைகளையுடைய ஒரு பகுதிநேர விபச்சாரி என்னை அழைத்தாள். அவளைப் பொருட்படுத்தாமல் கடந்துசெல்ல முயன்றபோது மிக மோசமான கெட்ட வார்த்தையொன்றை முணுமுணுத்தாள். முற்றாகக் குலைந்துவிட்ட மனத்தோடு மருத்துவமனையை நோக்கி நடந்தபோது அந்த முன்னாள் டிராக்டர் ஓட்டியைப் பார்த்தேன். கையில் ஒரு பெரிய பையை வைத்திருந்தான்.

"என்ன சார்? ரொம்ப டயாடா இருக்கறீங்களாட்ட இருக்குது" எனப் பரிவுடன் விசாரித்தான். நான் எதுவும் பேசாமல் நடந்தேன். தோல்வியுற்ற காதலனாகவும் அவமானப் படுத்தப்பட்ட ஜீவனாகவும் வெளியேறுவதைவிட அவர்களைப் பழிதீர்க்கலாம் எனத் தோன்றியது. சுலோவுடன் எனக்கிருந்த தொடர்புகளைப் பற்றி இந்த மனிதனிடம் பேசினால் என்ன எனக் குரூரமாகச் சிந்தித்தபடி நடந்தேன். சுலோ அயர்ந்து தூங்கிக்கொண்டிருந்தாள். பக்கத்து அறையைச் சேர்ந்த நடுத்தர வயதுப் பெண்ணொருத்தியுடன் பேசிக்கொண்டிருந்த அவ ளுடைய மாமியார் எங்களைக் கண்டதும் அவசர அவசரமாக விடைபெற்றுக்கொண்டு வந்தாள். வீட்டைப் பற்றியும் மாடு கன்றுகளைப் பற்றியும் கேட்டவள் என்னைப் பற்றித் தான் கண்டுபிடித்திருந்த ரகசியங்களை மகனுடன் உற்சாகமாகப் பகிர்ந்துகொள்ளத் தொடங்கினாள்.

“இதாருன்னு கேட்டயா சம்பு? நம்பு கொமர நாசுவம் பேரெ. தெரியாதாக்கு? நம்பூட்டுக்கு அஞ்சாறு தடவ வந்திருக் கறே. உனக்குச் சாதகமெழுதுனவெ.”

சுலோ பதற்றமடைந்தவளைப்போலத் தென்பட்டாள். குறுக்கிட்டு ஏதோ சொல்ல முயன்றாள். பிறகு பேச்சை மாற்றும் நோக்கத்துடனோ என்னவோ கருணாகரனின் உடல் நிலையைப் பற்றி டாக்டர் சொன்ன தகவல்களைத் தன் கணவனுக்குச் சொல்லத் தொடங்கினாள்.

“மூளைல ரத்தம் க்ளாட் ஆயிருக்குதுன்னு சொல்றாரு. ஆபரேஷன் பண்ணா எய்ட்டிப் பர்செண்ட் க்யூராக வாய்ப் பிருக்குதுன்னு சொல்றாரு. சக்சஸ் ஆகலைன்னா உயிருக்கு ஆபத்துன்னு சொல்றாரு. நா நீங்க வரட்டும்னு இருந்தெ.”

அந்த முன்னாள் டிராக்டர் ஓட்டி மலங்க மலங்க விழித்துக்கொண்டிருந்தான். பிறகு அவளே அறுவை சிகிச்சை வேண்டாம் எனச் சொல்லிவிடலாம் என்றாள்.

“கெடையாவே கெடந்தாலு இன்னொங் கொஞ்ச நாள் எங்கப்பாவ உசுரோட பாக்க முடியுமில்லையா? அது போது. ஆபரேஷன் பண்ணி எதாச்சுமொண்ணுன்னா எங்க குடும்ப மிருக்கற நெலைல நா என்ன செய்வெ?” எனத் தேம்பினாள். அவளுடைய தேம்புதலைக் கேட்டுக் கருணாகரன் விழித்துக் கொண்டு முனகினான். உடனே அவள் கண்களைத் துடைத்துக் கொண்டு அவனருகே சென்றாள்.

“எப்பத்தே டிஸ்சார்ஜ் பண்ணுவாங்களாமா?” என என் னிடம் கேட்டுக்கொண்டிருந்தான் அவள் கணவன். நான் அவனை அழைத்துக்கொண்டு வெளியே வந்தேன். மருத்துவ மனையை அடுத்திருந்த தியேட்டர் வாசலுக்கு வந்து கொஞ்ச நேரம் பேசிக்கொண்டிருந்தோம். அவன் வேடிக்கை பார்க்கத் தொடங்கியிருந்தான். அடுத்த இரண்டு நாள்களில் கருணாகரனை டிஸ்சார்ஜ் செய்து வீட்டுக்கு அழைத்துச் செல்ல முடிவு செய்திருந்தாள் சுலோ. பில் செட்டில் செய்வது, தேவையான மருந்து மாத்திரைகளையும் உடற்பயிற்சிக்கான கருவிகளையும் வாங்குவது என நான் அலைந்துகொண்டிருந்தேன். இது தொடர்பாக நானும் சுலோவும் பேசிக்கொள்ள நேர்ந்த ஒவ்வொரு தருணத்தையும் அவளது மாமியார் சங்கடத்துடன் கண்காணித்துக்கொண்டிருந்தாள். ஒரு கட்டத்தில் குறுக்கிட வும் செய்தாள். சுலோ என்னை சார் என மரியாதையாக அழைத்தது அவளுக்குப் பிடிக்கவில்லை, “அதென்ன சார், சார்னு. பேரச் சொல்லிக்கூப்புடு. அவனென்ன பெறத்தியா? நம்மூரு நாசுவப் பயந்தான? சாருன்னு கூப்புட்டா சாதி

92 நிழலின் தனிமை

சனொ என்ன நெனைக்கு?" என்றாள். நான் உடனடியாக அவளுக்குப் பதிலடி கொடுக்க முயன்றேன். சுலோ கண் களால் கெஞ்சிக்கொண்டிருந்தாள். பிறகு அவளே மாமியாரைக் கண்டித்தாள்.

"அதென்னுங்கத்தெ படிச்ச மனுஷங்கிட்டப் போயிச் சாதியக் காட்டிக்காட்டிப் பேசிக்கிட்டு. பேசாம இருக்கமாண் டீங்களாக்கு?" எனக் கடுமையான குரலில் எச்சரித்துவிட்டு என்னிடம் தன் மாமியாரின் நடத்தைக்காக வருத்தம் தெரிவித் தாள்.

"சாரி சார், அவுங்க பழைய ஆளு ..." என்றாள்.

பழிதீர்ப்பது பற்றிய அபத்தமான கற்பனைகளோடு அவளது மாமியாரின் குத்தல்களையும் சுலோவின் புறக்கணிப்பையும் சகித்துக்கொண்டேன். என் சுயமரியாதையைக் காப்பாற்றிக் கொள்ளும் பொருட்டு அந்த வீட்டில் எதையும் சாப்பிடுவதைத் தவிர்த்து வந்தேன். சுலோ தகப்பன் வீட்டிலேயே இருப்ப தெனத் தீர்மானித்திருந்தாள். அவள் கணவன் அவர்களுக்குச் சொந்தமாக இன்னும் எஞ்சியிருந்த நிலத்தை மேற்பார்வை யிட்டுக்கொண்டு அவளுடனேயே தங்கிவிட்டான். கருணாகரன் தன் நிலையைக் கொஞ்சம் கொஞ்சமாகப் புரிந்துகொள்ளவும் அதை ஏற்று வாழவும் பழகியிருந்தான். அவனால் மிகச் சிரமப்பட்டு ஓரிரு வார்த்தைகளைப் பேசவும் இடது கையின் உதவியால் சைகை செய்யவும் முடிந்திருந்தது. தன் அசைவு களுக்குப் பெரும்பாலும் சக்கர நாற்காலியை நம்பியிருந்த கருணாகரனின் மனைவிக்கு இது மிகப்பெரிய துக்கம். அந்த வீட்டில் என்மீது முழு நம்பிக்கை வைத்திருந்த ஒரே ஜீவனும் அவள்தான். அவன்மீதான பழியை மீறி நான் அவளுக்காகப் பரிதாபப்படத் தொடங்கியிருந்தேன்.

நீதிமன்ற விவகாரங்களை என் பொறுப்பில் எடுத்துக் கொண்டேன். நான் செய்த ஒவ்வொரு செலவுக்கும் அவளுடைய மாமியாரிடம் கணக்குக் கொடுத்துக்கொண்டிருந்தேன். அவள் வழக்கம்போல் என்னை அவமானப்படுத்திக்கொண்டிருந் தாள். சுலோ அதைப் பார்த்து மனம் புண்பட வேண்டும் என விரும்பினேன். அந்தக் கிழவி கருணாகரனின் எஞ்சியிருக்கும் சொத்துகளைக் காப்பாற்றுவதில் குறியாக இருந்தாள். தன் ஏமாளிப் புத்திரனுக்கு (அப்படித்தான் அவள் அவனைப் பற்றிக் குறிப்பிட்டாள். இது சுலோவைக் கடுமையாகப் புண்படுத்தும் ஒரு வசை என்பதை நான் தாமதமாகவே புரிந்துகொண்டேன்.) அது குறித்து நிறைய ஆலோசனைகளும் சொல்லிக்கொண்டிருந்தாள். கௌதமனை

வெளியே கொண்டுவர நாங்கள் எடுத்துவந்த முயற்சிகளை அவள் கேலிசெய்தாள். "போனதெல்லாம் போவுட்டு, இனி இருக்கறதக் காப்பாத்திக்கப் பாப்பொ" என அறிவுரை சொன்னாள்.

சுலோவுக்குத் துணையாக அவர்களுடைய நாவிதனின் மனைவியும் சுலோவின் சின்னம்மா முறையுள்ள பெண்ணும் இருந்தார்கள். இவர்களுக்கிடையே எந்த அடையாளமுமற்ற ஒரு நபராக எதற்கு அந்த வீட்டிலிருந்துகொண்டிருக்கிறேன் என்பது எனக்கே புதிராக இருந்தது. சுலோவுக்குப் பிரசவ நாள் நெருங்க நெருங்க எல்லோரது பதற்றமும் அதிகரித்துக் கொண்டிருந்தது. தன் சம்மந்தியின் குணத்தை அறிந்திருந்த கருணாகரனின் மனைவி என்னிடம் ஒரு கணிசமான தொகை யைக் கொடுத்து எல்லாச் செலவுகளையும் பார்த்துக்கொள் ளச் சொன்னாள். நான் அவளுக்கு ஒரு மீட்பனாகத் தெரிந்தேன். பிரசவத்துக்கு இரண்டு நாள்களுக்கு முன்னதாகவே சுலோவை ஒரு நல்ல தனியார் மருத்துவமனையில் சேர்த்தோம். அப்படி யும் அதன் தரத்தைக் குறித்து ஓயாமல் குறைபட்டுக்கொண் டாள் அவள் மாமியார். சம்மந்தி அவளையோ அவளது மகனையோ நம்பாமல்தான் என்னிடம் பணத்தைக்கொடுத் துச் செலவு செய்யச்சொல்லியிருக்கிறாள் என நினைத்தாள். அவளுக்கு ஏற்கனவே என்மீது இருந்துகொண்டிருந்த வன்மம் இதனால் பெருகியிருந்தது.

குழந்தை பிறந்த பிறகு மருத்துவமனைக்கு வந்த அந்தக் கிழவியின் சகோதரன் என்னைச் சந்தேகத்துடன் பார்த்தான். அவர்கள் என்ன பேசினார்களோ, குழந்தையை நேராகத் தன் வீட்டுக்கே எடுத்துக்கொண்டு போக வேண்டுமெனப் பிடிவாதம் பிடித்தாள் சுலோவின் மாமியார். அவளும் அவ ளுடைய சகோதரனும் சேர்ந்து அழகான அந்த ஆண் குழந்தை உண்மையில் தங்களுடைய குடும்பத்தின் சாயலைக்கொண் டிருக்கிறதா என்பதைக் குறித்து சந்தேகத்துடன் பேசிக்கொண் டிருந்ததைக் கேட்டு நான் திடுக்கிட்டுப் போனேன். அந்தக் கிழவியின் மனத்தில் விபரீதமானதொரு திட்டம் உருவாகிக் கொண்டிருப்பதாகத் தோன்றியது. நான் எச்சரிக்கையடைந் தேன். அன்று காலை முதல் வேளையாக மருத்துவமனையி லிருந்து விடைபெற்றுக்கொண்டுவிட வேண்டுமென முடி வெடுத்தேன். சுலோ கலவரம் படர்ந்த முகத்துடன் அதற்கு அனுமதித்தாள். நான் அவளுடைய தாயார் கொடுத்திருந்த பணத்தில் மீதமிருந்ததை அவளிடம் கொடுத்தேன். அதுநாள் வரையிலான செலவுகளுக்கான கணக்கு எழுதப்பட்ட ஒரு துண்டுச் சீட்டையும் நீட்டினேன். அவள் அதை வாங்கிக்

கொஞ்சமும் பொருட்படுத்தாமல் அங்கிருந்த மேசையின்மீது வைத்தாள். நான் எதிர்பார்த்ததைப்போலவே அவள் மாமியார் அதைப் பாய்ந்து எடுத்துக்கொண்டாள். எல்லோரது முன் னிலையிலும் அதைத் தன் சகோதரனிடம் கொடுத்துக் கணக்கைச் சரிபார்க்கச் சொன்னாள்.

“எதுக்கும் திட்டமாப் பாத்துக்கறது நல்லது. இந்தக் காலத்துல பெத்துப் பெறப்பயே நம்ப முடீல. பெறத்திய எப்பிடி நம்பறது? நாளைக்கு ஒரு சந்தேகம்னு வந்துதுனா அந்தப் பயனுக்குந்தே மனச்சங்கடொ” என்றாள். சுலோவின் உதடுகள் துடித்துக்கொண்டிருந்ததைப் பார்த்தபோது நான் மகிழ்ச்சியடைந்தேன். அவளுடைய சகோதரன் நான் எழுதி யிருந்தவற்றை மிகக் கவனமாகப் பார்த்தான். நிறையச் சந்தேகங் களை எழுப்பினான். நான் வாங்கியிருந்த ஒரு மருந்து பாட் டிலின் விலை குறித்துத் துளைத்துத் துளைத்து அவன் கேட்ட கேள்விகளைத் தாளமுடியாமல் அலமாரியிலிருந்த அந்தப் பாட்டிலை எடுத்து அவனிடம் கொடுத்துச் சரிபார்க்கச் சொன்னேன். லேபிளில் குறிக்கப்பட்டிருந்த விலையைத் துண்டுச் சீட்டில் நான் குறித்துக்கொடுத்திருந்த விலையோடு ஒப்பிட்டுப் பார்க்க முயன்றுகொண்டிருந்தான். நான் பொறுமையிழந்துகொண்டிருந்தேன். என் சுயமரியாதையைக் காப்பாற்றிக்கொள்வதற்காக ஏதாவது செய்ய வேண்டிய கட்டாயம் எனக்கு உருவாகிக்கொண்டிருந்தது. அவனது மற்றொரு கேள்வி அதற்குப் போதுமானதாக இருந்தது.

“சரி நா அவங்ககிட்டயே கணக்குக் காட்டிக்கறேன். சுலோ அந்த சீட்டக் குடு” என எழுந்து ஆத்திரத்துடன் அவளை நெருங்கினேன். அவர்களிருவருடன் சுலோவும் தாள முடியாத அதிர்ச்சிக்குள்ளாயிருந்தாள். இதற்கு முன் நான் ஒருபோதும் பிறர் முன்னிலையில் அவளை ஒருமையிலோ பெயர் சொல்லியோ அழைத்ததில்லை. “என்னடா அவ என்ன நாசுவத்தியாக்கு? பேரச் சொல்லி, அதிலீமு அரப் பேரச் சொல்லிக் கூப்படறே?” என என் முதுகுக்குப் பின்னா லிருந்து உரத்த குரலில் கத்தினாள் அவளது மாமியார். தாள முடியாதவனாய் அங்கிருந்து உடனடியாக வெளியேறத் தயா ரானேன். சுலோ விசும்பிக்கொண்டிருந்தாள்.

“இதுக்குத்தே அவனயெல்லா வெக்க வேண்டிய எடத்துல வெக்கோணுமுங்கறது. அப்பறொ நாலூடு செரச்சு எட்டூடு எரந்து குடிக்கற நாசுவனயெல்லா உள்ள உட்டுப் பொழங்கிக் கிட்டிருந்தா அவெ இதுமுங் கேப்பே, இன்னொண்ணுங் கேப்பே” என அவள் தொடர்ந்து என் ஆத்திரத்தைத் தூண்டி விட்டாள். நான் பொறுமையிழந்து கூச்சலிட்டேன்.

“நானென்ன உம்பட ஊட்டுக்கு அடப்பத்த எடுத்துக் கிட்டுச் செரைக்க வந்து நின்னனாக்கு?” என உரத்த குரலில் கேட்டுவிட்டு அந்த அறையிலிருந்து வெளியேறிக் கதவை அறைந்து சாத்தினேன். மருத்துவமனைப் பணியாளர்களில் இருவரும் ஒரு செவிலியும் பதற்றத்துடன் ஓடிவந்தனர். லிப்டைப் பயன்படுத்தாமல் தடதடவெனச் சத்தமெழுப்பிக் கொண்டு படிகளின் வழியே இறங்கி ஓடினேன். நான் தரைத் தளத்தை அடைந்தபோது அவளுடைய மாமியாரும் கணவனும் எனக்காகக் காத்திருந்தனர். அவளுடைய கையில் என் துணி மணிகள் அடங்கிய பை இருந்தது. என்னைப் பார்த்தவுடன் அதை கிட்டத்தட்ட முகத்தின் மேல் விசிறியடித்தாள்.

“இந்தாடா உம்பட சரக்கு? இந்தக் கெரவத்த எதுக்கு இங்க உட்டுட்டுப் போறே?” என்று என்னைப் பற்றி எரியச் செய்தாள். கட்டுப்பாட்டை முற்றாக இழந்திருந்த நான் பதிலுக்கு ஒரு காட்டமான வசைச் சொல்லைப் பிரயோ கித்துவிட்டுத் தரையில் சிதறிக்கிடந்த என் உடைகளைச் சேகரித்துக்கொண்டிருந்தேன். நான் கொஞ்சங்கூட எதிர் பாராதபடி அந்த முன்னாள் டிராக்டர் ஓட்டி பின்புறமிருந்து என்னைத் தாக்கினான். பிறகு எல்லோருமே கட்டுப்பாட்டை இழந்தோம். மருத்துவமனை ஊழியர்களும் கூச்ச சுபாவம் கொண்ட மருத்துவர்களும் எங்களைச் சூழ்ந்துகொள்ளத் தொடங்கியிருந்தனர். இருவரும் ஒருவர் மீதொருவர் வசை மாரி பொழிந்துகொண்டோம். என்னை அடியோடு நிதான மிழக்கச் செய்வதில் அவர்கள் வெற்றிபெற்றிருந்தனர். அப் போதுதான் நான் அவர்கள் எல்லோரது முன்னிலையிலும் எனக்கும் சுலோவுக்குமிருந்த தொடர்பைப் பற்றிச் சொன் னேன். அதை எதற்காகச் சொன்னேன் என்பதோ அப்போது நான் பயன்படுத்திய வார்த்தைகள் என்ன என்பதோ பிறகு எனக்கு அறவே நினைவில்லை. ஆனால் அந்தத் தருணத்தில் அவர்களால் எப்போதுமே மறக்க முடியாத மிகக்கொடிய வார்த்தைகளைப் பிரயோகித்திருந்தேன் என்பது மட்டும் நிச்சயம். எனது ஒரு வாக்கியத்தைக் கேட்டு அவர்கள் எல் லோருமே நிலைகுலைந்து போயிருந்தனர். தாளமுடியாத அவமானத்துடன் அங்கிருந்த ஒரு நாற்காலியில் சரிந்தான் சுலோவுடைய கணவன். அவனுடைய தாய் பெருங்குரலெடுத் துக் கத்தத்தொடங்கியிருந்தாள். அப்போது தொலைவிலிருந்து கேட்ட சுலோவின் உரத்த அழுகைதான் எனக்குச் சுய உணர்வை மீட்டெடுத்துக்கொள்ள உதவியிருந்தது. அது உண்மையில் சுலோவினுடைய குரல்தானா அல்லது நான் அப்படிக் கற்பனை செய்துகொண்டேனா எனவும் தெரிய வில்லை, ஆனால் உடனடியாக எல்லாவற்றையும் விட்டு விட்டுத் துரத்தப்பட்டதுபோல அங்கிருந்து வெளியேறினேன்.

யாரோ என்னைப் பின்தொடர்ந்துகொண்டிருப்பதாகவும் உரத்த குரலில் என் பெயரைச் சொல்லி அழைப்பதாகவும் நினைத்தேன். எதையும் பொருட்படுத்தாமல் சாக்கடை நாற்றம் நிரம்பிய குறுகலான தெருக்களின் வழியே வேகமாக நடந்து பேருந்து நிறுத்தமொன்றை அடைந்தேன். அதனருகே தென் பட்ட இரவு நேரக் கடையொன்றின் எண்ணெய்ப் பிசுக்கேறிய மரப் பெஞ்சில் உட்கார்ந்து தேநீருக்குச் சொல்லிவிட்டுப் பாக்கெட்டில் சில்லறையைத் தேடியபோதுதான் பர்ஸை மருத்துவமனையிலேயே வைத்துவிட்டு வந்திருந்ததை உணர்ந் தேன். ஆனால் பாக்கெட்டில் கொஞ்சம் சில்லறை இருந்ததால் டீக்கடைக்காரனிடம் அவமானப்படாமல் தப்பினேன். ஆனால் ஊருக்குத் திரும்பிச் செல்வதற்கான சொற்பத் தொகைகூட என்னிடம் அப்போது இல்லை. அந்த நகரத்தில் இருக்கும் என் நீண்டகால நண்பர்களைப் பற்றி யோசிக்கத் தொடங்கி னேன். மிக அருகில் என்னோடு முன்பு பணிபுரிந்துகொண் டிருந்த கண்காணிப்பாளர் ஒருவரது வீடு இருந்தது. ஆனால் அவரிடம் அந்த நேரத்தில் போய் உதவி கோருவது அவமான கரமானதாகத் தோன்றவே சற்று தொலைவில் மேன்ஷன் ஒன்றில் இருந்து வந்த ஸ்பின்னிங் மில் தொழிலாளியான என் பால்ய நண்பனொருவனைத் தேடிக்கொண்டு நடந்தேன். என் துரதிருஷ்டம் அவனுடைய அறை பூட்டப்பட்டிருந்தது. காவலாளி என்னை சந்தேகப் பார்வை பார்த்தான். வேறு வழியில்லாமல் அரை மணி நேரம் நடந்து பேருந்து நிலையத்தை அடைந்தேன்.

பயணிகள் கூட்டம் நிரம்பி வழிந்துகொண்டிருந்தது. சிமெண்ட் பெஞ்சுகளிலும் தரையிலும் மூட்டை முடிச்சுகளைத் தலைக்கு வைத்து முடங்கிக்கிடந்த எண்ணற்ற மனிதர்களுக் கிடையே ஒரு இடத்தைத் தேடி உட்கார்ந்துகொண்டு ஏதாவது அதிசயம் நிகழுமெனக் காத்துக்கொண்டிருந்தேன். சுலோவுக்கு என்னவாயிருக்கும் என யோசிக்க முற்பட்டேன். தோன்றிய கற்பனைகள் பயங்கரமாக இருந்தன. என்றென்றைக்குமாக மன்னிக்கப்பட முடியாதபடி நான் அவளை மிகக் குரூரமான விதத்தில் பழிதீர்த்திருப்பதாக நினைத்தேன். அந்தக் கிழவியும் அவளை லேசில் மன்னிக்க மாட்டாள். அவமானம் தாளாத வளாய்ச் சுலோ விபரீதமான முடிவுக்கு வந்திருந்தால்? எனக்கு வியர்த்துக்கொட்டத் தொடங்கியது. உள்ளுக்குள் நடுங்கிக் கொண்டே எழுந்து நடந்தேன். என் கால்கள் அனிச்சையாக மருத்துவமனையை நோக்கிச் சென்றன.

மருத்துவமனைக்கு எதிரே காலியாகக் கிடந்த நடை பாதையில் நின்றுகொண்டு உயரமான அந்தக் கட்டடத்தைப் பார்த்தேன். வரவேற்புக் கூடமும் டிஸ்பென்சரியுமிருந்த

தரைத்தளம் அமைதியாக இருந்தது. சுலோ அனுமதிக்கப்பட் டிருந்த மூன்றாம் தளத்தில் அநேகமாக எல்லா அறைகளிலும் விளக்குகள் எரிந்துகொண்டிருந்தன. சுலோவின் அறையைக் கண்டுபிடிக்கவும் அவளது நடமாட்டம் தென்படுகிறதா என அறிந்துகொள்ளவும் வெகு நேரம் முயன்றுகொண்டிருந்தேன். கண்கள் தீயாய் எரிந்துகொண்டிருந்தன. என் துணிமணி களடங்கிய பையைக் கேட்டுக்கொண்டு உள்ளே நுழைந்து விட்டால் என்ன என்றுகூட யோசித்தேன். ஆனால் அது நிலைமையை மேலும் சிக்கலாக்கும் எனத் தோன்றவே முடிவை மாற்றிக்கொண்டேன். பிறகு அதிகாலைவரை வேறு எதுவுமே செய்யத் தோன்றாமல் மூன்றாம் தளத்தின் ஜன்னல்களைக் கூர்ந்து பார்த்துக்கொண்டிருந்தேன். கொஞ்ச நேரம் நின்று கொண்டிருந்தவன் அங்கிருந்த விளக்குக் கம்பத்தின்மீது சாய்ந்து உட்கார்ந்தேன். சில வினாடிகளுக்குள் தூங்கியும் விட்டிருந் தேன். வெளிச்சம் படரத் தொடங்கியதும் யார் கண்ணிலாவது பட்டுவிட நேருமோ என்னும் பதற்றத்துடன் அங்கிருந்து கிளம்பினேன். விடிந்ததும் என் பால்ய நண்பனைச் சந்தித்துக் கொஞ்சம் பணம் பெற்றுக்கொண்டு திரும்பி முதல் வேலை யாய் ஒரு பொதுத்தொலைபேசியிலிருந்து மருத்துவமனைக்குப் போன் செய்தேன். வரவேற்பாளரிடம் சுலோவின் உறவினர் எனப் பொய் சொல்லி இணைப்பு வழங்குமாறு கேட்டேன். இணைப்புக் கிடைத்ததும் "ஹலோ"என்றாள் சுலோ. நான் மௌனமாக அதைக் கேட்டுக்கொண்டிருந்தேன்.

"ஹலோ யாரு?"

நல்லவேளையாக இன்னும் உயிரோடுதான் இருக்கிறாள். இணைப்பைத் துண்டித்துவிட்டுப் பேருந்து நிலையத்தை நோக்கி நடந்தபோது திடீரென மழை. குளிர்ந்த தூறல்களில் நனைந்த படி பேருந்து நிலையத்தை அடைந்து ஊருக்குச் செல்லும் பேருந்தில் ஏறி உட்கார்ந்தபோது மழை வலுவடைந்தது. ஒரு மணி நேரத்திற்குப் பிறகு வீடு வந்து சேர்ந்தபோது எங்களுடைய பழைய வீட்டின் ஒரு பக்கச் சுவர் இடிந்து விழுந்திருந்ததைப் பார்த்து அதிர்ச்சியடைந்தேன்.

"ரண்டு மூணு நாளா வீட்டுப் பக்கமே வராம எங்கண்ணா போயிருந்தே? நேத்து எங்கிருந்தோ ஒரு பாம்பு வந்திருச்சு. நா ரொம்ப பயந்திட்டேன். வாசல்லயே ரொம்ப நேரம் கெடந்துது. அப்புறம் மேவறத்துத் தோட்டத்து ரவி வந்து அடிச்சுது. அதுக்கப்பறொ மழ" என என்னைக் கண்டதும் அழத் தொடங்கியிருந்தாள் என் தங்கை. வீடு முற்றாக உருக் குலைந்து கிடந்தது. வீசிய காற்றுக்கு ஓடுகள் சில கீழே விழுந்து நொறுங்கியிருந்ததால் ஆசாரம் முழுக்கத் தண்ணீர்

தேங்கியிருந்தது. தாள முடியாத குற்ற உணர்வுடன் ஆசாரியாரைத் தேடிக்கொண்டு போனேன். அவர் இல்லாததால் வீட்டுக்குத் திரும்பி நானே ஏதாவது செய்ய முயன்றேன். தேங்கியிருந்த தண்ணீரைத் தங்கையின் உதவியுடன் இறைத்து வெளியேற்றிவிட்டுப் புறப்பட்டுப் பள்ளிக்குப் போனேன். கருணாகரனின் உடல்நிலை குறித்தும் கௌதமனின் அப்பீல் மனு குறித்தும் தலைமையாசிரியர் கேட்ட கேள்விகளுக்குச் சுருக்கமாகப் பதில் சொல்லிவிட்டு விடுப்பை நீட்டிக்கக் கோரும் விண்ணப்பமொன்றைக் கொடுத்துவிட்டுத் தலைமை அலுவலகத்திற்குப் போய் மாவட்டக் கல்வி அலுவலரை நேரடியாகச் சந்தித்து என் மாறுதல் விண்ணப்பத்தின்மீது உடனடியாக நடவடிக்கை எடுத்து உதவுமாறு கேட்டுக்கொண்டு திரும்பினேன். மறுநாள் தங்கையிடம் சொல்லாமல் அவளுடைய கணவன் வீட்டுக்குச் சென்று அவர்களுடன் சமாதானம் பேசிவிட்டு வந்தேன். வருங்கால வைப்பு நிதியிலிருந்து கிடைத்த கணிசமான கடன்தொகையைக் கொண்டு அவளுடைய நகைகளை மீட்டு அவளை அழைத்துக்கொண்டுபோய்க் கணவனிடம் விட்டுவிட்டுத் திரும்பினேன்.

எவ்வளவோ காலத்துக்குப் பிறகு மிகத் தனிமையானவனாக வீட்டில் இருந்தேன். எல்லாவற்றையும் அடியோடு மறந்துவிடுவதைக் குறித்தும் முற்றிலும் புதியதான ஒரு வாழ்க்கையைத் தேடுவது குறித்தும் யோசித்தபடியே நான்கைந்து நாள்களைக் கழித்தேன். வாரக்கடைசியில் மாவட்ட அலுவலகத்திற்கு மாறுதல் கிடைத்திருப்பதாகத் தகவல் வந்ததும் எல்லாவற்றிலிருந்தும் உண்மையாகவே விடுபட்டிருந்தேன். பணியில் சேர்ந்த கையோடு வீட்டை மாற்ற முடிவு செய்து தங்கையை வரவழைத்து எனக்குத் தேவையான மிகச் சொற்பமான பொருட்களைத் தவிர மற்ற எல்லாவற்றையும் கொடுத்தனுப்பிவிட்டுத் தலைநகரின் மையப்பகுதியிலிருந்த அடுக்குமாடிக் குடியிருப்பொன்றில் வாடகைக்கு ஒரு வீட்டைப் பிடித்து மிகச் சொற்பமான உடைமைகளுடனும் கொஞ்சம் புத்தகங்களுடனும் குடியேறினேன். செயலிழந்து போயிருந்த என் பழைய எம் – 80யை ஒரு காட்சிப் பொருளைப்போல தரைத்தளத்தில் சுவரோரம் சாய்த்து நிறுத்தினேன். பிறகு என்னைத் தீராமல் அலைக்கழித்துக்கொண்டிருந்த பழிதீர்ப்பது பற்றிய கற்பனைகளிலிருந்தும் சுலோவின் மீதான காதலிலிருந்தும் விடுபடுவதற்கான முயற்சிகளை மேற்கொள்ளத் தொடங்கினேன். புத்தகங்கள் வாசிக்கவும் என் பழைய நட்புகளை ஒவ்வொன்றாகப் புதுப்பித்துக்கொள்ளவும் அலுவலகப் பணிகளில் தீவிரமாக மூழ்கவும் முயன்றேன்.

○

நான் வசித்துவந்த அடுக்குமாடிக் குடியிருப்பில் பக்கத்து வீட்டுக்காரியாக அறிமுகமான சுகந்தியோடு மிகத் தற்செயலாக ஏற்பட்டிருந்த உறவு நெரிசல் மிகுந்த நகரவாழ்வை ஓரளவுக்குச் சகித்துக்கொள்ளத் தகுந்ததாக மாற்றியிருந்தது. நடுத்தர வயதைக் கடந்துகொண்டிருந்த சுகந்தியின் கணவன் சந்தையில் பழந்துணி விற்பனை செய்துகொண்டிருந்தான். செக்ஸ் கதைகளில் வருவது மாதிரி அந்த வீட்டுக்குக் குடி வந்த இரண்டு வாரங்களுக்குப் பிறகுக் கிட்டத்தட்ட மூன்றாவது சந்திப்பிலேயே அவளுடன் உடலுறவு கொண்டேன். அப்போது நான் அவளது பெயரைக்கூடச் சரியாகத் தெரிந்துகொண்டிருக்கவில்லை. ஏதோவொரு காரணத்துக்காக அவர்களது வீட்டுக்குப் போக நேர்ந்தபோது ஏற்பட்ட அந்தத் தொடர்பு பல மாதங்கள் – நான் மறுபடியும் சுலோவைச் சந்திக்கும் வரை – நீடித்துக்கொண்டிருந்தது.

தேவைப்படும்போதெல்லாம் சுகந்தியோடு படுக்க முடிந்தது. நெருக்கடியான தருணத்தில் எனக்குத் துணைபுரிவதற்காகவே பிறந்தவள் எனக் கொஞ்ச நாள்கள்வரை அவளைப் பற்றிக் கற்பனை செய்துகொண்டிருந்தேன். புணர்ச்சிகளின்போது அதை அவளுக்குச் சொல்லவும் செய்தேன். அவள் கேட்காத போதும் அவ்வப்போது அவளுக்குப் பணம் கொடுத்துக்கொண்டிருந்தேன். சேலை, கம்மல், பிரஷர் குக்கர், உள்பாவாடைகள், பிரேசியர்கள் என அவளுக்குப் பிடித்தமான பொருட்களை வாங்கிக்கொடுத்து அதன் மூலம் அவளது உடலின்மீது உரிமை கொண்டாடிக்கொண்டிருந்தேன்.

கொஞ்சம்கூடச் சிக்கலற்ற உறவாக அது இருந்தது. எங்களுக்கிடையேயான உறவின் ரகசியங்களை அவள் மிகச் சாதுர்யமான வழிகளில் பாதுகாக்கத் தெரிந்திருந்தாள். பொது இடங்களில் யாருடனாவது என்னை எதிர்கொள்ள நேரும் போது அவ்வளவாக அறிமுகமற்றவளைப்போலக் கடந்து செல்லப் பழகியிருந்தவள் படுக்கையில் பல சாகசங்களைப் புரிந்தாள். எந்தக் கூச்சமும் இல்லாமல் தன் முழு உடலையும் எனக்காகத் திறந்துவைத்துக்கொண்டிருந்த அவள்மீது காதல் கொண்டுவிடக் கூடாது என எச்சரிக்கையாக இருந்தேன். என் வாழ்வில் காதலுக்கு எப்போதுமே இடமிருந்ததில்லை யென நம்பத் தொடங்கினேன். அல்லது இனி ஒருபோதும் இடந்தரக் கூடாது எனத் தீர்மானித்துக்கொண்டேன். என்னைப் பற்றியும் சுலோவுடனான என் காதலைப் பற்றியும் அவளுக்கு மிகச் சொற்பமான தகவல்களையே சொல்லியிருந்தேன். தமிழ்த் திரைப்படங்களில் வருவதுபோன்றதொரு காதல் கதையாக அவள் அதைப் புரிந்துகொண்டிருந்தாள். கருணாகரனைப்

பற்றியோ சாராதாவைப் பற்றியோ எதுவுமே சொல்லவில்லை. அவளுக்கு அதில் என்ன பிடித்திருந்ததோ எல்லாவற்றையும் திரும்பத் திரும்பச் சொல்லச் சொல்லிக் கேட்டுக்கொண்டிருந் தாள். சுலோவைக் குறித்துப் பேசுவது எனக்குப் பிடித்தமான தொரு விஷயமாக இருக்கும் என அவள் கருதியிருந்ததாகத் தோன்றியது. நான் இன்னும் சுலோமீது காதல் கொண்டிருப்ப தாக அவள் சந்தேகித்தாள்.

"அவுங்ககூட செக்ஸ் வெச்சுக்கிட்டதில்லையா?"

"இல்ல."

"கிஸ் கோடவா குடுத்துக்கிட்டதில்ல."

"கிஸ் அடிச்சிருக்கோம்."

"எத்தன தடவ?"

"நெறையாத் தடவ."

"அதத் தவுத்து வேற ஒண்ணும் பண்ணுனதில்லையா?"

"இல்ல."

"மொலயக் கோடவா புடுச்சுப் பாத்ததில்ல?"

புணர்ச்சியின் போதுதான் எங்களுக்கிடையே இத்தகைய உரையாடல்கள் நடைபெற்றுக்கொண்டிருந்தன. அதைப் பற்றிப் பேசுவது அவளுக்கு அதிகக் கிளர்ச்சி தருவதாயிருக்கும் என நினைத்தேன். பிறகு கொஞ்சம் கொஞ்சமாக என் கதையின் மறைக்கப்பட்ட பகுதிகளை அவளுக்குச் சொல்லத் தொடங்கி யிருந்தேன். சுலோவை முதல்முதலாகக் கருணாகரனின் அலுவலக அறையில் முத்தமிட்டதைப் பற்றியோ -- உண்மை யில் அது அவளுடைய முத்தம் – கூடாரத்தில் அவளுடைய காதலின் பிங்க் நிற உடலைத் திறந்து அதை என் பழியால் நிரப்பிய முதல் புணர்ச்சியைப் பற்றியோ அவளுக்கு எதுவுமே சொல்லவில்லை. அவற்றை மிக அந்தரங்கமான, என் வாழ்வின் முக்கியமான அனுபவங்களாகக் கருதியிருந்தேனென நினைக் கிறேன். ஆனால் அவள் சுலோவை என் மனத்திலிருந்து முற்றாக அகற்றுவதற்கு மிக ரகசியமாக முயன்றுகொண்டிருந் தாள் என்பதை நான் மிகத் தாமதமாகவே தெரிந்துகொண் டேன். சுலோவின் சிறுமியினுடையதைப் போன்ற மெலிந்த உடலைக் காட்டிலும் தன் முதிர்ந்த உடல் எனக்கு அதிகம் திருப்தி தருவதாயிருக்கும் என அவள் நம்பியிருந்ததையும் என்னால் யூகிக்க முடிந்தது.

நான் அவளை விட்டுவிட்டுச் சுலோவைப் போன்ற இளம்பெண்ணின்மீது காதல் கொண்டுவிடுவேனோ என்ற பதற்றமும் அவளுக்கு இருந்துகொண்டிருந்தது. அதன் காரண மாகவோ என்னவோ என்மீதான தனது அக்கறைகளைப் புணர்ச்சிக்குமப்பால் விரித்துக்கொண்டு போனாள். என் துணிமணிகளைத் துவைத்துப் போட்டாள். ஞாயிற்றுக்கிழமை களில் எனக்குப் பிடித்தமான மாமிச உணவு வகைகளைச் சமைத்துக்கொண்டு வந்து தந்துகொண்டிருந்தவள் பிறகு என் உணவுத் தேவை முழுவதையும் கவனித்துக்கொள்ளத் தொடங்கி யிருந்தாள். அவளுடைய கணவனுக்குச் சந்தேகம் வந்துவிடக் கூடாது என்பதற்காக என்னிடமிருந்து உணவுக்கென ஒரு தொகையைப் பெற்று அவனிடம் தந்துகொண்டிருந்தாள். அவள் கணவன் என்னை ஒரு பேயிங் கெஸ்ட்டாக ஏற்றுக் கொண்டிருப்பதாகச் சொன்னாள். ஆனால் அவனுக்கு எங்கள் உறவின் முழுப் பரிமாணமும் தெரியும் என நினைத்தேன். என்னோடு வெளியே செல்வதற்கும் சுகந்திக்கு ஆசை இருந்தது. அவளுடைய வற்புறுத்தலை ஏற்று ஒருமுறை அவளைப் பழனிக்கு அழைத்துச் சென்றேன். கணவனும் மனைவியும் எனப் பொய் சொல்லி மலையடிவாரத்திலிருந்த ஒரு விடுதி யில் இரண்டு நாள்கள் தங்கினோம். நகரத்தின் மட்டமான தியேட்டரொன்றில் பழைய தமிழ்த் திரைக் காவியமொன்றைப் பார்த்தோம். கணவனுக்காகத் தன் வாழ்வின் சகலத்தையும் அர்ப்பணிக்கும் நாயகி துக்கம் தாங்காமல் கண்ணீர்விடும் ஒவ்வொரு தருணத்திலும் அவள் என் தோளில் சாய்ந்து கொண்டு தேம்பிக்கொண்டிருந்தாள். மற்ற நேரங்களில் என் மடியில் கவிழ்ந்து என் குறியைத் தடவிக்கொண்டிருந்தாள். நான் அவளுடைய முலைகளை வருடிக்கொண்டிருந்தேன். காதல்காட்சிகளின்போது இருவரும் முத்தமிட்டுக்கொண்டோம். பிறகு இரவு முழுவதும் கிளர்ச்சியூட்டும் விரசமான உரை யாடல்களுடன் புணர்ந்துகொண்டிருந்தோம். அதிகாலையில் குளித்துவிட்டு முந்தைய நாள் வாங்கிவைத்திருந்த புத்தாடை களை உடுத்துக்கொண்டு கோயிலுக்குப் போனோம். பிரசாதத் தட்டுகள் விற்பனை செய்யும் சில்லறை வியாபாரிகள், பூக்காரி கள், பக்தர்கள் எனத் தென்பட்ட எல்லோரும் எதற்காகவோ மூர்க்கமாகக் கூச்சலிட்டுக்கொண்டே இருந்தார்கள். குறுகலான கடைத்தெருக்களைக் கடந்து களைத்துப்போகாமலிருப்பதற் காக விஞ்ச் மூலம் சீக்கிரத்திலேயே கோயிலை அடைந்தோம். அவள் இரண்டு அர்ச்சனைச் சீட்டுக்களை வாங்கினாள். ஒன்று எனக்கும் அவளுக்கும். மற்றொன்று பழந்துணி விற்பனையாள னான அவளுடைய கணவனுக்கு.

அவளோடு வெளியே சுற்றிக்கொண்டிருந்தபோது தெரிந்தவர்கள் யாராவது தென்படுகிறார்களா எனக் கண்காணித்துக்கொண்டே இருந்தேன். அவள் தனக்கு அந்தப் பதற்றம் இல்லை என்பதுபோலக் காட்டிக்கொண்டாள். அது ஒரு அமாவாசை நாளாக இருந்ததால் சுலோ தன் கணவனுடனும் குழந்தையுடனும் அங்கே வந்திருப்பாளென அசட்டுத்தனமாகக் கற்பனை செய்துகொண்டேன். என் அலுவலக சகாக்களில் யாரையாவது எதிர்கொள்ள நேரிடுமோ என்னும் பதற்றமும் இருந்தது. தரிசனத்துக்காக வரிசையில் நின்றபோது அவள் ஞாபகமாக என் பிறந்த நட்சத்திரத்தைப் பற்றிக் கேட்டாள். அர்ச்சகரிடம் முதலில் என் பெயரையும் பிறகு அவளுடைய பெயரையும் சொன்னாள். முருகனின் ஒளிரும் உருவத்தைப் பார்த்துப் பயபக்தியுடன் கும்பிட்டுக்கொண்டிருந்தவளை நான் வைத்தகண் வாங்காமல் பார்த்துக்கொண்டிருந்தேன். அந்தத் தருணத்தில்தான் நான் உண்மையாகவே அவள்மீது காதல் வயப்படத் தொடங்கியிருந்தேன். அவளுடனான உறவைத் தக்கவைத்துக்கொள்வதைப் பற்றியும் நிரந்தரமாக அவளை எனக்குச் சொந்தமாக்கிக்கொள்வதைப் பற்றியும் யோசிக்கத் தொடங்கியதுகூட அப்போதாகத்தான் இருக்க வேண்டும். ஆனால் இரண்டு நாள்களுக்குப் பிறகு எந்தக் குறிப்பான காரணமுமில்லாமல் அந்த யோசனைகளைக் கைவிட்டேன்.

சாரதாவைச் சந்திப்பதையோ அவளுடன் தொலைபேசியில் உரையாடுவதையோ கூடியவரை தவிர்த்தேன். கருணாகரனுக்கும் அவனுடைய குடும்பத்தினருக்கும் ஏற்பட்டிருந்த துன்பங்கள் அவளுடைய பழி உணர்வை ஓரளவுக்கு மட்டுப்படுத்தியிருந்தன. எனினும் அவள் அவனை ஒருமுறையாவது நேரடியாகச் சந்திக்க வேண்டுமென விரும்பினாள். அவனது சிதைவின் முழுப் பரிமாணத்தையும் தன் பழிநிறைந்த கண்களால் பார்க்க விரும்பினாள். நான் அந்த வீட்டுக்குப் போவதை நிறுத்திக்கொண்டதைப் பற்றித் தெரிந்துகொண்ட பிறகு தனக்கு அதற்கான வாய்ப்பே இல்லை என்பதை அவள் புரிந்துகொண்டிருந்ததாகவே தோன்றியது. ஆனால் அவள் கருணாகரனைப் பற்றி யார் மூலமாகவாவது ரகசியமாய் விசாரித்துக்கொண்டிருப்பாள் என்றோ என்றாவது ஒருநாள் என் பெயரைச் சொல்லிக்கொண்டு தானே நேரடியாக அந்த வீட்டுக்குச் சென்று அவனைப் பார்க்க முற்படுவாள் என்றோ நான் நினைத்தேன். அது சம்மந்தமான பதற்றம் எனக்குக் கூடிக்கொண்டிருந்தது. என் தங்கை எப்போதாவது தன் கணவனுடன் என்னைப் பார்க்க வந்துகொண்டிருந்தாள். பெரும்பாலும் அலுவலக வளாகத்தோடு முடிந்துபோய்விட்ட அந்தச்

சந்திப்புகளில் அநேகமாக நாங்கள் எதையுமே பேசிக்கொண்ட தில்லை. ஒரேயொரு தருணத்தில் சுலோவைப் பற்றி அவ்வள வாக முக்கியத்துமற்ற ஒரு கேள்வியைக் கேட்டாள். நான் அதற்கு எந்தப் பதிலும் சொல்லவில்லை. சுலோவைக் கிட்டத் தட்ட மறந்துவிட்டிருந்தேனென்றுதான் சொல்ல வேண்டும்.

சுகந்தியைத் தக்கவைத்துக்கொள்வது மட்டுமே எனக்கு எல்லாவற்றையும்விட முக்கியமானதாக அப்போது தென் பட்டது. அவளது வீட்டுக்குள் அதன் ஒரு உறுப்பினரைப் போல இயல்பாக நடமாடிக்கொண்டிருந்தேன். வாரத்தில் குறைந்தபட்சம் இரண்டு இரவுகளையாவது அவளுடைய படுக்கையறையில் கழித்தேன். என்னிடமிருந்து அவ்வப்போது பெற்றுக்கொள்ள முடிந்திருந்த உதவிகளால் அந்தப் பழந்துணி வியாபாரி மனப்பூர்வமாக அவளை எனக்கு விட்டுக்கொடுத் திருந்தான். பேசிக்கொண்டிருங்கள் என எங்களிருவரையும் தனிமையில் விட்டுவிட்டு வெளியே செல்வதற்கு அவன் அதிகத் தயக்கம் காட்டியதுமில்லை. இது என்ன வகையான புரிதல் எனத் தெரியாமல் நான் குழம்பினேன்.

அவன் இருக்கும்போதே சுகந்தி என்னிடம் அதிக உரிமை யெடுத்துக்கொள்ளத் தொடங்கியிருந்தாள். அவன் பாத்ரூமுக்குச் செல்லும்போது கிடைக்கும் சிறிய இடைவெளிகளில் அவள் என்னை இறுக அணைத்து மின்னல் வேகத்தில் என் உதடு களைக் கவ்வி விடுவிப்பாள். இரவுகளில் மூவரும் ஒரே வரிசை யில் படுத்திருப்போம். விளக்குகளை அணைத்தவுடனேயே அவனிடமிருந்து குறட்டைச் சத்தம் வரத் தொங்கிவிடும். அவள் எந்தத் தயக்கமுமில்லாமல் எனக்குப் பக்கத்தில் வந்து விடுவாள். எங்களது புணர்ச்சியின் சத்தங்களை அவன் கேட்டுக் கொண்டிருப்பதாக நினைத்துக்கொள்வேன். அவள் எப்போதும் போலத் தன் எல்லா உடைகளையும் களைந்துவிடுவாள். மிகத் தணிந்த குரலில் பேசவும் செய்வாள். என்றாவது ஒருநாள் அந்தப் பழந்துணி வியாபாரி திடீரென எழுந்து விளக்கைப் போடப்போகிறான் எனவும் அப்போது இந்த விளையாட்டு மிக அவமானகரமான முறையில் முடிவுக்கு வரும் எனவும் நான் நினைத்தேன். அப்படியொரு முடிவை எதிர்பார்த்துக் கொண்டிருந்ததோடு உள்ளூர அதை விரும்பவும் செய்தேன். ஆனால் அப்படி எதுவுமே நடக்கவில்லை. எந்தக் குறுக்கீடுமற்ற தாக அந்த உறவும் அதன் போதையும் நீடித்துக்கொண்டிருந்தது. சில தருணங்களில் தாளமுடியாத குற்ற உணர்வுக்கும் சுய அருவருப்புக்கும் உள்ளாகிவிடுவேன். எந்தக் கருணாகரனை நான் தீமையின் உருவகமாக நினைத்திருந்தேனோ யாரைப் பழிதீர்ப்பதற்காக முப்பது வருடங்களாக ஒரு கெட்ட ஆவியைப்

போல அலைந்து திரிந்தேனோ அந்தக் கருணாகரனைப்போல் ஆகிவிட்டதாக, பார்க்கப்போனால் தார்மீகரீதியில் அவனை விட மோசமாக வீழ்ச்சியடைந்துவிட்டதாக நினைப்பேன். ஆனால் காமத்தின் போதையூட்டும் அற்புதமான கனிகளை எனக்குப் புசிக்கக் கொடுத்துக்கொண்டிருந்த சுகந்தியின் கதகதப்பான உடலைத் தீண்டும்போது நான் அவற்றிலிருந்து முற்றாக விடுபட்டுவிடுவேன்.

ஆனால் சுலோ மறுபடியும் குறுக்கிட்டாள்.

அவளைக் கடைசியாகச் சந்தித்துக் கிட்டத்தட்ட இரண்டு வருடங்களுக்குப் பிறகு நான் கருணாகரனின் நாவிதனைச் சந்தித்தேன். அன்றைய இரவுக்கான பாட்டிலொன்றை வாங்கிக் கொண்டு மதுக்கடையிலிருந்து திரும்பிக்கொண்டிருந்தபோது மணிக்கூண்டு அருகே அவன் எதிரில் வந்தான். என்னைக் கண்டவுடன் ஓடிவந்து கைகளைப் பற்றிக்கொண்டான்.

“பாத்து எத்தன நாளாச்சு? எப்பிடியிருக்கறீங்க சார்?”

திடீரென மனத்தை நிரப்பத்தொடங்கியிருந்த பழைய நினைவுகளின் சுமை தாளாமல் அவனை அழைத்துக்கொண்டு சற்றுத் தொலைவிலிருந்த ஹோட்டல் ஒன்றுக்கு சென்றேன். நடந்துகொண்டிருந்தபோதே கருணாகரனைப் பற்றிப் பேசத் தொடங்கியிருந்தான். “சொல்லாமக் கொள்ளாமப் போயிட்டீங்களே, கவண்டருகோட எதாவது மனஸ்தாபமுங்களா?” எனக் கேட்டவன் ஹோட்டல் வாசலில் நின்று என்னைக் கூர்ந்து பார்த்தான். நான் தற்போது எங்கே வேலை செய்கிறேன் எனக் கேட்டவன் என் தங்கையைப் பற்றியும் விசாரித்தான். அவள் தன் புகுந்த வீட்டுக்குத் திரும்பிவிட்டாள் எனச் சொன்னதற்கு, “தேவுலீங்க சார், எப்பிடியோ அந்த ஆண்டவெங் கண்ணெத் தொறந்துட்டான்னு சொல்லுங்கொ” எனச் சந்தோஷப்பட்டான். பிறகு மறுபடியும் கருணாகரனைப் பற்றிப் பேசத் தொடங்கினான். “ஒண்ணுமில்லாமப் போயிட்டாங்க சார். மனசுட்டாங்கொ. சின்னக் கவண்டருக்கு வேற ஆயுள் உறுதியாயிருச்சுங்களா, அந்தக் கவலையே அவுங்களக் கெடைல தள்ளிப்புடுச்சு. சொத்துப் பத்தெல்லா மாயமாப் போச்சு. வக்கீலுக்குக் குடுத்தாங்களா டாக்டருக்குக் குடுத்தாங்களான்னு தெரிலீங் சார். நெறையாக் கடனிருந்துருக்குமாட்ட இருக்குது. காருக் கீரு, வண்டி கிண்டி அல்லாத்தையுங் குடுத்துப்புட்டாங்கொ. இப்ப ஒண்ணுமே இல்லீங் சார். ஒரு டீவியெஸ் பிப்டி நிக்குது. கடைக்குங்கிடைக்கும் போறதுக்கு அதுதே ஆவுது. பாவம்ங்க சார். நாள எண்ணிக்கிட்டிருக்கறாங்கொ. ஏனுங் சார், ஒரு தடவ வந்து பாத்துட்டு வரலாமல்லவுங்கொ?

என்னதே மனஸ்தாபமிருக்குட்டு, உங்குகிட்ட அத்தன பிரியமா இருந்தாங்களே. சொந்த பந்தந்தேங் கையுட்டுப்புடுச்சு. அவுங்கள் ளாந்தே என்ன பண்ணுவாங்கொ? கொண்ணது நம்பு சின்னக் கவுண்டரு. செத்துப் போனவிய அவுங்க பங்காளியூட்டுப் பசங்கொ. கொண்ணவங்க பக்கொ நிப்பாங்களா, செத்தவிய பக்கொ நிப்பாங்களா? அதுதே வென. கெடக்குட்டு ஒருக்கா வந்துட்டு வாங்கொ" என மூச்சுவிடாமல் பேசிக்கொண்டிருந்த வன் குளிர்ந்துபோயிருந்த காபியை ஒரே மடக்கில் வாயில் ஊற்றிக்கொண்டு சுலோவைப் பற்றிப் பேச்செடுத்தான். "சின்னக் கவுண்டச்சிதே அப்பப்ப வந்து பாத்துட்டுப் போயிக்கிட்டிருக் கறாங்கொ. கைக்கொளந்தய வெச்சுக்குட்டு அவுங்குளு நம்பச் சீரழிஞ்சுக்குட்டிருக்கறாங்கொ. பத்தாததுக்கு எதோ பள்ளிக் கோடத்துல டீச்சர் வேலைக்குச் சேந்துட்டாங்களாட்ட இருக்குது. சனிக்கெழம ஞாயித்துக் கெழமையானா வரு வாங்கொ. அதுக்குமு அவிய மாமியாத்தா உடறதில்லையாட்ட இருக்குதுங் சார், போன வாரெ அதவெச்சுப் பெரிய சண்ட வந்துருச்சுங்களா. நா எங்கப்பனப் போயிப் பாக்கறதெ ஆருந் தடுக்க முடியாது, வெச்சுப் பொளைக்கறதுனாப் பொளெ, இல்லெ எம்போக்குல போறெமுன்னு தாலியக் கழட்டி வீசீட் டாங்களா. பெரிய கவுண்ச்சிகிட்டச் சொல்லிக்கிட்டு அப்பிடி அழுதாங்கொ. எனத்தச் சொல்றது போங்கொ. ஆருட்ட சாபமோ காணா அந்தக் குடும்பத்தையே ஒண்ணுமில்லாமப் பண்ணிப்புடுச்சு" எனப் பெருமூச்சு விட்டான்.

"சுலோச்சனா டீச்சரா வேல பாக்குதா? அப்பிடியென்ன கஷ்டம்?"

"வீட்ல இருக்க முடிலீயாட்ட இருக்குதுங்க சார். மாமியாத்தா நொண பேசிக்கிட்டே இருக்குதுன்னாங்கொ. அவீகிட்ட இருந்து காலந் தள்ளறது சின்னக் காரியமில்லீங்க சார். தெரிஞ்சுதேங் குடுத்தாங்கொ. நெல தாழ்ந்துக்கங்காட்டி வேற வழியில்லாமப் போச்சு. சின்னக் கவுண்டரு மேல கொலப் பழி வராம இருந்திருந்தா இத்தன சீரெழுவில்லெ. அத வெச்சுப் பங்கும் பங்காளியெல்லாஞ் சேந்து கச்சி கட்டி ஒதுக்கியுட்டுப்புட்டாங்கொ."

பிறகு அவன் பேசியவற்றிலிருந்து சுலோ பணிபுரியும் பள்ளி எது எனத் தெரிந்துகொள்ள முயன்றேன். அவனுக்குச் சொல்லத் தெரியவில்லை. ஆனால் அப்பள்ளி அமைந்துள்ள ஊரின் பெயரைச் சொன்னான். நான் அதை நம்ப முடியாமல் திணறினேன். பதற்றத்துடன் அவனிடமிருந்து சீக்கிரத்தில் விடைபெற்றேன். நகரத் தெருக்களில் இலக்கில்லாமல் சுற்றி யலைந்துகொண்டிருந்துவிட்டுக் கிட்டத்தட்ட நள்ளிரவில்

தான் திரும்பினேன். படிகளில் சத்தமின்றிக் காலெடுத்து வைத்து வீட்டையடைந்து கதவைத் திறந்துகொண்டிருந்த போதே வந்து நின்றாள் சுகந்தி. தூக்கக் கலக்கம் நிரம்பிய கண்களைத் தேய்த்துக்கொண்டே சாப்பிட வருமாறு அழைத் தாள். நான் அலுவலக நண்பர்களுடன் வெளியே போயிருந்த தாகவும் அங்கேயே சாப்பிட்டுவிட்டு வந்துவிட்டதாகவும் சொல்லிவிட்டுக் கதவைத் தாளிட்டுக்கொண்டேன்.

அந்தக் கோபத்தைக் காலையில் காட்டினாள். வழக்க மாக எனக்கு வெகுநேரம் முன்னதாகவே எழுந்து காபி போட்டுக்கொண்டு வந்து கதவைப் பிறாண்டுபவள் அன்று எட்டு மணிவரை வெளியே வரவில்லை. பழந்துணி மூட்டை களுடன் தன் கணவனை வெளியேற்றுவதற்காகக் கதவைத் திறந்தவள் உடனடியாக இழுத்துச் சாத்திக்கொண்டாள். வழக்கத்தைவிட ஒரு மணி நேரம் முன்னதாகவே நானும் புறப்பட்டிருந்தேன். கதவை இழுத்தபோது உருவான கிறீச் சலைக்கேட்டு அவசர அவசரமாகக் வெளியே வந்தவள் என்னை உள்ளே வருமாறு கரகரத்த குரலில் அழைத்தாள். என்றுமில்லாத தயக்கத்துடன் நான் அந்த வீட்டுக்குள் நுழைந் தேன். உடனே கதவைச் சாத்தித் தாளிட்டவள் முலைகள் அழுந்தக் கட்டிப் பிடித்துக்கொண்டு அழுதாள். நான் திகைத்துப் போனேன். பிறகு மிகச் சிரமப்பட்டு விடுவித்துக்கொண்டு நாற்காலியில் உட்கார்ந்தேன். அவள் என் தொடைமீது உட்கார்ந்து கழுத்தைக் கட்டிக்கொண்டாள். அவளுடைய உதடுகளிலிருந்து வீசிய கொத்தமல்லி வாடையைச் சுவாசிக்கப் பிடிக்காமல் தலையைச் சாய்த்து அவள் சொல்வதைக் கேட்டுக் கொண்டிருந்தேன். நேற்று நான் சரியாகப் பேசாமலும் வீட்டுக்கு வராமலும் போய்விட்டதால் இரவு சாப்பிடவே இல்லை யென்றவள் தன்மீது ஏதாவது கோபமா என உதட்டைச் சுழித்துக்கொண்டு கேட்டாள். நான் எதையோ சொன்னேன். பிறகு சாப்பிடச் சொல்லி வற்புறுத்தினாள். “காபிகூடக் கொடுக்காம விட்டுட்டேன்” என எழுந்து சமையலறைக்குப் போனாள். நான் மாவட்டக் கல்வி அலுவலருடன் ஒரு ஆய்வுக்குப் போக வேண்டியிருப்பதால் உடனடியாகப் புறப்பட வேண்டியிருக்கிறது எனப் பதற்றமுற்றிருப்பவனைப் போன்ற பாவனையுடன் சொல்லிக்கொண்டே எழுந்தேன். அவள் திடுக்கிட்டுப் போனாள். “சரி ஒரு முத்தமாவது கொடுத்துட்டுப் போங்க” என வந்து மேலே சாய்ந்தாள். என்றுமே இல்லாத வெறுப்புடன் அவளது உதடுகளைக் கவ்வி விடுவித்துவிட்டு எழுந்தேன். கதவைத் திறந்தபோது “சாயந்திரம் வந்துருவீங் கள்ள?” என விம்மினாள்.

"இல்ல ரண்டு மூணு நாளாகும்" என உடனடியாகத் தோன்றியதைச் சொன்னேன்.

"ரண்டு மூணு நாளாகுமா?" என ஒருவிதமாகக் கேட்டுப் பெருமூச்சு விட்டாள். நான் கண்டுகொள்ளாமல் வெளியே வந்தேன்.

சுலோ பணிபுரியும் பள்ளியைக் கண்டுபிடித்து எப்படி யாவது அவளைப் பார்த்துவிட வேண்டுமென நேற்றிரவே தீர்மானித்திருந்ததால் ஆட்டோ ஒன்றைப் பிடித்து நேராகப் பேருந்து நிலையத்தை அடைந்தேன். நேற்றைய சந்திப்பின் போது கருணாகரனின் நாவிதன் அந்த ஊரின் பெயரைச் சொன்னபோது நான் திகைத்துப்போனேன். முப்பது வருடங் களுக்கு முன்னால் கருணாகரன் எந்த ஊரிலிருந்து கந்துக்கடை நடத்திக்கொண்டிருந்தானோ அதே ஊரில், கிட்டத்தட்ட இரண்டாண்டுகளுக்கு முன்னால் என் பழிதீர்க்கும் இந்தக் கதைக்குக் காவியத்தன்மைகொண்ட தொடக்கத்தை அளிப்பதற் காக எங்கிருந்து நான் அவனுக்கு மிரட்டல் கடிதத்தை அனுப்பி யிருந்தேனோ அங்கே அவனுடைய மகளைத் தேடியலையும் அபத்தமான நிலைக்குத் தள்ளப்பட்டிருந்தேன். கணக்குப் போட்டுப் பார்த்தால் இந்த இரண்டு மூன்று வருடங்களில் இந்த ஊருக்கு வந்திருப்பது இது மூன்றாவது முறை. சாரதா தனது பழியையும் என் சூளுரையையும் நினைவூட்டுவதற்காக இரண்டாவது முறையாக என்னை இங்கே அழைத்து வந்திருந் தாள். இப்போது எதனாலோ பேருந்து நிறுத்தத்தில் கூட்டம் நிரம்பி வழிந்துகொண்டிருந்தது. நான் குழம்பினேன். காய்கறி களும் பழவகைகளும் நிரப்பப்பட்ட கூடைகளுடன் நின்று கொண்டிருந்த விவசாயிகளைப் பார்த்தபோதுதான் அது ஒரு சந்தை நாள் என்பதை உணர்ந்தேன். ஒரு வகையில் அது நல்லதாகத் தோன்றியது. யாருடைய கண்ணிலும் தீவிர மாகப் பட்டுவிடாமலிருக்கவும் தனித்துத் தென்படாமல் இருக்க வும் அது உதவுமென நினைத்தேன்.

காலையுமல்லாத மாலையுமல்லாத ஒரு இரண்டுங்கெட் டான் நேரத்தில் வந்திறங்கியிருந்தேன். சுலோவைப் பார்க்க வேண்டுமென்றால் ஒன்று அவள் பணிபுரியும் பள்ளியைக் கண்டுபிடித்து நேராக அங்கேயே போக வேண்டும். அல்லது பள்ளி நேரம் முடியும்வரை காத்திருந்து பேருந்து நிறுத்தத் திலோ வழியில் எங்காவதோ சந்திக்க முயல வேண்டும். இது எதுவுமே சாத்தியமானதாகத் தோன்றாதபோதும் நான் அங்கே வந்து நின்றேன். சுலோ முறையான ஆசிரியர் பயிற்சி பெற்றவள் அல்ல என்பதால் ஏதாவதொரு தனியார் ஆங்கிலப் பள்ளியில்தான் பணிபுரிந்துகொண்டிருக்க வேண்டுமெனத்

தீர்மானித்து இந்த ஊரில் அப்படிப்பட்ட பள்ளிகள் எவை யெவை இருக்கின்றன என இரண்டு மூன்று பேரிடம் விசாரித் தேன். ஊரின் மையப் பகுதியில் ஒன்றும் கடைக்கோடியில் ஒன்றுமாக இரண்டு மெட்ரிக்குலேஷன் பள்ளிகள் அங்கே இருந்தன. ஒரு நர்சரிப் பள்ளியும் இருந்தது. முப்பது வருடங் களுக்கு முன்னர் நான் முறுக்கு விற்றுப் பிழைத்த டெண்ட் கொட்டகை இருந்த அதே இடத்தில் இயங்கிக்கொண்டிருந்த அந்த நர்சரிப் பள்ளிக்குத்தான் முதலில் சென்றேன். ஆஸ்பெஸ் டாஸ் தகடுகளாலான கூரையைக்கொண்ட ஒரு சிறிய கட்ட டத்துக்குள் இருபது இருபத்தைந்து குழந்தைகள் விளையாடிக் கொண்டிருந்தனர். பள்ளியின் முதல்வரென அடையாளம் காட்டப்பட்ட வயதான பெண் ஒருவரிடம் ஒரு அட்மிஷன் தொடர்பாகப் பேச வேண்டுமெனச் சொல்லி அனுமதிபெற்று உள்ளே சென்றேன். அவளோடு பதினெட்டு வயது மதிக்கத்தக்க ஒரு மிஸ் இருந்தாள். மிரட்சியான பாவனைகளுடன் என்னைப் பார்த்துக்கொண்டிருந்த அவளுக்குச் சுலோவைப் பற்றி ஏதாவது தெரிந்திருக்கக்கூடுமா என யோசித்தேன். பிறகு அங்கிருந்து கிளம்பி ஊரின் மையப் பகுதியிலிருந்த மெட்ரிக்குலேஷன் பள்ளிக்குப் போனேன். அதன் அலுவலகப் பணியாளர்கள் எனக்கு முன்பே அறிமுகமானவர்களாக இருந்ததால் அந்த ஊருக்கு ஒரு வேலையாக வந்ததாகவும் சும்மா அவர்களைப் பார்ப்பதற்காக வந்ததாகவும் சொல்லிவிட்டு அலுவலக அறை யில் கொஞ்ச நேரம் உட்கார்ந்திருந்தேன். அலுவலக அறைக்கு வந்து போய்க்கொண்டிருந்த ஆசிரியைகளுக்கிடையே சுலோ தென்படுவாளா எனத் தேடிக்கொண்டிருந்தேன். எல்லா ஆசிரியைகளும் ஒரே மாதிரியான புடவைகளை உடுத்தியிருந்த னர். முதல்வரைத் தவிர மற்ற எல்லோரும் ஏறத்தாழ சம வயதினராய்த் தென்பட்டனர். சற்று நேரம் கூர்ந்து பார்த்துக் கொண்டிருந்தால் எல்லோரும் ஒரே சாயலையுடைவர்களாக வுங்கூடத் தென்படுவார்கள் எனத் தோன்றியது. சுலோ ஏதாவதொரு வகுப்பறையில் இருப்பாள் என நினைத்தேன். அவளது பார்வையில் படமுடிந்தால் ஒரு சந்திப்பு சாத்தியப் படும் எனத் தோன்றவே அலுவலக ஊழியரிடம் பாத்ரூமுக்குப் போக வேண்டுமெனச் சொல்லி வழி கேட்டுக்கொண்டு வகுப்பறைகளினூடாக நடந்துவிட்டு வந்தேன். வகுப்பறைகள் நம்ப முடியாத அமைதியுடன் விளங்கின. தேர்வுகள் நடந்து கொண்டிருக்கலாம் என யூகித்தேன். பிறகு திடீரென எல்லா வற்றின் மீது தாளமுடியாத வெறுப்பு மூண்டது. உடனடியாக அங்கிருந்து வெளியேறினேன்.

ஊருக்கு வெளியே மற்றுமொரு புகழ்பெற்ற ஆங்கிலப் பள்ளி இருப்பது தெரிந்திருந்தாலும் அங்கே போக வேண்டா

மென முடிவெடுத்தேன். சந்தைக்கு எதிரே இருந்த பேக்கரிக்குள் நுழைந்து ஒரு வடையும் டீயும் சாப்பிட்டுவிட்டுப் புகைபிடித்த படி வருவோர் போவோரை வேடிக்கை பார்க்கத் தொடங்கி னேன். இந்த இரண்டு வருடங்களில் அடையாளம் தெரியாமல் கிட்டத்தட்ட ஒரு சிறு நகரமாக மாறிவிட்டிருந்த அந்த ஊரின் கடைத்தெருவைப் பார்த்து வியந்தேன். சந்தையின் வாயிலில் கூர்ந்த விழிகளுடன் நின்றுகொண்டிருந்த கந்துக்காரர்களைப் பார்த்தபோதுதான் எனக்குத் தவறான இடத்துக்கு வந்து சேர்ந்து விடவில்லையென்னும் நம்பிக்கை ஏற்பட்டது. அப்போது எனக்குக் கருணாகரனின் நினைவு வந்தது. அவன் இந்த நுழைவாயிலின் – அப்போது நுழைவாயில் என்று எதுவும் இருந்திருக்கவில்லை – வலப்புறத்தில் அப்போது அங்கே இருந்த சோடாக் கடையின் முன்னால் நின்றுகொண்டிருப்பான். இப்போது அந்த இடத்தில் ஒரு வளையல் கடை இருந்தது. கருணாகரன் நின்றுகொண்டிருந்த இடத்தில் இப்போது ஒல்லி யான இளைஞன் ஒருவன் நின்றுகொண்டிருந்தான். ஸ்டாண்ட் போட்டு நிறுத்தப்பட்டிருந்த மொபட் ஒன்றின்மீது கைகளை ஊன்றி நின்றுகொண்டு போவோர் வருவோரைக் கூர்ந்து பார்த்துக்கொண்டிருந்த இந்த இளைஞனுங்கூட ஒரு கந்துக் கடைக்காரனாகவே இருக்க வேண்டுமென நினைத்தேன். கருணாகரனின் கையிலிருந்ததுபோலவே இவனது கையிலும் ஒரு சிறிய குறிப்பேடு இருந்தது. அவனைப்போலவே இந்த இளைஞனும் அதை ஓயாமல் புரட்டிப் புரட்டிப் பார்த்துக் கொண்டிருந்தான். கருணாகரன் பணத்தைத் தன் அண்டர்வேர் பாக்கெட்டில் வைத்திருப்பான். இவன் ஒரு சிறிய ஹேண்ட் பேக்கை வைத்திருந்தான். கருணாகரனைப் போலல்லாமல் இவனும் அப்பாவியான தோற்றம் கொண்டவனாக இருந்தான். கருணாகரன் முரட்டுத்தனமான உடல்வாகைக் கொண்டிருந் தான். இப்போதைய நினைவைக்கொண்டு சொன்னால் அவனுக்கு அப்போது இருபத்து மூன்று இருபத்து நான்கு வயதிருந்திருக்கலாம். அடர்த்தியான ரோமங்களையுடைய முறுக்கப்பட்ட மீசையுடன் சிற்பத்துக்காகக் குடைந்தெடுக்கப் பட்ட ஒரு பாறைபோல் நிற்பான். அப்போது நான் அந்தச் சந்தையில் சோடா, கலர் விற்றுக்கொண்டிருந்தேன். சந்தை நாள்களின்போது கருணாகரன் நாளொன்றுக்கு இரண்டு தடவை என்னிடமிருந்து சோடா வாங்குவான். அவற்றை அவன் ஒருபோதும் குடித்ததில்லை. பாதியைக்கொண்டு வாய் கொப்பளிப்பான். மற்றொரு பாதியில் முகம் கழுவிக்கொள் வான். காசுகொடுக்க முரண்டு பண்ணுவான். “இதென்னெ சோடாவாடா? கொஞ்சங்கோட கேஸே இல்லெ. வெறுந் தண்ணிய நப்பிக் குடுத்தானாடா உங்கு மொதலாளி? நா

அவங்கிட்டக் குடுத்துக்கறெம் போ" எனப் பேச்சை முறித்துக் கொள்வான். நான் கிட்டத்தட்ட அழத் தொடங்கிவிடுவேன். பிறகு சாயந்திரம் அவனாக அழைத்துத் தந்துவிடுவான். இது எனக்குப் பழகிப் போயிருந்தாலும் ஒவ்வொருமுறையும் அவன் எங்கே காசு தராமல் போய்விடுவானோ எனப் பயந்துகொண் டிருப்பேன்.

கடனைத் திருப்பித் தராமல் இழுத்தடிப்பவர்களைத் தேடிக் கண்டுபிடித்து ஒரு இரையைப் போலப் பற்றித் தரதர வென இழுத்துக்கொண்டு வந்து சோடாக்கடை வாசலில் நிறுத்தி அப்பெரும் ஜனத்திரளுக்குள் கண்ணுக்குத் தெரியாத ஒரு கூண்டை உருவாக்கி அதற்குள் அடைத்து வைத்துவிடு வான். "வாங்குன பணத்தெ வட்டியோட எண்ணி வெச்சுப் புட்டு அப்பறமா இந்த எடத்த உட்டுப் போ" என எச்சரித்து விட்டு அவன் மற்ற வேலைகளைப் பார்க்கப் போய்விடுவான். அந்த வாய்ப்பைப் பயன்படுத்திக்கொண்டு தப்பிச் செல்ல முற்படுபவர்களைக் கடுமையாகத் தாக்குவான். அவன் பயன் படுத்தும் கெட்ட வார்த்தைகள் காதுகொடுத்துக் கேட்க முடியாத அளவுக்கு அருவருப்பானவையாயும் பயங்கரமானவையாயு மிருக்கும். நியாயம் சொல்ல வருபவர்களைக் கொஞ்சங்கூட மதிக்கமாட்டான். "அப்பிடியெல்லாம் பாத்தாத் தொழில் நடத்த முடியாதுங் மாமா. நீங்க இதுல தலையிடாதீங்க. வேணும்னா பொண்டாட்டி புள்ள தெறமா இருந்தாக் கொண் டாந்துட்டுப்புட்டு அப்பறொ எந்துருச்சுப் போவச் சொல் லுங்கொ" என முகத்திலடித்தாற்போலப் பேசுவான். ஆனாலும் அவன் எல்லோருக்கும் கடன் கொடுத்துக்கொண்டுதான் இருந்தான். சந்தை நாளுக்குப் பிறகு ஊருக்குள் வரும்போது மிக நல்லவிதமாக நடந்துகொள்வான். கருணை மிகுந்த மனித னாக ஒவ்வொரு தெருவுக்கும்போய் நின்றுகொண்டு கேட்பவர் களுக்கெல்லாம் கடன் கொடுப்பான்.

அம்மா அவனிடமிருந்து நிறையக் கடன் வாங்கியிருந்தாள். கடனை வசூலிக்க வரும்போது வீட்டுக்குள் வந்து உட்கார்ந்து கொள்வான். சாரதா அப்போது ஒன்பதாவதோ பத்தாவதோ படித்துக்கொண்டிருந்தாள். அவன் வரும்போது அம்மா ஏதோ வொரு காரணத்தைச் சொல்லி அவளை யாருடைய வீட்டுக் காவது அனுப்பிவிடுவாள். எனினும் அவள் அவனது கண்களில் பட்டுக்கொண்டுதான் இருந்தாள். வீட்டில் அப்போது ஏதேதோ நடந்துகொண்டிருந்தது. ஏதேதோ. எல்லாவற்றையும் அறிந்து கொள்வதற்கான வாய்ப்போ எதையும் முழுமையாகப் புரிந்து கொள்வதற்கான திறனோ எனக்கு இருந்திருக்கவில்லை. அந்தக் காலங்களில் நான் வீட்டிலிருந்த தருணங்கள் மிகக் குறைவு. அப்போதைய என் அன்றாடங்களும் நெருக்கடியானவை.

சினிமாக் கொட்டகைக் கேண்டீனில் வேலைக்குச் சேர்ந்த ஒரே ஆண்டில் என் மூளை ஒரு அலாரம் டைம்பீஸாக மாறி யிருந்தது. மாலை நாலு இருபதுக்குப் பள்ளியின் இறுதி மணி ஒலிக்கும் சத்தம் காதில் விழுந்த நாற்பத்து ஐந்தாவது நொடி யில் நான் பள்ளியின் இரும்பு கேட்டைக் அடைந்திருப்பேன். பள்ளிக்கூடத்துக்கும் வீட்டுக்குமிடையேயான அரை மைல் தூரத்தைப் பத்தே நிமிடங்களில் கடந்து சரியாக நாலு முப்பதுக்கு வீட்டை அடைவேன். கை, கால்களை அலம்பிக்கொள்ள ஐந்திலிருந்து ஏழு நிமிடங்கள்வரை ஆகும். பிறகு வீட்டுப்பாடங் களை எழுதுவதற்கு இருபத்து மூன்றிலிருந்து இருபத்தைந்து நிமிடங்கள். வீட்டுக்கு அருகிலிருந்த தொடக்கப்பள்ளியில் மூன்றாவதோ நான்காவதோ படித்துக்கொண்டிருந்த என் தங்கை அதற்குப் பத்து நிமிடங்கள் முன்னதாகவோ பின்ன தாகவோ வந்து சேர்வாள். அப்பா வீட்டுக்குள் நுழையும்போது என் மூளையிலிருந்த டைம்பீஸில் மணி ஐந்து இருபதாக இருக்கும். பத்து நிமிடங்கள்வரை அப்பா அநேகமாக யாரிட மும் எதுவும் பேசமாட்டார். நடு வீட்டில் பாயை விரித்துப் போட்டுக் கைகளைத் தலைக்குக் கீழே மடக்கி வைத்துக்கொண்டு ஏழு அல்லது எட்டு நிமிடங்கள்வரை படுத்திருப்பார். பிறகு மிகத் தணிந்த குரலில், “அம்மா எங்க போயிட்டா?” எனக் கேட்பார். அப்படிக் கேட்பதற்கும் என்னிடமிருந்தோ தங்கை யிடமிருந்தோ அதற்கான பதிலைப் பெற்றுக்கொள்வதற்கும் அவருக்கு ஒரு நிமிடம் ஆகும். முப்பது நொடிகள்வரை அமைதியாக இருப்பார். பிறகு எழுந்து வாசலில் போய் நின்றுகொண்டு எதிர்ப்புறம் இருக்கும் குறுகலான தெருவை அங்கு ஒளிந்திருக்கும் மர்மமான யாரோ ஒருவரைக் கண்டு பிடிக்க முற்படுபவரைப்போலக் கிட்டத்தட்ட மூன்று நிமிடங் கள்வரை வெறித்துக்கொண்டு நிற்பார். அதற்குப் பிறகு தான் படுத்திருந்த பாயைச் சுருட்டி எடுத்துக்கொண்டு வந்து வாசலில் விரிக்கும்படி தங்கைக்கு ஆணையிடுவார். தங்கை அதற்கு இரண்டு நிமிடங்களை எடுத்துக்கொள்வாள். அப்பா ஒரு நிமிடம்வரை பொறுமையாக இருந்துவிட்டுச் சற்றே கோப மான குரலில், “ஏய் தெண்டக் கழுத பாயக் கொண்டுக்குட்டு வந்து வாசல்ல போடுன்னு ஒரு மணி நேரமாக் கத்திக்கிட் டிருக்கறெ. அங்க என்ன பண்ணிக்கிட்டிருக்கறே?” எனச் சத்தம் போடுவார். தங்கை பாயைச் சுருட்டி எடுத்துக்கொண்டு வந்து வாசலில் விரித்தவுடன் அப்பா என்னைப் பார்ப்பார். நான் எனது நோட்டுப் புத்தகங்களை மடக்கிப் பைக்குள் திணித்துவிட்டு வீட்டுக்குள் போய் விடியற்காலையில் அணைத்து வைக்கப்பட்ட அரிக்கேன் விளக்கையும் மண்ணெண்ணெய்ப் பாட்டிலையும் எடுத்துக்கொண்டு வந்து பாயில் வைப்பேன்.

தங்கை கொஞ்சம் அடுப்புச் சாம்பலைக் அள்ளிக்கொண்டு வருவாள். பிறகு பாயில் சம்மணமிட்டு உட்கார்ந்துகொண்டு மிகக் கவனமாக அரிக்கேனின் கரிப்புகை படர்ந்த சிமிழைக் கழற்றி அதற்குள் சிறிதளவு சாம்பலை நிரப்பி ஒரு கந்தல் துணியால் அதைவிடக் கவனமாகச் சுத்தம் செய்வார். நானும் தங்கையும் இரண்டடி தள்ளி நின்றுகொண்டு அது உடைந்து விடக்கூடுமோ என்னும் பதற்றத்துடன் வேடிக்கை பார்த்துக் கொண்டிருப்போம். சிம்னியைச் சுத்தம் செய்யவும் மண்ணெண் ணெயை நிரப்பவும் அவருக்குப் பத்து நிமிடங்கள் பிடிக்கும். பிறகு அதை எடுத்து ஆசாரத்தில் வைக்கும்படி சொல்லிவிட்டு எழுந்து வெற்றுடம்பில் ஒரு துண்டைப் போர்த்துக்கொண்டு எங்கேயோ செல்வார்.

நான் உடனடியாக எழுந்து அவருக்கு எதிர்த்திசையில் நடந்து மூன்று நிமிடங்களில் வாய்க்காலை அடைவேன். வாய்க்கால் கரையில் இருக்கும் பனங்கருக்குகளுக்குள் மலம் கழிப்பதற்காக நாலு நிமிடங்கள் உட்காருவேன். அநேகமாக அப்போதுதான் ஒரு கரிக்குருவி ஜோடி அங்குள்ள திருகு கள்ளி வேலியில் வந்து உட்காரும். மலம் கழித்தபடியே தம் இரண்டாகப் பிளக்கப்பட்டது போன்ற வாலை அசைத்து அசைத்துக் கள்ளிகளின்மீது அவை தத்தித்திரிவதை வேடிக்கை பார்ப்பேன். வேலியில் தென்படும் ஓணானோ தேன்சிட்டோ நாசுவன் குருவியோ என் கவனத்தை ஈர்க்கும்போது என் மூளையில் இருந்த டைம்பீசில் நாலு நிமிடங்கள் முடிந்திருக் கும். பிறகு அவசர அவசரமாக எழுவேன். வாய்க்கால் நீரில் கால் கழுவும்போது சளப் சளப்பெனத் துள்ளிக்கொண்டு வரும் கெண்டைகளை முப்பதிலிருந்து நாற்பத்தைந்து நொடிகள் வரை பார்த்துக்கொண்டிருப்பேன். கோவணத்தைக் கட்டிக் கொண்டு வாய்க்காலுக்குள் குதித்துக் கரைகளுக்கிடையேயும் நீரோட்டத்திற்கு எதிராகவும் அதன் போக்கிலும் நீந்திக் களித்துக்கிடக்கும்போது நேரம் கடந்துவிட்டதற்கான அறிகுறி யாக டைம்பீஸ் அலறும். பிறகு அவசரஅவசரமாக மேடேறி டிராயரை மாட்டிக்கொண்டு வீட்டுக்கு வருவேன். அப்போது நேரம் மிகத்துல்லியமாக ஆறு மணியாக இருக்கும். சாரதா டைப்ரைட்டிங் கிளாசிலிருந்து வீட்டுக்குத் திரும்பியிருப்பாள். அப்பா பாயில் சம்மணமிட்டு உட்கார்ந்தபடி தங்கைக்குப் பாடம் சொல்லிக்கொடுத்துக்கொண்டிருப்பார். அல்லது அம்மாவைக் கடுமையாக விமர்சித்துக்கொண்டிருப்பார். அல்லது அம்மாவின் வசைகளைத் தன் விரியத் திறந்த செவி களுக்குள் வாங்கிக்கொண்டு சுவரில் சாய்ந்தபடி மௌனமாக உட்கார்ந்திருப்பார். அல்லது பாலில்லாத காபியைக் குடித்துக் கொண்டிருப்பார். அல்லது நூலகத்திலிருந்து கொண்டுவந்

திருந்த அன்றைய காலைச் செய்தித்தாளைப் படித்துக்கொண் டிருப்பார். சாரதா அம்மாவுக்குத் துணையாகச் சமையல் வேலையில் ஈடுபட்டிருப்பாள். அல்லது பாத்திரம் தேய்த்துக் கொண்டிருப்பாள். அல்லது சேந்து கிணற்றுக்குப் போயிருப் பாள். அல்லது வீட்டுக்குப் பின்புறம் சப்பட்டைக் கல்லில் துணி துவைத்துக்கொண்டிருப்பாள். அல்லது ஏதாவதொரு மறைவிடத்தில் நின்று எங்கள் பள்ளியில் பதினொன்றாம் வகுப்புப் படித்துக்கொண்டிருந்த ஆசாரியார் வீட்டுத் தண்ட பாணியுடன் பேசிக்கொண்டிருப்பாள். நானோ அல்லது வேறு யாருமோ அதைக் கவனிக்க நேர்ந்துவிட்டால் பதற்றத் துடன் வீட்டுக்கு ஓடி வந்துவிடுவாள். தண்டபாணி சத்தமில் லாமல் அங்கிருந்து மறைந்துவிடுவான். சில தருணங்களில் அப்பாவோ அம்மாவோ அவளைக் கடுமையாக விமர்சித்துக் கொண்டிருப்பார்கள். அப்போதெல்லாம் அவள் கைகளைப் பின்புறம் கட்டிச் சுவரில் சாய்ந்து நின்றபடி மௌனமாகக் கண்ணீர் உகுத்துக்கொண்டிருப்பாள்.

ஒரே ஒரு தருணத்தில் இது தலைகீழாக நடந்ததையும் நான் பார்த்தேன். அப்போது அம்மாவும் சாரதாவும் அடுப்படி யில் உட்கார்ந்திருந்தனர். சாரதா உரத்த குரலில் கத்திக்கொண் டிருந்தாள். அவள் தன் கையில் ஒரு விறகுக் கட்டையை ஏந்திப் பிடித்திருந்தாள். அம்மா தரையில் மண்டியிட்டு உட்கார்ந்து அவளை அண்ணாந்து பார்த்து மன்றாடிக்கொண்டிருந்தாள். அது ஒரு மன்னிப்புக்கோரல்போல் தென்பட்டது. அம்மா மிகப் பயந்து போயிருந்தாள். சாரதாவின் கண்களில் நீர் நிரம்பித் தளும்பிக்கொண்டிருந்தது. தளும்பத்தளும்ப தன் தாவணியால் அதை ஒற்றியெடுத்தபடியே கத்திக்கொண்டிருந் தாள். நான் உள்ளே நுழைந்ததும் இருவரும் திடீரென மௌன மானார்கள். முப்பது நொடிகளுக்குப் பிறகு அப்பா அங்கே வந்தார். அவரைப் பார்த்தவுடன் சாரதா தன் கையிலிருந்த விறகுக் கட்டையைக் கீழே போட்டுவிட்டுத் தாவிச்சென்று அவரது மார்பின்மீது விழுந்தாள். அப்பா அவளைத் தன் நடுங்கும் கைகளால் அணைத்துக்கொண்டதையும் சாரதா முன்னெப்போதுமே பார்த்திராதபடி வீறிட்டுக் கதறியதையும் நான் அதிர்ச்சியுடன் பார்த்துக்கொண்டு நின்றேன். பிறகு அப்பா சாரதாவை அவசர அவசரமாகக் கிட்டத்தட்டத் தள்ளிவிட்டுவிட்டு என்னை நோக்கித் திரும்பினார், “உனக்கு நேரமாகலியாப்பா? மணி ஆறே காலாச்சு, ரெக்கார்டு போட் டுட்டாங்க பாரு” என்றார். பிறகு நான் என்னை அந்தச் சூழலிலிருந்து மீட்டுக்கொண்டு அது என்ன பாட்டு எனக் கூர்ந்து கேட்க முயன்றேன். “இன்பமே உந்தன் பேர் பெண் மையோ” என்னும் இதயக்கனிப் படப்பாட்டு அதன் நடுப்பகுதி

114 நிழலின் தனிமை

யைக் கடந்துகொண்டிருந்தது. "பஞ்சணை வேண்டுமோ?" எனத் தொடங்கும் வரி. துல்லியமாகச் சொல்ல வேண்டுமென்றால் அது ஆறாவது ரெக்கார்டு. நான் உடனடியாக என் மூளையில் நேரத்தைப் பார்த்தேன். வழக்கமாக நான் புறப்படும் நேரத்திலிருந்து பதினெட்டு நிமிடங்கள் கடந்திருந்தன. இந்தத் தாமதத்தை கேண்டீன் முதலாளியோ அவரது மகள் காந்திமதியோ மன்னிக்க மாட்டார்கள் என்பதை நினைத்தபோது எனக்கு வியர்த்துக்கொட்டத் தொடங்கியது. "இவ்வளவு நேரமாடா?" எனக் காந்திமதி தன் கூர்மையான எலும்புகளையுடைய முட்டியைக்கொண்டு என் மண்டையில் குட்டுவாள். கேண்டீன் முதலாளி அதைப் பார்த்துச் சிரிப்பார். டீ மாஸ்டருக்கும் சிரிப்பு வரும். ஆனால் முதலாளியின் முன்னால் சிரிப்பது மரியாதைக் குறைவானது என நினைத்தோ என்னவோ வெறுமனே புன்னகைத்துக்கொள்வார். இந்தக் கற்பனை தோன்றியதும் அம்மா தயாரித்து வைத்திருந்த பாலில்லாத காபியைக் கூடக் குடிக்காமல் உடனடியாகப் புறப்பட்டுவிட்டேன். மிக வேகமாக நடந்து வழக்கமான நேரத்தைவிடப் பதினாறு நிமிடங்கள் தாமதமாகச் சினிமாக் கொட்டகையை அடைந்தேன். மற்ற பையன்கள் ஏற்கனவே தம் தட்டுகளில் முறுக்குச் சரங்களையும் மிக்சர் பொட்டலங்களையும் அடுக்கிக்கொண்டு கொட்டகைக்குள் நுழைந்திருந்தனர். டிக்கெட் கொடுக்கத் தொடங்கிச் சில நிமிடங்கள் கடந்திருந்ததால் ஏழெட்டுப் பார்வையாளர்கள் கேண்டீன் முன்பு குழுமியிருந்தனர். மாஸ்டர் டீ ஆற்றிக்கொண்டிருந்தார். பார்த்தவுடன் வேகமாக ஓடிவந்து ஒரு முக்கியமான கடமையை நிறைவேற்றுபவளைப்போல என் மண்டையில் குட்டிய காந்திமதி அதற்குப் பிறகு நேரே கல்லாவில் போய் நின்றுகொண்டாள். மண்டையைத் தேய்த்துக் கொண்டே கேண்டீனுக்குள் நுழைந்து அவசர அவசரமாக என் கூடையைத் தேடியெடுத்து எனக்காக ஒதுக்கிவைக்கப் பட்டிருந்த முறுக்குச் சரங்களைப் பிரித்துத் தட்டில் அடுக்கிக் கொண்டு உள்ளே நுழைந்து தரையில் அப்போதுதான் குழுமத் தொடங்கியிருந்த பெண்களுக்கிடையே நடந்தபடி "மிச்சர், முறுக்கேய்" எனக் கத்தத் தொடங்கினேன். இப்படி அந்த நாள் பதினாறு நிமிடங்கள் தாமதமாகத் தொடங்கியது. அன்றைய வியாபாரமும்கூட மிக மோசமாகவே இருந்தது. அநேகமாகப் பெண்கள் யாருமே முறுக்கு வாங்கவில்லை. இடைவேளையின் போது ஆண்கள் தரையில் ஐந்து டீயும் ஒரு பாட்டில் கலரும் விற்பனையாயிற்று.

இரண்டு காட்சிகளுக்கும் சேர்த்து வெறும் எண்பது பைசாவைக் கமிஷனாகப் பெற்றுக்கொண்டு பசித்த வயிறுடன் அதிகாலை இரண்டு மணிக்கு வீட்டுக்கு வந்தேன். அன்று

எங்களுக்குக் கொடுப்பதற்குக் கேண்டீனில் போண்டாவோ பஜ்ஜியோ மீதமாகியிருக்கவில்லை. இரண்டாவது ஆட்டத்தின் இடைவேளை நேரத்திலேயே பால் தீர்ந்திருந்ததால் படம் விடுவதற்கு ஒரு மணி நேரம் முன்னதாகவே பாத்திரங்களைக் கழுவி முடித்திருந்தேன். "இன்னைக்கு உனக்கு டீக்கோட இல்லாமப் போச்சாடா?" எனச் சிரித்துக்கொண்டே கேட்டு விட்டுப் போயிருந்தார் மாஸ்டர். ஆனால் புறப்படும்போது காந்திமதி எனக்குக் கொஞ்சம் வறுக்கித் துகள்களும் நொறுங்கிப் போன முறுக்குத் துண்டுகளும் கொடுத்தாள். அதைச் சாப்பிட்ட படியே நடந்தேன். அப்போது அன்றைய மாலை வீட்டில் நடந்த சம்பவங்களைப் பற்றி நினைத்தேன். அது துரதிர்ஷ்டத் தால் பீடிக்கப்பட்ட நாள் என்பதை அப்போதுதான் உணர்ந் தேன். அநேகமாக அன்றைய பகலில்தான் நானும் சாரதாவும் கருணாகரனின் கந்துக்கடைக்குப் போயிருந்திருப்போம் என நினைக்கிறேன்.

துரதிர்ஷ்டம் பிடித்த அந்த நாளில் அம்மா கருணாகர னின் கந்துக்கடைக்குப் போய்க் கொஞ்சம் பணம் வாங்கிக் கொண்டு வரச்சொல்லி எனக்குக் கட்டளையிட்டிருந்தாள். அது ஒரு விடுமுறை நாளாக இருந்ததால் வெள்ளைப் பிள்ளையார் கோயில் திடலில் நண்பர்களுடன் கொஞ்ச நேரம் பம்பரம் விளையாடிக்கொண்டிருந்துவிட்டு மிகத் தாமத மாக நான் அவனது கந்துக்கடையை நோக்கி நடந்துகொண் டிருந்தேன். அப்போது சாரதா தன் தோழியின் வீட்டிலிருந்து திரும்பிக்கொண்டிருந்தாள். சந்தைப்பேட்டை நுழைவாயிலில் இருவரும் சந்தித்துக்கொண்டோம். நான் வெறுமனே ஊர்சுற்றிக் கொண்டிருப்பதாக நினைத்தவள் தன்னுடன் வீட்டுக்குத் திரும்பும்படி அழைத்தாள். ஒரு நோட்டுப் புத்தகம் வாங்குவதற் காக என் வகுப்புத் தோழனான வின்சென்ட்டைப் பார்க்க வேண்டியிருக்கிறது எனப் பொய்சொல்லிவிட்டு நான் நடந் தேன். எந்தக் காரணமுமில்லாமல் அவள் என்னைப் பின் தொடர்ந்தாள். அவளை எப்படித் தவிர்ப்பது எனத் தெரியாமல் நான் குழம்பினேன். கடைசியில் போஸ்ட் ஆபீஸ் வாசலில் அவளைக் காத்திருக்கச் சொல்லிவிட்டு நான் கந்துக்கடை மாடியில் ஏற முற்பட்டபோது காரணமேயில்லாமல் அவளும் சேர்ந்துகொண்டாள். சாரதா அங்கு வருவாள் எனக் கருணாகரன் கொஞ்சங்கூட எதிர்பார்த்திருக்கவில்லையென நினைக்கிறேன். கடைக்கு வெளியே வெற்றுடம்புடன் நின்று புகைபிடித்துக்கொண்டிருந்தவன் தன் கையிலிருந்த பீடித் துண்டைச் சுண்டியெறிந்துவிட்டு அப்போதுதான் படிக்கட்டு களில் ஏறத்தொடங்கியிருந்த எங்களிருவரையும் பேராசை யுடன் பார்த்தான்.

சந்தையின் நுழைவாயிலில் நின்றுகொண்டிருந்த அந்த இளைஞன் என்னைக் கூர்ந்து பார்த்துக்கொண்டிருப்பதாக ஒரு கற்பனை தோன்றவே நான் பதற்றமடையத் தொடங்கினேன். அது வெறும் கற்பனையா அல்லது உண்மையிலேயே அப்படி ஏதாவது நடந்துகொண்டிருக்கிறதா என நிச்சயப்படுத்திக் கொள்வதற்காக நான் அவனைக் கண்காணிக்க முற்பட்டேன். என் கவனம் தன் பக்கம் திரும்பியதை உணர்ந்தவுடன் அவன் தன் பார்வையின் திசையை மாற்றிக்கொண்டு சந்தைக்கு வந்துகொண்டிருந்த ஆள்களை நோட்டமிட்டான். ஆனால் நின்றுகொண்டிருந்த கோணத்தை மாற்றி ஓரக் கண்களால் என்னைக் கண்காணிக்கத் தொடங்கியிருந்தான். அவனது பார்வையிலிருந்து தப்புவதற்காக நான் டீக்கடைக்குள் நுழைந்து அங்கிருந்த மரப்பெஞ்சில் உட்கார்ந்துகொண்டேன். மேலும் ஒரு தேநீருக்குச் சொல்லிவிட்டுத் தட்டில் பரப்பிவைக்கப்பட்டிருந்த சமோசாக்களில் ஒன்றை எடுத்துக் கடித்தேன். தண்ணீர் குடிப்பதற்காக எழுந்து நின்றபோது எனக்கு மிக அருகில் அவன் நின்றுகொண்டிருப்பதைப் பார்த்துத் திகைத்துப் போனேன். என்னைப்போலவே அவனும் தேநீருக் குச் சொல்லிவிட்டு என்னைப்போலவே தட்டிலிருந்து சமோசா ஒன்றை எடுத்துக் கடித்தான். பிறகு நான் உட்கார்ந்திருந்த மரப்பெஞ்சுக்கு நேரெதிரே இருந்த திண்ணையில் என் முகத்தை நேருக்குநேர் பார்க்கும் கோணத்தில் உட்கார்ந்துகொண்டான். நான் அதைப் பொருட்படுத்தாமலிருக்க விரும்பினேன். என் கற்பனைகளிலிருந்து விடுபடுவதற்காக பெஞ்சின்மீது கிடந்த நாளிதழின் ஒரு தாளை எடுத்து விரித்து அதற்குள் முகத்தை மறைத்துக்கொண்டேன். அவன் முப்பது வருடங்களுக்கு முந்தைய என் பழைய நண்பர்களில் ஒருவனாக இருப்பானோ என யோசித்தேன். ஆனால் இருபதுகளின் பிற்பகுதியில் இருக்கும் ஒருவனைப் பற்றி அப்படிக் கருதுவதற்கு எந்த முகாந்திரமும் இருக்க முடியாது எனவும் இது முற்றிலும் என் கற்பனை யாகவே இருக்கக்கூடும் எனவும் தீர்மானித்துக்கொண்டு இயல் பாக இருக்க முயன்றேன். அந்த இளைஞன் எந்தக் கூச்சமும் இல்லாமல் என்னைக் கூர்ந்து பார்க்கத் தொடங்கியிருந்தான். தேநீர்க் குவளையை வைப்பதற்காகவும் சிகரெட் வாங்குவதற் காகவும் பிறகு பணம் கொடுப்பதற்காகவும் என நான் எழுந்த ஒவ்வொரு முறையும் அவனது கண்கள் என்னைப் பின் தொடர்ந்துகொண்டிருந்தன. இவன் கருணாகரனின் உறவினர் களில் ஒருவனாய் இருப்பானோ எனவும் நினைத்தேன். அல்லது அவனுடைய குவாரியிலோ நிதிநிறுவனத்திலோ வேலைசெய்துகொண்டிருந்திருப்பவனாக இருக்கக்கூடும். அவனுடைய வீட்டில் நான் இருந்துவந்த நாள்களில் என்னைப் பார்த்திருக்கலாம். என் அடையாளம் குறித்த சந்தேகம் ஏற்பட்டு

நேரடியாக அதைத் தெளிவுபடுத்திக்கொள்வதற்குக் கூச்சப் பட்டுக்கொண்டு இப்படிக் கூர்ந்து பார்த்துக்கொண்டிருக்க லாம். எப்படியும் அவன் என்னிடம் ஏதாவது கேட்பான் என எதிர்பார்த்தேன். அதற்கான வாய்ப்பை அளிப்பதற்காக அவனை நெருங்கினேன். இப்போது அவன் பதற்றமுற்றான். கண்களை விலக்கிக்கொண்டு அங்கிருந்து வெளியேறித் தான் முன்பு நின்றுகொண்டிருந்த இடத்தை அடைந்தான். அங்கிருந்து மறுபடியும் திருட்டுத்தனமாக என்னை நோட்டம் விடத் தொடங்கினான். பிறகு அவனைப் பற்றிய கற்பனைகளிலிருந்து விடுவித்துக்கொள்ளும் முனைப்புடன் அவசர அவசரமாக அங்கிருந்து நகர்ந்தேன்.

பள்ளி நேரம் முடிவடைய இன்னும் குறைந்தபட்சம் மூன்று மணி நேரமாவது ஆகுமென்பதால் அதுவரை நேரத்தை எப்படிக் கழிப்பது என யோசித்தேன். நூலகத்துக்குப் போவது சரியாக இருக்கும் எனத் தோன்றியதால் பால்யத்திலிருந்து எனக்கு நன்கு அறிமுகமான நூலகம் இருந்த தெருவை தேடிக் கொண்டு நடந்தேன். அப்போதுதான் அந்த ஊர் முற்றாக மாறியிருந்ததையும் கவனித்தேன். தெருக்களில் ஒன்றைக்கூட என்னால் அடையாளம் கண்டுகொள்ள முடியவில்லை. புதிதாக உருவாகியிருந்த கட்டடங்கள் என்னைக் குழப்பின. போன முறை சாரதாவுடனும் அதற்கு முன்னால், கருணாகரனுக்கு ஒருபோதும் கிடைக்கப்பெற்றிருக்காத, மர்மமான முறையில் காணாமல் போய்விட்ட அந்த மிரட்டல் கடிதத்தை அஞ்சல் செய்வதற்காக எனது எம்–80யுடனும் இங்கு வந்தபோது இந்த மாற்றத்தை எப்படிக் கவனிக்காமல் விட்டேன் என வியந்தேன். சாரதாவுடன் வந்தபோது தன் பழமையைக் கொஞ்சங்கூட இழக்காததாய்த் தென்பட்ட அதே ஊர்தானா இது என்னும் சந்தேகம் ஏற்பட்டது. ஒரு வேளை நான் தவறான இடத்துக்கு வந்துவிட்டேனோ? நல்ல வேளையாக நூலகத்துக்கும் நூலகம் இருந்த தெருவுக்கும் சூட்டப்பட்டிருந்த பெயர்களை என்னால் நினைவூட்டிக்கொள்ள முடிந்தது. பிறகு அங்கிருந்த மளிகைக் கடையிலும் சலூனிலும் செருப்புத் தைக்கும் தொழிலாளி ஒருவரிடமும் அந்தத் தெருவின் பெயரைச் சொல்லி அங்கு செல்வதற்கான வழியைக் கேட்டேன். சொல்லி வைத்தாற்போல் மூவருமே அப்படியொரு பெயரைக்கொண்ட தெருவே அந்த ஊரில் இல்லையென உறுதியாகச் சொன் னார்கள். பிறகு யோசனையில் மூழ்கியவனாகப் பேருந்து நிறுத்தத்திற்கு வந்தேன். பேருந்து நிறுத்தத்தில் சுவரோரம் தனக்கென ஒரு சிறிய இடத்தைப் பிடித்துத் தன் பெட்டியுடன் உட்கார்ந்திருந்த கிளி ஜோசியக்காரனிடம் எதற்கும் முயன்று பார்க்கலாமே என நினைத்து அதே கேள்வியைக் கேட்டேன்.

தரித்திரத்தால் பீடிக்கப்பட்டவனைப்போல் தோற்றமளித்த அவன் என்னை ஒரு விநோதப் பிராணியைப் பார்ப்பதுபோல் மேலும் கீழும் ஆழமாகப் பார்த்தான். நான் குழப்பத்துடன் அங்கிருந்து நகர முயன்றேன். அவன் என்னைத் தடுத்து நூலகம் இருக்கும் தெருவை அடைவதற்கான வழியைப் பற்றி மிக விரிவாகச் சொல்லத் தொடங்கினான். அவன் சொல்லத் தொடங்கியவுடனேயே எனக்கு ஞாபகங்கள் மீளத் தொடங்கி யிருந்தன. உடனே அவனைத் தடுத்து நிறுத்தவும் அது எனக்கு நன்கு பழக்கப்பட்ட இடம்தான் என்பதைச் சொல்லிவிடு வதற்கும் முயன்றேன். ஆனால் அவன் எவ்விதக் குறுக்கீட்டை யும் விரும்பாதவனாகவும் மற்றவருக்கு உதவுவதில் அதிக விருப்பமுள்ளவனாகவும் தன்னுடைய அந்தக் கிராமத்தைச் சிக்கலான பாதைகளையுடைய ஒரு பெருநகரமாகவும் கற்பனை செய்துகொண்டிருக்கிறான் எனவும் தோன்றியதால் அமைதி யாக எல்லாவற்றையும் கேட்டுக்கொண்டிருந்தேன்.

நூலகம் அமைந்திருப்பதாக அவன் சொன்ன இடம் மலையடிவாரத்தையொட்டிக் கிட்டத்தட்ட பயனற்றதாய்க் கிடந்த ஒரு பாழ்நிலம். குத்துக்குத்தாக வளர்ந்துகிடக்கும் வேலிமுள்களாலும் கற்றாழைப் புதர்களாலும் சூழப்பட்டதும் எனக்கு நன்கு பழக்கப்பட்டதுமான பொட்டல்.

சிறு வயதில் பள்ளிக்கூடத்திற்குக் கட் அடித்துவிட்டு நாங்கள் அந்தப் பாழ்நிலத்தில்தான் ஒளிந்துகொள்வோம். நானும் என் தோழர்களும் கோலிக்குண்டு விளையாடுவதுகூட அங்கேதான். விடுமுறை நாள்களில் ஓணான்களைப் பிடித்து வந்து அவற்றின்மீது மூத்திரம் பெய்து கிறுக்குப் பிடிக்கச் செய்து வேடிக்கை பார்ப்போம். ஓணான்களுக்கு உண்மை யாகவே கிறுக்குப் பிடித்துக்கொள்ளும். வாயைப் பிளந்து கொண்டு சீறும். எங்களைத் துரத்தவும் முற்படும். அப்போது நாங்கள் கூச்சலிடுவோம். பிறகு எல்லோரும் அதைச் சூழ்ந்து நின்று அதிகத் தடிமனில்லாத ஊஞ்ச விளார்களால் அதை அடிப்போம். கடைசியில் உயிரைவிடுவதைத் தவிர ஓணான் களுக்கு வேறு வழியில்லாமல் போகும். பிறகு பிரண்டைத் துண்டுகளைக் கிளுவ முள்களால் பிணைத்து அவற்றுக்குப் பாடை கட்டுவோம். காட்டுப் பூக்களால் அந்தப் பாடையை அலங்கரித்து ஓணானைக் கிடத்தி அடக்கம் செய்வதற்காக எடுத்துக்கொண்டு போவோம். எங்களில் யாராவது ஒருவன் தன் சிலேட்டைப் பறையாக மாற்றி இழவுகாலத்திய மிக அச்சமூட்டும் இசையை வாசிப்பான். அந்தப் பாழ்நிலத்தின் கடைக்கோடிவரை இந்த ஊர்வலம் போகும். அங்கே இருந்த சப்பாத்திக் கள்ளிப் புதர்களின் நடுவே அவற்றைப் புதைத்து

விட்டு வந்து குன்றினடிவாரத்தில் இருக்கும் சிறிய நீர்வீழ்ச்சி யில் குளித்துவிட்டு அவரவர் வீடுகளுக்குத் திரும்புவோம். எங்களுடைய அந்தப் பாழ்நிலத்தை யாராலும் கண்டுபிடிக்க முடிந்ததில்லை. ஆசிரியர்களும் பெற்றோர்களும் எங்களைத் தேடிக்கொண்டு அலைந்து திரிவதை நாங்கள் பாறையிடுக்கு களுக்குள் ஒளிந்தபடி வேடிக்கை பார்ப்போம். அப்பாழ்நிலத் தில் இரண்டு மூன்று இலந்தை மரங்கள் இருந்தன. சதைப் பற்று மிக்க, தித்திப்பான அப்பழங்களைப் பறித்து எங்கள் ஆசிரியர்களுக்குத் தருவோம். இலந்தைப் பழம் கொண்டுவந்து தரும் மாணவர்களுக்கு ஆசிரியர்களிடமிருந்து சில சலுகைகள் கிடைக்கும். ஆசிரியர்களைச் சமாதானப்படுத்துவதற்காக நாவல் பழங்களும் கொண்டு வந்து தருவோம். நாவல் மரங்கள் இருந்தது குன்றின் அடிவாரத்தில் என்பதாக நினைவு. அந்தப் பாழ்நிலத்துக்கு அப்பால் அடர்ந்த கிளைகளுடன் வயதான ஒரு புளிய மரமொன்று இருந்தது இப்போது நினைவுக்கு வருகிறது. குரங்குகளைப்போல அதன்மீது தொற்றி ஏறிக் குதிரையின் முதுகில் உட்கார்ந்துகொள்வதைப் போல அதன் கிளைகளில் இருபுறமும் கால்களைத் தொங்கவிட்டு உட்கார்ந்த படி பேசிக்கொண்டிருப்போம்.

வேறு என்னென்னவெல்லாம் உண்டு அந்தப் பாழ்நிலத் தில் என யோசிக்க முயன்றேன்.

துரதிர்ஷ்டம் பிடித்த அந்த நாளின் பிற்பகலில் அந்தப் புளியமரக் கிளையொன்றில் உட்கார்ந்தபடி என் பள்ளித் தோழன் வின்சென்ட்டிடம் எனது சூளுரையைப் பற்றிச் சொன்னது இப்போதும் துல்லியமாக நினைவிருக்கிறது. சாரதாவை அம்மா தன்னுடன் அழைத்துக்கொண்டு போயிருந் தாள். நான் கொஞ்ச தூரம்வரை அவர்களைப் பின் தொடர்ந் தேன். பிறகு சோடாக்கடைக்காரரைப் பார்க்கப்போவதாகப் பொய் சொல்லிவிட்டு வின்சென்ட்டின் வீட்டை அடைவதற் காகக் குறுக்குத் தடத்தில் புகுந்து அண்ணன்மார் சாமி கோயில் வழியாக நடந்தேன். கோயிலை அடைந்ததும் போர்க் கோலம் கொண்டு ஓங்கிய வாள்களுடன் தம் குதிரைகளில் வீற்றிருந்த பொன்னர் – சங்கருடைய சிலைகளை, அந்தத் தருணத்தில் அவற்றால் எனக்கு உதவ முடியுமென்றோ ஆறுதல் சொல்ல முடியுமென்றோ அல்லது எனக்காக அந்தக் கந்துக் கடைக்காரனிடம் போரிட முடியுமென்றோ கற்பனை செய்த படி நெடுநேரம் பார்த்துக்கொண்டிருந்தேன்.

அப்போது கோயிலில் யாருமே இல்லை. வில்வ மரத்தடி யில் பந்து போன்ற அதன் காய்கள் உதிர்ந்துகிடந்தன. வேல் களில் யாரையோ பழிதீர்க்கக் கோரி யாரோலோ குத்திவைக்கப்

பட்டிருந்த சேவல் குஞ்சுகளின் உலர்ந்த உடல்களிலிருந்து குருதியின் மட்கிய நெடி வீசிக்கொண்டிருந்தது. பேருருக்கொண்டு நின்ற இச்சிமரக் கிளைகளில் அனலாங்குருவிகளின் சிறிய கூட்டம். சிதைந்த மதிலோரம் ஒரு பச்சைக் குருவி மிகத் தனியாக உட்கார்ந்துகொண்டிருந்ததைப் பார்த்தேன். தூரத்துப் பார்வைக்குக் கிளிகளைப்போலத் தென்படும் அவை கரிக் குருவியைப்போல மெலிந்த உடலையும் கூர்மையான அலகு களையும் கொண்டவை. ஆண் குருவிகளுக்குக் கிளிகளுக்கு இருப்பதைப் போன்றே கழுத்தைச் சுற்றிப் பிங்க் நிறத்தில் ஒரு வளையம் இருந்ததையும் பார்த்திருக்கிறேன். அக்குருவி களுக்கு யாரோ நாசுவன் குருவி எனப் பெயரிட்டிருந்தார்கள். எதனால் அப்பெயர் என அப்பறவைகளைப் பார்க்கும் ஒவ் வொரு தருணத்திலும் யோசிப்பேன். என் மேல் மிகப் பிரியம் கொண்டவளும் ஊருக்கு வரும் ஒவ்வொரு தருணத்திலும் எங்களுக்குக் கதைகள் சொல்பவளுமான உடையாம்பாளை யத்துப் பெரியம்மாவுக்குங்கூட அதற்கான காரணம் தெரிந் திருக்கவில்லை. ஆனால் பிறகு அக்குருவிகளோடு எனக்கு நெருக்கம் ஏற்பட்டது. தென்படும் ஒவ்வொரு தருணத்திலும் நின்று அவற்றின் அசைவுகளைப் பார்த்துக்கொண்டிருப்பேன். தொடர்ந்து கவனித்து வந்ததன் விளைவாக அவற்றைப் பற்றி ஓரளவு தெரிந்துகொள்ளவும் முடிந்திருந்தது. ஒரு கணமும் ஒரு கிடையில் நிற்காமல் தத்தித் திரியும் மெலிந்த கால்களை யுடையவை அவை என்பதுதான் அவற்றைப் பற்றிய என் முதல் கண்டுபிடிப்பாக இருந்தது. தொழில்முறையற்ற வேட்டைக் காரர்களின் உண்டி வில்களுக்கு இரையாமல் தப்புவதற்காகவே அவை அப்படி ஓயாமல் தத்திக்கொண்டிருக்கின்றன என்பதை மிகத் தாமதமாகவே புரிந்துகொண்டேன். மிகப் பயந்தவையும் பாதுகாப்பற்றவையுமான அக்குருவிகள் எலிகளைப்போல மண்திட்டுகளில் வங்கு தோண்டி அதற்குள் தம் கூடுகளை அமைத்துக்கொள்ளும் இயல்புடையவை என்னும் யாராலும் நம்ப முடியாத தகவலைக் கண்டுபிடித்ததுங்கூட நான்தான். அதைப் பற்றிப் பெரியம்மாவைத் தவிர வேறு யாருக்கும் சொல்லாமல் நெடுநாள்கள்வரை ரகசியமாக வைத்திருந்தேன்.

பிறகு ஒருநாள் குருவிகளை வேட்டையாடுவதில் மிக விருப்பம்கொண்டிருந்தவனான பட்டாளத்தார் வீட்டுப் பையன் தங்கவேலிடம் அவற்றைப் பற்றிச் சொல்ல நேர்ந்ததுதான் அக்குருவிகளுக்கு நான் செய்த பெரிய துரோகம். என்னைவிட ஒரு வயது பெரியவனான அவன் எங்கள் பள்ளியில் வேறொரு வகுப்பில் படித்துக்கொண்டிருந்தான். ஒரு விடுமுறை நாளில் நானும் அவனும் வாய்க்கால் மேட்டில் சுற்றிக்கொண்டிருந் தோம். தங்கவேல் வலுவான வார்களால் கட்டப்பட்டிருந்த

உண்டிவில்லுடன் வந்திருந்தான். ஆசாரியார் வீட்டுக் குட்டிச் சுவரைக் கிளறித் திடமான, உருண்டை வடிவங்கொண்ட கற்களைப் பொறுக்கி டிராயர் பாக்கெட்டுகளை நிரப்பிக் கொண்டு இருவரும் வேட்டைக்குப் புறப்பட்டிருந்தோம். பட்டாளத்தார் வீட்டுப் பையன் என்பதாலோ என்னவோ குறி பார்த்து அடிப்பதில் தங்கவேல் கெட்டிக்காரனாக இருந்தான். மற்ற பையன்களைப்போல ஓணான்களை வேட்டை யாடுவதில் அவனுக்குத் துளியும் விருப்பமிருந்ததில்லை. குருவி களை, குறிப்பாக அனலாங் குருவிகளை அடிப்பதில்தான் அவன் அதிக ஆர்வம் காட்டினான். அனலாங் குருவிகள் எப்போதும் கூட்டமாகச் சுற்றித் திரிவதில் விருப்பம்கொண் டவை. கொஞ்சமும் எச்சரிக்கையின்றி மரக்கிளைகளிலும் கூரைகளிலும் மதில்களிலும் உட்கார்ந்துகொண்டு ஓயாமல் கத்திக்கொண்டிருக்கும். தங்கவேல் அவற்றால் கண்டுபிடிக்க முடியாத ஓரிடத்தில் பதுங்கி நின்று வாரில் கல்லைப் பொருத்தி ரப்பரை இழுத்துத் தான் வீழ்த்த விரும்பும் பறவையைக் குறிபார்ப்பான். அப்போது அவன் கண்களைப் பார்க்கப் பயங்கரமாக இருக்கும். புலப்படாத ஒளிக்கற்றையொன்று அவனது கண்களுக்குள்ளிருந்து ஒரு நேர்கோட்டைப் போல வெளியேறி நீண்டு அப்பறவையின் மிகச் சிறிய கண்களுக்குள் சென்று முடிவுறும். அவன் மூச்சை ஆழமாக உள்ளிழுத்துக் கொள்வான். மார்பு விரிவடையும். மூக்கு விடைத்துக்கொள் ளும். கன்னக்கதுப்புகள் துடிக்கும். இதெல்லாம் ஒரே சமயத்தில் ஒன்றுக்கொன்று இணையாக நடைபெறும் செயல்கள். எல்லா வற்றுக்கும் மொத்தமாக ஓரிரு வினாடிகளே பிடிக்கும். எப் போது ரப்பரை இழுத்துவிட்டான் என்பதை ஒருபோதும் கண்டுபிடிக்க முடியாத அளவுக்கு வேகமாகச் செயல்படு வான். அவனது கைகள் தளர்ந்து கீழே விழும் அதே நொடியில் பறவை அம்மரத்துக்குக் கீழே விழுந்து கிடப்பதைப் பார்ப் பேன். உயிர் பிரிந்து வெகு நேரமானதுபோல் துடிப்பற்று வீழ்ந்துகிடக்கும் அப்பறவையின் கண்களிலிருந்து குருதி பெருகி யிருக்கும். எந்தச் சத்தமுமற்று நிகழ்ந்து முடிந்திருக்கும் அந்த மரணத்தை உணராதவையாகவும் தம்மைச் சூழ்ந்திருக்கும் பெரும் அபாயத்தைப் பற்றிய பிரக்ஞையற்றவையாகவும் மற்றவை தொடர்ந்து கூச்சலெழுப்பிக்கொண்டு உட்கார்ந் திருக்கும். வீழ்ந்துகிடக்கும் பறவையை எடுப்பதற்காக அம் மரத்தடியை நோக்கி நான் ஓட நினைப்பேன். தங்கவேல் சைகையால் என்னைத் தடுத்து நிறுத்திவிட்டு மற்றொரு பறவைக்குக் குறி வைப்பான். இப்படி ஒருமுறை அடுத்தடுத்து மூன்று அனலாங்குருவிகளை ஒரே சமயத்தில் வீழ்த்தினான் தங்கவேல். நான் பயந்துபோனேன். ஒருமுறை வாய்க்கால்

படித்துறையில் பாசியை அரித்துக்கொண்டிருந்த கெண்டையை இதேபோல் உண்டி வில்லால் அடித்து வீழ்த்தியதைப் பார்த்த போது எனக்கு அவனைக் குறித்துப் பீதியேற்பட்டது. செவுள் களிலிருந்து குருதி வழிய துடிப்பே இல்லாமல் மல்லார்ந்த கெண்டையின் உடல் வெகுநாள்கள்வரை கனவில் வந்து கொண்டிருந்தது.

அவனுக்கு ஒரு ஜோடி நாசுவன் குருவியைக் காட்டிக் கொடுத்தேன். அது மிகமிகத் தற்செயலான ஒரு நிகழ்வு. அன்று நானும் அவனும் வாய்க்கால் கரையில் நடந்துகொண் டிருந்தபோது அந்தக் குருவிகள் கல்வெட்டுப் பாலத்திற்குப் பக்கத்தில் தணிவான அத்திமரக் கிளையொன்றில் அடுத்தடுத் தவையாய் உட்கார்ந்து தத்திக்கொண்டிருந்தன. அவற்றில் ஒன்று பிங்க் நிறமுடைய ஒரு பூச்சியைக் கவ்வியிருந்தது. வாய்க்கால் கரையின் வெளிப்புறச் சரிவில் தென்பட்ட மண் தள்ளிய அவற்றின் வங்கையும் நான் கண்டுபிடித்தேன். எங் களைக் கண்டதும் அச்சிறு பறவைகள் பதற்றமடைந்தன. ஒரு அனிச்சைச் செயல்போலத் தங்கவேல் பாக்கெட்டிலிருந்து உண்டிவில்லை எடுத்தான். அதற்குள் அப்பறவைகள் எச்சரிக்கை யடைந்து விர்ரென்று காற்றைக் கிழித்துக்கொண்டு பறந்து அவனிடமிருந்து தம்மைக் காப்பாற்றிக்கொண்டிருந்தன.

தங்கவேல் பெரும் ஏமாற்றமடைந்தான்.

“கன்டாரோழுது, நம்புகிட்டயே வேலயக் காட்டுது பாரு” எனத் திட்டிக்கொண்டே அவற்றைப் பின்தொடர்ந்து சரிவில் இறங்கி ஓடினான். அப்பறவையைப் பற்றி நன்கறிந் திருந்த நான் இகழ்ச்சியாகப் புன்னகைத்தபடி அவன் ஓடுவதைப் பார்த்துக்கொண்டு அங்கேயே நின்றேன். சற்று நேரத்தில் நான் எதிர்பார்த்தபடியே தோல்வியுடன் திரும்பி வந்தான். தாளமுடியாத அவமானத்தால் அவனுக்கு மூச்சிரைத்துக் கொண்டிருந்தது. தப்பிய அப்பறவைகளின்மீது வன்மம் கொண்டவனாய் வில்லை இழுத்து வெறுமனே காற்றிலும் வாய்க்கால் நீரிலும் கற்களைச் செலுத்திக்கொண்டிருந்தான். எச்சிலைக் காறித் துப்பினான். மனமுடைந்து அழுதுவிடு வானோ என நினைத்தேன். அவனுக்கு ஆறுதல் சொல்வது போல, “பரவால்ல உடுங்கொ. அதெனத்துக்காவுது, இத்து ணூண்டு குருவி” என்றேன். அவன் தலையைச் சிலுப்பிக் கொண்டான்.

“பின்ன அதைய வறுத்தா திங்கப் போறெ? இந்த வில்லுல கழுகக்கோட அடிச்சுருக்கறெ. உனக்கே தெரியு, ஒரு சின்னக் குருவி, அதிலீமு நாசுவங்குருவி, அத அடிக்க முடியாமப்

போச்சு பாரு" என்றான். எனக்குச் சுருக்கென்றது. பேசப் பிடிக்காமல் வீட்டை நோக்கி நடந்தேன். அவன் பின்தொடர்ந் தான். என் கோபத்துக்கான காரணத்தைப் புரிந்துகொண்டிருந் தான். "அட அந்தக் குருவி உனக்குச் சொந்தம்ங்கறது மறந்து போச்சு பாரு" எனச் சிரித்துக்கொண்டே தோளில் கை வைத் தான். பிறகு அந்த வாரம் முழுவதும் அவனைச் சந்திப்பதைத் தவிர்த்தேன். ஒருநாள் பட்டாளத்தார் என்னை வீட்டுப் பக்கம் வந்துவிட்டுப் போகும்படி போகிறபோக்கில் சொன்னார். அசவுகரியமான மனநிலையுடன் மறுநாள் காலையில் அவனது வீட்டுக்குப் போனேன். தங்கவேல் எதுவுமே நடந்துவிடாததைப் போல என்னிடம் பேசினான். "எங்கடா, அஞ்சாறு நாளா இந்தப் பக்கத்திக்கே வரக்காணா, ரண்டு பேருத்துக்குஞ் சண்டை யாக்கு?" எனக் கேட்ட அவனுடைய அம்மா பிறகு அவனது பழைய சட்டைகளில் இரண்டையும் ஒரு டிராயரையும் கொண்டுவந்து தந்தாள். அவ்வளவாக மோசமாகத் தென்படாத அந்தச் சட்டைகளைப் பார்த்து நான் திகைத்துப் போனேன். அடுத்த விடுமுறை நாளில்தான் நாசுவன் குருவிகளின் நடமாட் டங்களைப் பற்றி நான் கண்டுபிடித்திருந்த ரகசியங்களைப் பற்றி அவனுக்குச் சொன்னேன்.

அப்போது சாயந்திரமாகியிருந்தது. நான் கேண்டீனுக்குப் புறப்படத் தயாராகிக்கொண்டிருந்தேன். அப்போதுதான் டிராயர் பாக்கெட்டில் கற்களை நிரப்பிக்கொண்டு தன் உண்டிவில்லுடன் வந்துநின்ற தங்கவேல் என்னை அந்த நாசுவன் குருவிகளைப் பார்ப்பதற்காக அழைத்தான். என்னுடைய நைந்த, துக்காடி யால் தைக்கப்பட்ட சட்டைக்குப் பதில் அவனது பாச்சைக் குண்டுகளின் வாசனை வீசும் பழைய டெர்லின் சட்டையைப் போட்டுக்கொண்டிருந்த நான் வேறு வழியற்றவனாய்ப் புறப்பட் டேன். இந்த முறை தங்கவேல் என்னை வழிநடத்திக்கொண்டு முன்னால் நடந்தான். எதுவுமே பேசாமல் இருவரும் கல்வெட்டுப் பாலத்துக்கு வந்தோம். தங்கவேல் என்னுடைய உதவியின்றியே அந்தக் குருவிகளின் மண்தள்ளிய வங்கைக் கண்டுபிடித்தான். சரிவில் இறங்கி அதன் முனையில் தென்பட்ட அப்பறவை களின் இளம்பச்சை நிற இறகுகளைக்கொண்டு தன் கண்டுபிடிப்பை உறுதிப்படுத்திக்கொண்டு பெருமிதத்தோடு திரும்பி வந்தான். பிறகு ஏற்கனவே திட்டமிட்டிருந்தவனைப் போல என்னை இழுத்துக்கொண்டு எருக்கம்புதரொன்றின் பின்னால் ஒளிந்தான். படபடக்கும் இதயத்தோடு நான் அவனது தோளை ஒட்டி மண்டியிட்டு உட்கார்ந்துகொண்டேன்.

வெயில் தன் பழுப்பு நிறக் கைகளை அசைத்து விடை பெறத் தொடங்கியிருந்தது. பிங்க் நிற விளிம்புகளையுடைய

எருக்கம் பூக்களின் தடித்த இதழ்கள் கூம்பத் தொடங்கியிருந்த தருணத்தில் எங்கிருந்தோ வந்துசேர்ந்த அப்பறவைகள் அத்தி மரத்தின் தாழ்ந்த கிளையின்மீது உட்கார்ந்துகொண்டன. அவற்றின் அலகுகளில் தென்பட்ட சிறு பூச்சிகளைக்கொண்டு அவை அவ்வளைக்குள் இரண்டு மூன்று குஞ்சுகளைப் பாது காத்து வைத்திருக்கலாம் என நினைத்தேன். "குஞ்சு பொரிச் சுருக்குமாட்ட இருக்குது" எனத் தங்கவேலு அதை ஆமோதித் தான். பிறகு அவற்றிலொன்று வெகு எச்சரிக்கையுடன் உடலைத் திருப்பி ஆளரவமற்ற அவ்வாய்க்கால் கரையை ஆராய்ந்தது. மற்றொன்று வாய்க்காலின் இருகரைகளின் மேலாகவும் கொஞ்ச தூரம் பறந்து சந்தேகத்துக்குரிய, ஆபத்தான ஏதாவது தட்டுப் படுகிறதா எனப் பார்த்துவிட்டுத் திரும்பியது. எங்கள் தலைக்கு மேலாக எருக்கம் புதரின் மீது பறந்துபோன போதும் எங்களைக் கண்டுபிடிக்க முடியாத அதன் முட்டாள்தனத்தை நினைத்து நான் பரிதாபப்பட்டேன். பிறகு அவை ஒன்றன் பின் ஒன்றாய் அத்தி மரத்திலிருந்து கல்வெட்டுப் பாலத்தின் நடுப்பகுதியில் வந்தமர்ந்தன. பிறகு மெல்ல மெல்ல விளிம்பை நோக்கித் தத்தி அங்கிருந்து இரண்டடி தூரத்தில் இருந்த தமது வங்கை எட்டிப் பார்த்துக்கொண்டிருந்தன. அப்போதுதான் சினிமாக் கொட்டகையில் முதல் ரெக்கார்டு ஒலிக்கத் தொடங்கியிருந்தது, "கோடி மலைகளிலே கொடுக்கும் மலை எந்த மலை" என்னும் அதன் முதல் வரியைக் கேட்டவுடன் என் உடலில் தன்னிச்சை யாக ஒரு விறைப்பு ஏற்பட்டது. வெயிலின் சாம்பல் நிற வடுக்கள் மட்டும் மீந்திருந்த தருணத்தில் முதல் பறவை தன் வங்குக்குள் நுழைந்தது. தங்கவேல் நிமிரத் தொடங்கினான். கூச்சலிட்டுவிடுவேனோ என்னும் அச்சத்தில் நான் வாயை இறுகப் பொத்திக்கொண்டேன். மற்றொரு பறவை வங்கின் முனையில் போய் உட்கார்ந்துகொண்டு கிர்ர்ரென ஒலியெழுப்பி யது. உள்ளிருந்து ஏதாவது தகவல் வந்ததா எனத் தெரியவில்லை, விருட்டென உள்ளே புகுந்தது. சில கணங்கள் பேரமைதி. தங்கவேலு என்னைப் பார்த்தான். நான் எழத்தயாரானேன். அப்போது நாங்களிருவருமே எதிர்பாராதபடி அப்பறவைக ளிரண்டும் வங்கிலிருந்து வெளியேறிக் கழுகுகளைப்போல இறக்கைகளை விரித்து அசைவின்றி வைத்துக்கொண்டு வட்ட மடிக்கத் தொடங்கின. நேரம் கடந்துகொண்டிருந்ததால் நான் பதற்றமடைந்தேன். என் மண்டைக்குள்ளிருந்த டைம்பீஸ் அலறியது. காந்திமதியை நினைத்தபோது மண்டை விறைத்துக் கொண்டது. ஆனால் அடுத்த ஓரிரு நிமிடங்களுக்குள்ளாகவே அப்பறவைகளிரண்டும் வானத்திலிருந்து இறங்கி எதற்கோ அவசரப்படுபவைபோல் ஒன்றன் பின் ஒன்றாகத் தம் வங்குக் குள் புகுந்து மறைந்தன. ஒரு வேட்டை நாயைப்போலப்

பதுங்கியிருந்த தங்கவேல் சத்தமில்லாமல் உடலை நிமிர்த்தி ஒரே பாய்ச்சலில் அந்த வங்கை அடைந்தான். தயாராக வைத்திருந்த உடைந்த பானைத் துண்டொன்றால் அதன் முனையை அடைக்க முயன்றான். எச்சரிக்கையடைந்த பறவை களிலொன்று மிகத் துணிச்சலாகப் பிய்த்துக்கொண்டு வெளி யேறி அவனுடைய விரலிடுக்குகளுக்குள் புகுந்து அவனைக் கலவரப்படுத்திவிட்டுப் பறந்து மறைந்தது. மற்றொரு பறவை குஞ்சுகளோடு வங்குக்குள் மாட்டிக்கொண்டது. வங்கு வெகு ஆழமாக இருந்தது. முதலில் ஒரு சம்பங்கோரைத் தண்டை உள்ளே விட்டு அலசினோம். பிறகு ஒரு ஊஞ்ச விளாரை. வங்கின் பாதை கொஞ்ச தூரத்துக்குப் பிறகு வளைந்து சென்ற தால் அவற்றைக் கொண்டு எங்களால் எதுவும் செய்ய முடிய வில்லை. பிறகு என்னிடம் வங்கின் துளையை அடைத்துக் கொள்ளச் சொல்லிவிட்டு அவன் எங்கேயோ ஓடினான். என்ன செய்யப் போகிறான் எனக் குழம்பிக்கொண்டிருந்த போது மண் குடமொன்றில் வாய்க்கால் தண்ணீரை நிரப்பிக் கொண்டு வந்தான். அவனது திட்டத்தை யூகிக்க முடிந்திருந்த நான் திகைத்துப் போனேன்.

“அப்பிச்சியூட்டுத் தொண்டுப்பட்டூல இருந்துது” எனக் குடத்தைச் சுட்டிக்காட்டிச் சொல்லிக்கொண்டே கைகளைப் புனல் போலக்கூட்டி மொத்தத் தண்ணீரையும் வங்குக்குள் சரித்தான். ஐந்தாறு குடம் தண்ணீரைச் சரித்தபிறகு நனைந்த சிறகுகளுடன் வெளியே வந்த தாய்ப் பறவையைத் தொடர்ந்து இன்னும் இறகுகள்கூட அரும்பியிராத அதன் நான்கு குஞ்சு கள் குற்றுயிராகிவிட்டத் தம் பிங்க நிற உடல்களை இழுத்தபடி வங்கின் முனையை நோக்கி மெல்லத் தவழ்ந்து வந்துகொண் டிருந்ததைப் தாள முடியாத குற்ற உணர்வுடன் பார்த்துக் கொண்டிருந்தேன். பிடிபட்ட குருவி ஐந்து நிமிடங்கள்கூட உயிரோடிருக்கவில்லை. பிடிபட்டது தாயா தகப்பனா என்பதைக் கண்டுபிடிக்கவும் தெரியவில்லை. அதைப் பற்றிப் பேசியபடியே நடந்தோம். குஞ்சுகளை என்ன செய்வதெனத் தெரியாமல் அருகிலிருந்த கருப்பட்டி ஆலையில் முட்டியொன் றுக்குள் விட்டுவைத்துவிட்டு வந்தோம். பிறகு ஓட்டமும் நடையு மாகக் கேண்டீனை அடைந்தபோது மேலெல்லாம் வியர்த்திருந் தது. முன்னெப்போதும் அவ்வளவு தாமதமாகக் கேண்டீனுக்கு வந்ததில்லை. குட்டுவிழும் என எதிர்பார்த்தேன். ஆனால் காந்திமதி என்னைக் கண்டதும் வெறுமனே சிரித்துவிட்டுப் போனாள்.

மறுநாள் அதிகாலையில் தங்கவேலுவை அழைத்துக் கொண்டு போய்ப் பார்த்தபோது அந்த முட்டி தலைகுப்புறக்

கவிழ்ந்து கிடந்தது. குருவிகள் இருந்ததற்கான எந்தத் தடயமும் அங்குத் தென்படவில்லை. இரண்டு மூன்று நாள்கள்வரை சுற்றியுள்ள புதர்களிலும் கல்குட்டான்களிலும் அவற்றைத் தேடியலைந்தோம். பிறகு ஒரு மாதத்திற்கும் மேலாக எங்களிட மிருந்து தப்பித்துப்போன அந்த ஒற்றைக் குருவியைப் பற்றிய மிகத் துக்ககரமான பல கனவுகளைக் கண்டேன். தங்கவேலுக் குக் கனவுகள் வந்தனவா எனத் தெரியவில்லை. ஒரு மாதத் திற்குப் பிறகு துரதிர்ஷ்டத்தால் பீடிக்கப்பட்ட அந்த நாளில் வின்சென்ட்டின் வீட்டுக்குப் போய்க்கொண்டிருந்த அந்தத் தருணத்தில் அண்ணன்மார் கோயிலின் மதிலில் அசைவே அற்றதாக உட்கார்ந்துகொண்டிருந்த அந்த ஒற்றைக் குருவி அப்போது எங்களிடமிருந்து தப்பியதாயிருக்குமோ என நினைத்தேன். துளியும் கலவரமடையாமல் அது என்னைக் கூர்ந்து பார்த்துக்கொண்டிருந்தது. அதன் மிகச் சிறிய கண்களில் தென்பட்டது பழியா துக்கமா என்பதைச் சொல்லத் தெரியவில்லை. பிறகு நான் அவசர அவசரமாக வெளியேறி குறுக்குப் பாதையில் வேகமாக நடந்து வின்சென்ட்டின் வீட்டை அடைந்தேன்.

குச்சி போலீஸ் என அழைக்கப்பட்ட அவனுடைய அப்பா அப்போது வீட்டில்தான் இருந்தார். அப்போதுதான் அவர் காவல் நிலையத்திலிருந்து திரும்பியிருக்க வேண்டும். நான் அவர்களுடைய வீட்டின் சிறிய கூடத்தை அடைந்தபோது அவர் சீருடையைக் களைந்துகொண்டிருந்தார். ஷூவைக் கழற்றியிருந்தார். மொடமொடத்த காக்கி மேல் சட்டையையும் சிவப்பு மற்றும் ஊதா நிறங்களாலான பட்டைகளையுடைய தொப்பியையும் இன்னும் மாற்றியிருக்கவில்லை. என்னைப் பார்த்ததும் வின்சென்டை அழைத்தார். என்னைத் திண்ணை யில் உட்காரச் சொல்லிவிட்டுத் தொப்பியைக் கழற்றிச் சுவரில் அதற்கென இருந்த தலைப்பா மாட்டியில் தொங்கவிட்டார். பிறகு சட்டையைக் கழற்றினார். அழுக்கேறிய பனியனுக்குள் எலும்புகள் துருத்திக்கொண்டிருந்தன. இவ்வளவு ஒல்லியாக இருந்துகொண்டு அவரால் எப்படிக் கைதிகளை அடிக்க முடிகிறது என யோசித்துக்கொண்டிருந்தபோது பாய்ஸ் லுங்கியை மடித்துக் கட்டியபடி வெளியே வந்த வின்சென்ட் “வாடா” என என்னை அழைத்துக்கொண்டு வெளியே வந்தான். அவரது அப்பா அப்போதுதான் தன் கரண்டைக் கால்களில் சுற்றியிருந்த காக்கி நிற ஷூப் பட்டையை அவிழ்க்கத் தொடங்கியிருந்தார். நான் அதை வேடிக்கை பார்த்துக்கொண்டிருந்தேன். அடர்ந்த கருப்பு நிறம்கொண்ட வின்சென்ட்டின் அப்பாவுக்குக் கரண்டைக் கால்கள் மட்டும் வெள்ளை வெளேரென்று இருப்பது ஏன் என்பது எனக்குப் புரியாத புதிராக இருந்துகொண்டிருந்தது.

அது சரி நான் ஏன் என் அந்தரங்கமான துக்கமொன்றைப் பகிர்ந்துகொள்வதற்கு வின்சென்ட்டைத் தேர்ந்தெடுத்தேன்? இதைப் பற்றி யோசித்துக்கொண்டே நான் அந்தப் பாழ் நிலத்தை அல்லது தற்போது நூலகமாக மாறிவிட்டதாகச் சொல்லப்பட்ட இடத்தை நோக்கி நடந்துகொண்டிருந்தேன். கிளிஜோசியக்காரனான அந்த வழிகாட்டி சுட்டிக்காட்டிய வழியைப் புறக்கணித்து அதற்கு எதிர்த்திசையில் நடந்தேன். மீண்டும் மெயின் ரோட்டுக்குப் போவதற்கும் சந்தையைக் கடப்பதற்கும் எனக்குத் தயக்கமாக இருந்தது. அந்தக் கந்து வட்டி இளைஞனின் மர்மமான பார்வையில் படுவதைத் தவிர்ப்பதற்காகக் குடியிருப்புகள் நிரம்பிய குறுகலான தெருக் களின் வழியே சென்றுகொண்டிருந்தேன். அண்ணன் மார் கோயிலைச் சுற்றிக்கொண்டு செல்லும் ஒற்றையடிப் பாதையின் வழியே போய்க் காவலர்களுக்கான குடியிருப்பை ஒரு பார்வை பார்த்துவிட்டுச் செல்ல வேண்டுமென விரும்பி னேன். துரதிருஷ்டம் பிடித்த அந்த நாளில் வின்சென்ட்டைத் தேடிக்கொண்டு போன போது இவ்வளவு தூரம் நடக்க வேண்டியிருக்கவில்லை. இவ்வளவு வீடுகளும் இவ்வளவு குறுகலான தெருக்களும் அப்போது நான் கடந்துசென்ற வழியில் இருந்திருக்கவில்லை.

அப்போது அந்தப் பாழ்நிலத்தை நாங்கள் சீக்கிரத்திலேயே அடைந்துவிட்டோம். சாரதாவைப் பற்றி நான் பேசத்தொடங் கியபோது வின்சென்ட் மிகத் தணிந்த குரலில் என்னைத் தடுத்து வழக்கம்போல் அந்தப் புளிய மரத்தின் கிளைகளுக்குப் போய் உட்கார்ந்துகொண்டு பிறகு பேசத் தொடங்கலாம் என்றான். எனக்கு அது சரியான யோசனையாகப் பட்டது. பால்யத்தில் அவன்மீது வைத்த நம்பிக்கையைப் போல் வேறு யார் மீதும் நான் நம்பிக்கை வைத்ததில்லை. அவன் என்னைப் போலவும் அவனுடைய தந்தையைப்போலவும் ஒல்லியாக இருந்தான். இருவருமே நன்றாகப் படிக்கும் மாணவர்களின் பட்டியலில் இருந்தோம். இருவருக்குமே ஓவியம் வரைவதில் ஈடுபாடு இருந்தது. எங்களுடைய ஓவிய ஆசிரியரான பத்தையம் பாளையம் சாமுவேல் வாத்தியார் எங்கள் இருவரையும் சமமாக நேசித்தார். இருவருக்கும் சமமான மதிப்பெண்கள் அளித்தார். ஞாயிற்றுக்கிழமைகளில் இருவரும் ஒன்றாகவே நூல்நிலையத்துக்குப் போவோம். நூலகரால் எங்கள் இருவரை யும் ஒருபோதும் தனித்தனியாகப் பார்க்க முடிந்ததில்லை. இதைப் பற்றி அவர் ஒருமுறை என் தந்தையிடம் சொல்லிக் கொண்டிருந்ததை நாங்கள் இருவரும் கேட்டுக்கொண்டிருந் தோம். அநேகமாக அது அந்த நூலகத்தில் நடைபெற்ற உரையாட லாகவே இருக்க வேண்டும். அப்பா நூலகருக்கு எதிரே கைப்

பிடியில்லாத ஒரு இரும்பு நாற்காலியில் உட்கார்ந்திருந்தார். நூலகர் கைப்பிடியுள்ளதும் ஒயர் பின்னலுடைய அடிப்புறத்தைக் கொண்டதுமான தன் பதவிக்குரிய மர நாற்காலியில் உட்கார்ந்திருந்தார். இருவருக்குமிடையே ஒரு அகன்ற மேசை இருந்தது. அப்பா அந்த மேசையின்மீது கைகளை ஊன்றிக் கொண்டிருந்தார். வின்சென்ட் பெரியாரின் மேற்கோள்களடங்கிய புத்தகமொன்றின் பக்கமொன்றை விரித்து என்னிடம் காட்டிக்கொண்டிருந்தான். நான் அவன் காட்டிய பக்கத்தில் அச்சிடப்பட்டிருந்த மேற்கோளை வாய்விட்டு அதே சமயம் மிகத் தணிந்த குரலில் படித்துக்கொண்டிருந்தேன். தடிமனான எழுத்துகளால் அடர்ந்த கருப்பு நிறத்தில் அச்சிடப்பட்டிருந்த அந்த மேற்கோள் இதுதான். “கடவுள் இல்லை, கடவுள் இல்லவே இல்லை, கடவுளைப் பரப்பியவன் அயோக்கியன், கடவுளை வணங்குபவன் முட்டாள்” அந்த மேற்கோள் எனக்குப் பிடித்திருக்கிறதா எனத் தணிந்த குரலில் அவன் என்னிடம் கேட்டான். நான் தலையசைத்தேன். பிறகு அதை நாம் நம்முடைய பள்ளிக்கூடச் சுவரில் எழுதலாமா எனக் கேட்டான். நான் சரி என்றேன். அப்போது என் தந்தை எதற்காகவோ உரக்கச் சிரித்துக்கொண்டிருந்தார். நான் திரும்பிப் பார்த்த போது குச்சி போலீஸ் என அழைக்கப்பட்ட வின்சென்ட்டின் தந்தையும் சாமுவேல் வாத்தியாரும் அப்பாவுக்குப் பக்கத்தில் அதாவது நூலகருக்கு எதிரில் உட்கார்ந்துகொண்டிருந்தார்கள். எங்கள் ஆசிரியர் அங்கே வந்திருப்பதை அறிந்ததும் எழுந்து நின்று அவருக்கு வணக்கம் சொன்னோம். ஆசிரியர் எங்கள் இருவரையும் அழைத்தார். மிகத் தயக்கத்துடன் நெருங்கிச் சென்று மூவருக்கும் பக்கத்தில் நின்றோம். “அது என்ன புத்தகம்?” எனச் சாமுவேல் வாத்தியார் என் கையிலுள்ள புத்தகத்தை வாங்கிப் பார்த்தார். “அட இப்பவே ஈவேரா புத்தகமெல்லாம் படிக்க ஆரமிச்சுட்டீங்களாடா?” என ஆச்சரியமாகக் கேட்டுக்கொண்டே அவரும் உரக்கச் சிரித்தார். பிறகு அவரே “என்னடா ரண்டு பேரையும் தனித்தனியாப் பாக்கவே முடியலீன்னு வருத்தப்படறாரு நம்ம லைபரரியன்?” எனக் கேட்டார். எங்களுக்கு வெட்கமாக இருந்தது. “ஆனா அதுல என்னமோ ரகசியமிருக்குது” எனச் சொல்லிவிட்டு எங்களைக் கூர்ந்து பார்த்துக்கொண்டே நூலகர் சாமுவேல் வாத்தியாரை விடவும் உரத்த குரலில் சிரித்தார். நாங்கள் இருவரும் பதற்ற மடையத் தொடங்கினோம். பிறகு ஒவ்வொருவராக அங்கிருந்து வெளியேறினோம்.

என்னைவிட வின்சென்ட் அதிகப் பதற்றமடைந்திருந்தான். இருவரும் அப்போது சுயமைதுனம் செய்யக் கற்றுக் கொண்டிருந்தோம். அதற்கு ஒருசில வாரங்களுக்கு முன்பு

வரை அதைப்பற்றி எதுவும் தெரியாதவர்களாக இருந்தபோது எங்களுடன் படித்த சாமிநாதன்தான் கற்றுக்கொடுத்திருந்தான். அவன் எங்களைவிட மூத்தவன். தொடர்ந்து இரண்டு மூன்று வருடங்கள் ஒரே வகுப்பில் படித்துக்கொண்டிருந்ததால் எங்களுடைய வகுப்புத் தோழனாய் இருக்க நேர்ந்திருந்தவன். ஒருநாள் எங்களுடைய அந்தப் பாழ்நிலத்துக்கு வந்திருந்தான் அவன். நானும் வின்சென்ட்டும் இலந்தைப்பழம் சாப்பிட்டுக்கொண்டிருந்தோம். அப்போது அவன் டிராயரைத் திறந்து தன் விறைத்த குறியை எங்களுக்குக் காட்டினான். எங்களுக்கு அது ஒரு ஆச்சரியமான பொருளாகத் தென்பட்டது. பிறகு எங்கள் இருவரையும் அதைத் தடவிக்கொடுக்குமாறு கேட்டுக்கொண்டான். நாங்கள் மிகத் தயக்கத்துடனும் அச்சத்துடனும் தீராத ஆர்வத்துடனும் அவன் சொல்லிக்கொடுத்தது போல் செய்யத் தொடங்கினோம். அவன் ஏதோவொரு மர்மமான சக்தியால் பீடிக்கப்பட்டவனைப்போலத் தென்பட்டான். எங்களுடன் படித்த புஷ்பாத்தாளைப் பற்றித் தணிந்த குரலில் எதையோ முணுமுணுத்தபடி கண்களை மூடிக்கொண்டான். புஷ்பாத்தாளை அவன் காதலித்துக்கொண்டிருந்தான். காதல் என்றால் என்னவெனத் தெளிவாகத் தெரியாதபோதும் நாங்கள் அவனைக் கேலிசெய்துகொண்டிருந்தோம். அதைப் பற்றியும் புஷ்பாத்தாளைப் பற்றியும் நினைத்துக்கொண்டே அவனது குறியைப் பற்றி வேகமாக இழுக்கத் தொடங்கிய சில நொடிகளுக்குள்ளாகவே அதிலிருந்து பழுப்பு நிறத்தில் பிசுபிசுப்பான ஒரு திரவம் வெளியேறியது. நாங்கள் அதை ஆச்சரியத்துடன் பார்த்துக்கொண்டிருந்தோம். பிறகு சில நாள்கள் கழித்து நானும் வின்சென்ட்டும் ரகசியமாக அதைப் பற்றிப் பேசிக்கொண்டோம். இந்தப் பேச்சு பல நாள்கள் தொடர்ந்துகொண்டிருந்தது. அந்த நாள்களில் ஏதோ ஒன்றில்தான் நாங்களிருவரும் சுயமைதுனம் செய்யக் கற்றுக்கொண்டிருந்தோம். அதன் காரணமாக எங்களுக்குள் ஏற்பட்டிருந்த பிணைப்புதான் அவனிடம் என் அந்தரங்கமான பிரச்சினையொன்றைப் பற்றிப் பகிர்ந்து கொள்வதற்கான காரணமாயிருந்திருக்க வேண்டும் என நினைக்கிறேன்.

அப்போது புளிய மரத்தின் வலுவான ஒரு கிளையில் இருவரும் எதிரெதிராக உட்கார்ந்துகொண்டிருந்தோம். நடந்த எல்லாவற்றையும் குறித்து அவனிடம் ஒரு கதைபோல விவரிக்கத் தொடங்கியிருந்தேன். சாரதாவும் நானும் கருணாகரனின் கந்துக்கடைக்குப் போனது, அவன் எங்களை உள்ளே அழைத்து உட்காரச் சொன்னது, எங்களிருவருக்கும் கொஞ்சம் மிக்சரைக் கொடுத்துச் சாப்பிடச் சொன்னது, சாரதாவை நெருங்கி அவளைத் தொட்டது, சாரதாவின் உடல் நடுங்கத் தொடங்கி

யிருந்தது, பிறகு அவனை உதறிவிட்டு அங்கிருந்து வெளியேற முயன்றது, அவன் தன் முரட்டுக் கரத்தால் என்னை வெளியே தள்ளி, அவளை உள்ளிழுத்துக் கதவைச் சாத்திக்கொண்டது என எல்லாவற்றையும். தலைகீழாகக் கவிழ்த்துவைக்கப்பட்ட இரண்டு சாமந்திப் பூக்களைப் போன்ற சாரதாவின் பிஞ்சு முலைகளில் ரத்தம் கசிந்துகொண்டிருந்ததைப் பற்றிச் சொல்லிக் கொண்டிருந்தபோது வின்சென்ட் மிகவும் பதற்றமடைந்த வனாகத் தென்பட்டான். பிறகு கடைசியில் என் சூளுரை யைப் பற்றியும் சொன்னேன். எல்லாவற்றையும் பொறுமை யாகக் கேட்டுக்கொண்டிருந்தவன் கருணாகரனைப் பழிவாங்கு வதற்குச் சில யோசனைகளைச் சொன்னான். ஒரு துப்பாக்கி இருந்தால் எளிதில் அவனைக் கொன்றுவிடலாம் என்றவன் எப்படியாவது தன் அப்பாவின் துப்பாக்கியை எடுத்துக் கொண்டுவந்து எனக்குத் தருவதாகவும் வாக்களித்தான். துப்பாக்கியை எப்படிக் கையாள்வதென எனக்குத் தெரியாது என்று கலக்கத்துடன் சொன்னபோது அதைக் கற்றுக்கொண்டு விடலாம் என நம்பிக்கையூட்டினான். அதற்கு மேல் என்ன பேசுவது எனத் தெரியாமல் உட்கார்ந்திருந்தபோது அவன் தனக்குச் சிறுநீர் கழிக்க வேண்டும் எனச் சொல்லிவிட்டு மரத்திலிருந்து இறங்கினான். கொஞ்ச நேரங் கழித்து நானும் இறங்கி வந்தேன். வின்சென்ட்டைக் காணவில்லை. சில நிமிடங்கள்வரை அவனுக்காக அந்தப் புளிய மரத்தினடியில் காத்திருந்தேன். பிறகு வின்சென்ட், வின்சென்ட் என அவனது பெயரைச் சொல்லி தணிந்த குரலில் அழைத்துப் பார்த்தேன். பதிலில்லாததால் தேடிக்கொண்டு நடந்தேன். அப்போது புதர் மறைவொன்றில் நின்றபடி அவன் சுயமைதுனம் செய்துகொண் டிருந்தான்.

அதற்குப் பிறகு மூன்று மாதங்களுக்குள்ளாகவே அவனைப் பிரிய நேர்ந்தது. பிறகெப்போதும் அவனைச் சந்திக்க முடி யாமல்போகும் என அப்போது நான் நினைக்கவில்லை. பள்ளி இறுதித் தேர்வுகள் முடிவடைந்து அப்போது இரண்டு வாரங் கள் கடந்துவிட்டிருந்தன. கோடை விடுமுறையைக் கழிப்பதற் காகக் கோத்தகிரியிலிருந்த தன் மாமா வீட்டுக்குப் போயிருந்த வன், மே மாதம் மூன்றாவது வாரத்தில் திடீரென எங்கள் குடும்பம் அந்த ஊரைக் காலி செய்துவிட்டுப் போக வேண்டி யிருந்த நாள்வரை திரும்பி வந்திருக்கவில்லை. உண்மையில் அந்தக் கடைசி நாளன்று நான் அவனைப் பார்க்க விரும்பி யிருந்தேன். கருணாகரன் இரண்டாம் முறையாக என்னை வெளியே தள்ளிக் கதவைத் தாளிட்டுக்கொண்டிருந்த மற்றொரு துரதிருஷ்டம் பிடித்த அந்த நாளில். இது நடந்தது அவனது கந்துக்கடைக்குக் கீழே இருந்த புராதனத் தோற்றம் கொண்ட

அந்தப் போஸ்ட் ஆபீசில். அன்று கருணாகரனின் மாமா என் தந்தையைக் கூப்பிட்டனுப்பியிருந்தார். அவனுக்குத் தர வேண்டியிருந்த கடனைப் பற்றிக் கேட்பதற்காயிருக்கும் எனச் சொல்லிவிட்டுக் கவலையுடன் கிளம்பிய அப்பாவுடன் அம்மாவும் புறப்பட்டாள். வீட்டில் சும்மா இருந்துகொண்டிருந்த நான் அவர்களுடன் சேர்ந்துகொண்டிருந்தேன். போஸ்ட் ஆபீஸ் வாசலில் எங்களுக்காகக் காத்துக்கொண்டிருந்த கருணாகரனோடும் நடுத்தர வயதையுடைய அவனுடைய மாமாவோடும் முரட்டுத் தோற்றம்கொண்ட மற்றொரு புதிய நபரும் இருந்தான். மூவரும் போஸ்ட் ஆபீஸ் வாசலிலேயே தடுத்து நிறுத்தப்பட்டோம். அம்மாவைப் பார்த்தவுடன் கருணாகரன் தன்னுடைய மாமாவின் முதுகுக்குப் பின்னால் பதுங்கிக்கொண்டான். அவளுடைய முகம் ஆத்திரத்தால் சிவந்திருந்தது. மூக்கு விடைக்க அவனைப் பார்த்து எதையோ முணுமுணுத்தாள். பிறகு “உள்ள போயிப் பேசிக்கலா” எனத் திறந்திருந்த போஸ்டாபீசுக்குள் எங்கள் மூவரையும் அழைத்துச் சென்றார் அவனுடைய மாமா. அத்துமீறி உள்ளே நுழைந்திருந்த எங்களைப் பார்த்துத் திடுக்கிட்டுப்போன போஸ்ட் மாஸ்டர் தன் இருக்கையிலிருந்து அவசரமாக எழுந்து நின்றார். கருணாகரனின் மாமா ஒரு நாற்காலியை இழுத்துப் போட்டுக்கொண்டார். அப்பாவின் முகம் வெளிறிப் போயிருந்தது. அம்மா எல்லோரையும் பார்த்துக் கோபமாகக் கத்தத் தொடங்கியிருந்தாள். பிறகு அங்கே என்ன நடந்தது என்பது இப்போது எனக்குத் தெளிவாக நினைவில்லை. ஆனால் தன் மாமாவுக்குப் பின்னால் பதுங்கியிருந்த கருணாகரன் அதைக் கேட்டுக் கடும் கோபம் கொண்டவனாக அம்மாவை நோக்கி ஓடிவந்ததும் அவனைத் தடுக்கும் முனைப்புடன் அப்பா குறுக்கே விழுந்ததும் கருணாகரனின் மாமா அப்பாவின் சட்டையைப் பிடித்து இழுத்து முற்றிலும் எதிர்பாராதவிதமாக அவரது கன்னத்தில் அறைந்ததும் நினைவிருக்கிறது. அம்மா மற்றொரு வசைச் சொல்லால் அவர்களுக்குப் பதிலடி கொடுக்க முற்பட்டாள். பிறகு நிலைமை கட்டுக்கடங்காமல் போயிருந்தது.

நான் எதையோ புரிந்துகொண்டு வாய்விட்டு அழத் தொடங்கியிருந்தேன். என் அழுகை கருணாகரனின் மாமாவுக்குப் பெரும் இடையூறாயிருந்திருக்குமென நினைக்கிறேன். அது பற்றி அவர் அவனிடம் ஏதோ சொன்னார். பிறகு அம்மாவை விடுவித்துவிட்டு என்னிடம் வந்த கருணாகரன் என் உச்சந்தலை முடியைப் பற்றித் தரதரவென இழுத்துக் கொண்டு வந்து வெளியே தள்ளிக் கதவைத் தாளிட்டுக்கொண்டான். நான் முன்போலவே செய்வதறியாமல் கதவுக்கு வெளியே

திகைத்து நின்றேன். முன்பு அவனது கந்துக்கடையில் தென் பட்டதுபோல ஏதாவது அரிவாள் இருக்குமா எனத் தேடிப் பார்த்தேன். பசையின் தீற்றல்களால் அலங்கோலப்பட்டுப் போயிருந்த டெஸ்க் ஒன்றையும் சுருட்டிவீசப்பட்ட சில காகிதங்களையும் தவிர வேறொன்றும் அங்கே தென்பட வில்லை. தவிர ஜன்னல் விளிம்பில் உடைந்த தேநீர் தம்ளர் ஒன்றும் தென்பட்டது. பிறகு நான் வின்சென்ட் வீட்டுக்குப் போனேன். குச்சி போலீசை உதவிக்கு அழைப்பதே என் நோக்கமாக இருந்திருக்க வேண்டும். அவரைத் தவிர அந்த வீட்டின் மற்ற எல்லோரும் ஊருக்குப் போய்விட்டதை அறிந் திருந்த நான் வேறு எதற்காகவும் அங்கு போயிருந்திருக்க முடியாது. ஆனால் அவ்வீடு பூட்டப்பட்டிருந்தது. கதவுச் சந்தில் கண்களைப் பொருத்திப் பார்த்தபோது தலைப்பா மாட்டியில் அவருடைய தொப்பி தென்பட்டது. திண்ணை விளிம்பில் பொறுப்பற்ற முறையில் கழற்றிவீசப்பட்டிருந்த அவருடைய காக்கி நிறச் சீருடையையும் குலைந்துகிடந்த ஷூப் பட்டையையுங்கூட என்னால் பார்க்க முடிந்தது. பிறகு நான் நூலகரையும் அதற்குப் பிறகு சாமுவேல் வாத்தியாரை யும் பார்க்கப் போனேன்.

அப்போது நூலகத்தில் யாருமே இல்லாதது வசதியாக இருந்தது. நூலகர் நான் சொன்னவற்றிலிருந்து எதையோ புரிந்துகொண்டவராகத் தென்பட்டார். செருப்பை மாட்டிக் கொண்டு உடனடியாக என்னுடன் புறப்பட்டவர் உள்புறமாகத் தாளிடப்பட்டிருந்த போஸ்ட் ஆபீஸின் கதவை நெருங்கியதும் தயங்கி நின்றார். ஒரு காகத்தைப் போல அங்குமிங்கும் இலக்கின்றிச் சில எட்டுக்களை வைத்தவர் கதவின்மீது தன் செவித் துவாரத்தைப் பொருத்திக்கொண்டு நின்றார். பிறகு “வா” என என்னைக் கைப்பற்றி அழைத்துக்கொண்டு மீண்டும் நூலகத்துக்குத் திரும்பினார். தன் நாற்காலியில் உட்கார்ந்து கொண்டவர் மேசையின் மீதிருந்த எவர்சில்வர் கூஜா விலிருந்து சிறிதளவு தண்ணீரைச் சரித்து ஒரு தம்ளரில் நிரப்பி என்னிடம் கொடுத்தார். பிறகு ஒரு ஆசிரியருக்குரிய தொனியில் என்னை வீட்டுக்குத் திரும்பிச் செல்லுமாறு அறிவுறுத்தினார். நான் தயங்கி நின்றதைப் பார்த்தவர் தன் நாற்காலியை அழுத்திப் பின்னுக்குத் தள்ளிவிட்டு எழுந்து என்னை நெருங்கித் தோள்மீது கைகளைப்போட்டுக் கிட்டத் தட்ட அணைத்தபடியே மிகத் தணிந்த, மிருதுவான குரலில், “அவுங்க என்னமோ பேசிக்கிட்டிருக்கறாங்க. வேற ஒண்ணு மில்ல. நீ வீட்டுக்குப் போ” என்றார். வேறு வழியற்றவனாய் நான் அங்கிருந்து கிளம்பி நேராக சாமுவேல் வாத்தியார்

வீட்டுக்குப் போனேன். அவரும் எனக்கு அறிமுகமற்ற வேறொரு மனிதரும் வாசலில் போடப்பட்டிருந்த மடக்கு நாற்காலிகளில் எதிரெதிராக உட்கார்ந்து பேசிக்கொண்டிருந்தனர். இருவருக் கும் நடுவே போடப்பட்டிருந்த ஸ்டூலொன்றில் மிக்சர் உள்ள தட்டும் காலியாகிவிட்டிருந்த இரு எவர்சில்வர் தம்ளர்களும் ஒரு பாசிங் ஷோ சிகரெட் பாக்கெட்டும் இருந்தன. அந்த வேறொரு மனிதரின் உள்ளங்கையில் சிறிதளவு மிக்சர் இருந்தது. சாமுவேல் வாத்தியாரது ஆள்காட்டி விரலுக்கும் பாம்பு விரலுக்கும் நடுவில் சிகரெட் புகைந்துகொண்டிருந்தது. மற்ற விரல்களை மடக்கி உள்ளங்கைக்குள் தீப்பெட்டியை வைத் திருந்தார். என்னைப் பார்த்ததும், “வாடா” என்றார். நான் வேறு எதற்காகவோ அல்லது காரணமில்லாமல் சும்மா அந்தப் பக்கம் வந்து சுற்றிக்கொண்டிருப்பதாக நினைத்தோ என்னவோ, “வின்சென்ட் இல்லாமப் போரடிக்குதா?” எனக் கேட்டுச் சிரித்தார். பிறகு என்னைப் பொருட்படுத்தாமல் அந்த வேறொரு மனிதருடன் உரையாடலைத் தொடர்ந்தார். பிறகு எதையோ புரிந்துகொண்டவரைப்போலத் தீப்பெட்டியை ஸ்டூலின்மீது எறிந்துவிட்டு எழுந்து என்னை அழைத்துக் கொண்டு வெளியே ரோட்டுக்கு வந்தவர் சிகரெட் துண்டைக் கீழே போட்டு நசுக்கினார். நூலகரைப்போலவே மிருதுவான குரலில், “அப்பா அனுப்பிச்சாரா?” என்றார். நான் பதில் சொல்லாமல் அவரது பாதங்களுக்குக் கீழே இன்னும் புகைந்து கொண்டிருந்த நசுக்கப்பட்ட அந்த சிகரெட் துண்டைப் பார்த்துக்கொண்டு நின்றேன். பிறகு அவரே, “ஏதாவது பணங்கிணம் வாங்கிக்கிட்டு வரச் சொன்னாரா?” எனக் கேட்டார். அதற்கு முன்பாகவே நான் அழத் தொடங்கியிருந் தேன். ஏற்கனவே நூலகரிடம் சொல்லியிருந்த அனுபவம் காரணமாகவோ என்னவோ அவரிடம் சொன்னதுபோல் அல்லாமல் சாமுவேல் வாத்தியாரிடம் எல்லாவற்றையும் தெளிவாகச் சொல்ல எனக்கு முடிந்திருந்தது. சொல்லிக் கொண்டிருக்கும்போதே சாமுவேல் வாத்தியார் பதற்றமடை யத் தொடங்கியிருந்தார். “சரி, நாம் பாத்துக்கறெ, நீ வீட்டுக்குப் போ” எனச் சொல்லிவிட்டு வீட்டுக்குள் நுழைந்து சட்டையை மாட்டிக்கொண்டு ஒரு சிறிய மிக்சர் பொட்டலத்துடன் வெளியே வந்தார். மிக ரகசியமானதொரு பரிமாற்றம்போல மிக்சர் பொட்டலத்தை என் உள்ளங்கையில் வைத்து அழுத்தி விட்டு சுவரில் சாய்த்து வைக்கப்பட்டிருந்த ஸ்டாண்ட் இல்லாத சைக்கிளை எடுத்துக்கொண்டு புறப்பட்டார். அவர் போஸ்ட் ஆபீசை நோக்கித்தான் போகிறாரா என்பதை அவரது சைக்கிள் சென்ற திசையை வைத்து நிச்சயப்படுத்திக்கொண்டு நான் வீட்டை நோக்கி நடந்தேன்.

மறுபடியும் அப்பாழ்நிலத்தையும் அண்ணன்மார்சாமி கோயிலையும் கடந்து யாருமே அற்ற ஒற்றையடிப் பாதையின் வழியாகவே நடக்க வேண்டியிருந்தது. அண்ணன்மார்சாமி கோயிலைக் கடந்தகொண்டிருந்தபோது ஊஞ்சமரமொன்றின் தாழ்ந்த கிளையிலிருந்து கிர்ர்ரென ஒரு சத்தம். எதனாலோ திடுக்கிட்டுப் போனேன். மனத்தைத் திடப்படுத்திக்கொண்டு இலையுதிர்க்காலத்தின் அடர்த்தியற்ற அந்த ஊஞ்சமரத்தைக் கூர்ந்து பார்த்தேன். ஒன்றுமே தென்படவில்லை. பிறகு நடக்கத் தொடங்கியபோது தலைக்கு மேலே விஷ்ஷென்று காற்று கிழிக்கப்படும் சத்தம். அண்ணாந்தபோது நான் ஒற்றையாக விடப்பட்ட அந்த நாசுவன் குருவியைப் பார்த்தேன். எனக்கு வியர்த்துவிட்டது. பாதையோரம் கிடந்த உலர்ந்த ஊஞ்ச விளாரொன்றையெடுத்துத் தலைக்கு மேலே பாதுகாப்பாகச் சுழற்றிக்கொண்டே நடந்தேன். அதுவரையிலுங்கூட அம்மாவும் அப்பாவும் திரும்பியிருக்கவில்லை. அப்போது சாரதா தங்கையின் விரல்களுக்கு மருதாணி தடவிக்கொண்டிருந்தாள். என்னைப் பார்த்ததும், “அவங்கள எங்கீடா?” என மிகச் சாதாரணமாகக் கேட்டாள். நான் ஏதோ சொன்னேன். அவள் அதைக் கவனிக்காமல் தங்கையிடம் ஏதோ சொல்லத் தொடங்கினாள். தங்கை, “உனக்கு மருதாணி வேணுமா?” எனக் கேட்டுவிட்டுத் திரும்பிக்கொண்டாள். இருவரும் எதற்காகவோ உரக்கச் சிரிக்கத் தொடங்கியிருந்தபோது நான் வெளியே வந்தேன். எதிர்ப்புறச் சந்தில் கிர்ர் என்ற சத்தம்.

எதனாலோ இனி அந்த வீட்டில் வசிக்க முடியாது எனவும் எதனாலோ அன்றிரவுக்குள்ளாகவே அந்த ஊரைவிட்டுப் போய்விடுவோம் எனவும் நினைத்தேன். மூன்று மணி நேரத்துக்குப் பிறகு வீட்டுக்குத் திரும்பிவரவிருந்த அப்பாவும் அம்மாவும் அப்போது அதைப் பற்றித் தீவிரமாக யோசித்துக்கொண்டிருந்திருப்பார்கள். அநேகமாக அண்ணன் மார் கோயிலைக் கடக்கும்வரை இருவரும் எதுவும் பேசிக் கொண்டிருந்திருக்க மாட்டார்கள். அம்மா அப்பாவை முந்திக்கொண்டு நடந்திருந்திருப்பாள். அண்ணன்மார் கோயிலுக்கப்பால் அதைக் கடந்துவந்து ஏதாவதொரு மர நிழலில் அப்பாவுக்காகக் காத்துக்கொண்டிருந்திருப்பாள். ஊரைக் காலி செய்துகொண்டு போவதைப் பற்றி யார் முதலில் பேசத்தொடங்கியிருந்திருப்பார்கள் என்பதைச் சொல்லத் தெரியவில்லை. அப்பா அதிலுள்ள சிக்கல்களைப் பற்றி அம்மாவுக்குப் புரியவைக்க முயன்றிருப்பார். தனக்கு உடனடியாக மாறுதல் கிடைக்காது என அவர் சொன்னதைக் கேட்டு அம்மா திகைத்துப் போயிருந்திருப்பாள். “அதுவரைக்கு

லீவு கீவு போட முடியாதா?” என மிகப் பரிதாபகரமான முறையில் அப்பாவைப் பார்த்துக் கேட்டிருப்பாள். இந்த வீட்டை உடனடியாகக் காலி செய்வதற்கும் உடனடியாக வேறொரு ஊரையும் வீட்டையும் பற்றி யோசிப்பதற்கும் அதற்கான பணத்தைத் தயார் செய்வதற்கும் தங்களுக்குள்ள வாய்ப்பைப் பற்றி இருவரும் அங்கேயே நின்று அல்லது அங்குத் தென்பட்ட ஏதாவதொரு சிறு பாறையின் மீது உட்கார்ந்தபடி ஆலோசிக்கத் தொடங்கியிருந்திருப்பார்கள். அம்மா இரண்டு கிராம் எடையுள்ள தன் தாலியைப் பற்றியோ சாரதாவிடம் அப்போதுங்கூட எஞ்சியிருந்த அவளது கம்மலைப் பற்றியோ கொலுசைப் பற்றியோ சொல்லியிருந்திருந்திருப்பாள். அப்பா ஒன்றுமே சொல்ல முடியாதவராக இருந்திருப்பார். பிறகு இருவரும் சாமான்களை ஏற்றிச் செல்வதற்கான வண்டியைப் பற்றிக் கேட்பதற்காகச் சந்தைப் பேட்டைக்குப் போயிருந் திருப்பார்கள். வழியில் அப்பா சாமுவேல் வாத்தியாரைப் பார்த்துவிட்டுப் போகலாம் எனச் சொல்லியிருந்திருப்பார். அவர் சங்கடத்துடன் அவர்களை வரவேற்று உட்கார வைத் திருந்திருப்பார். எலிஸபெத் டீச்சர் கொண்டுவந்து கொடுத்த காபியை இரண்டு பேரும் சாப்பிட்டிருந்திருப்பார்கள். டீச்சர் அம்மாவிடம் சாரதாவுக்குச் சீக்கிரத்திலேயே கல்யாணம் செய்து வைத்துவிடும்படி வலியுறுத்தியிருந்திருப்பாள். பிறகு அப்பா மிகத் தயக்கத்தோடும் தாளமுடியாத அவமானத்தோடும் அவரிடம் கொஞ்சம் பணம் கேட்டிருந்திருப்பார். சாமுவேல் வாத்தியார் சற்று நேரம் எதுவுமே பேசாமலும் அப்பாவின் முகத்தைப் பார்க்காமல் விரல்களை மடக்கி அவற்றின் நகங் களைப் பார்த்துக்கொண்டிருந்திருப்பார். அல்லது என்ன சொல்லலாம் என்பதுபோல டீச்சரின் முகத்தைப் பார்த்துக் கொண்டிருந்திருப்பார். பிறகு அப்பா தனக்குத் தர வேண்டி யிருந்த பழைய கடன்களை நினைவூட்டியிருந்திருப்பார். அப்பா எந்தத் தயக்கமுமில்லாமல் எல்லாவற்றையும் ஒன்றாம் தேதி தந்துவிடுவதாக வாக்களித்திருந்திருப்பார். சாமுவேல் வாத்தியார் மெலிதாகச் சிரித்தபடியும் ஓரக்கண்களால் அம்மாவைப் பார்த்த படியும் வேறு யாருக்கோ சொல்வது போலவும் “மாசாமாசம் ஒண்ணாந்தேதி வந்துக்கிட்டும் போயிக்கிட்டுந்தான் இருக்குது” எனச் சொல்லிவிட்டு எலிசபெத் டீச்சரின் முகத்தைப் பார்க்கத் தொடங்கியிருந்திருப்பார். அம்மா சங்கடத்துடன் புன்னகைக்க முயன்றிருப்பாள். அப்பா கசப்பான பெருமூச்சொன்றால் அந்தக் கணத்தைக் கடந்துசெல்ல முயன்றிருப்பார். பிறகு அப்பா எவ்வளவு கேட்டிருந்தாரோ அதில் கால்பங்கு தொகை யைக் கொடுத்துவிட்டு, “ஒண்ணாந்தேதி தவண சொல்லாமக் குடுத்துருங்க சார்” எனக் கண்டிப்பான குரலில் வலியுறுத்தியிருந்

திருப்பார். அதைக்கொண்டுதான் அவர்களால் கையோடு ஒரு இரட்டை மாட்டு வண்டியைப் பிடித்துக்கொண்டு வந் திருக்க முடியும் என நினைக்கிறேன்.

யாரிடமாவது விடைபெற்றுக்கொள்ள வேண்டியிருக்கிறதா எனவும் இந்த ஊரிலிருந்து எடுத்துச்செல்வதற்கு ஏதாவது இருக்கிறதா எனவும் யோசிக்கத் தொடங்கியிருந்தேன். உடனடி யாக நினைவுக்கு வந்த பெயர் வின்சென்ட். அவனிடம் சொல்லிக் கொள்வதற்கு இனி வாய்ப்பே இல்லை என்ற உண்மை பயங்கர மாக இருந்தது. அவனை விட்டால் பட்டாளத்தார் பையன் தங்கவேலு ஓரளவுக்கு நெருக்கம். ஆசாரியார் வீட்டுப் பையன் சுப்பிரமணி, அணிலைப்போலவும் கிளியைப்போலவும் சத்தமெழுப்பத் தெரிந்திருந்த கோதண்டசாமி, மண்டையில் குட்டும் காந்திமதி எனச் சில பெயர்களும் நினைவில் தோன்றின. ஆனால் துரதிர்ஷ்டத்தால் பீடிக்கப்பட்ட அந்த மற்றொரு நாளில் என்னால் இவர்களில் யாரையுமே சந்திக்க முடியவில்லை. கடைசியில் வெள்ளைப் பிள்ளையார் கோயில் திண்ணையில் தாயக்கரம் விளையாடிக்கொண்டிருந்த சவுந்திர ராஜனிடம் மட்டுமே சொல்லிக்கொள்ள முடிந்திருந்தது. அவன் எனக்கு எந்த விதத்திலும் நெருக்கமானவன் அல்ல. ஆனால் நாங்கள் யாரும் இனி எப்போதும் அந்த ஊருக்குத் திரும்பிவரப் போவதில்லை என்பதைச் சொன்னபோது அவன் சற்று அதிர்ச்சி யடைந்ததைப்போல் தென்பட்டான். சாரதாவுக்கும் தங்கைக்கும் சாமான்களை ஏற்றிச்செல்வதற்கான இரட்டை மாட்டு வண்டி வாசலுக்கு வந்த நின்ற அந்தப் பின்னிரவு நேரத்தில்தான் – மிகத் தாமதமாக விஷயம் தெரிந்தது. சாரதா பயங்கரமாக அதிர்ச்சியுற்றாள். தன்னால் ஒருபோதும் அந்த ஊரைவிட்டுப் போக முடியாது என அழுதாள். பிறகு அதற்காக அம்மா அவளைக் கடுமையாக விமர்சிக்கத் தொடங்கினாள். சாமான் களையெல்லாம் வண்டியில் ஏற்றிவிட்ட பிறகு காலியாகிவிடப் பட்டிருந்த வீட்டுக்குள் அவள் எதையோ தேடிக்கொண்டிருந் தாள். என்னவாக இருக்கும் என்பதைப் பற்றி நாங்கள் யாருமே யோசித்திருக்கவில்லை. அவளைத் தவிர மற்ற எல்லோரும் வண்டியில் ஏறி உட்கார்ந்துவிட்டிருந்தோம். அம்மா வண்டியி லிருந்தவாறே “சாரதா, சாரதா” என நான்கைந்து தடவை கூப்பிட்டுப் பார்த்தாள். பிறகு கடும்கோபம் கொண்டவளாய் வண்டியிலிருந்து இறங்கி வீட்டுக்குள் போனாள். அப்பா புகைபிடிக்கத் தொடங்கியிருந்தார். நான் காணாமல் போய்விட் டிருந்த பிங்க் நிற உடல்களையுடைய அந்தக் குஞ்சுகளைப் பற்றி யோசித்துக்கொண்டிருந்தேன். தங்கை எதனாலும் பாதிக்கப் படாதவளைப்போலத் தன் புத்தகப் பையை அணைத்துப்

பிடித்துக்கொண்டு உட்கார்ந்திருந்தாள். அவளுக்குக் கண்கள் செருகிக்கொண்டிருந்தன.

திடீரென நான் அந்தக் கிளிஜோசியக்காரன் குறிப்பிட்ட நூலகம் இருந்த அந்தத் தெருவின் முனையில் நின்றுகொண்டிருந்ததை உணர்ந்தேன். உண்மையில் நான் நூலகத்துக்குச் செல்லும் வழியில் இருந்த அப்பாழ்நிலத்தையோ அண்ணன்மார் கோயிலையோ கடந்திருக்கவே இல்லை. அப்படியிருக்கும் போது எப்படி அங்கே வந்தேன் என்பது ஆச்சரியமாயிருந்தது. பயனற்ற அல்லது நான் வந்த நோக்கத்துக்குப் பொருத்தமற்ற நினைவுகளில் மூழ்கிப்போனதன் விளைவாக அதைக் கவனிக்காமல் விட்டிருக்கலாம் என நினைத்தபடி தெருமுனையில் புத்தம்புதிதாகத் தென்பட்ட பெயர்ப்பலகையில் நான் தேடிக் கொண்டிருக்கும் தெரு அதுதானா என்பதைச் சரிபார்த்தேன்.

அது முப்பது வருடங்களுக்கு முந்தைய அதே தெரு என்பதை அப்போதும் இப்போதும் மாறாததாயிருந்த அதன் பெயரைக்கொண்டு மட்டுமே சொல்ல முடியும். பெயரைத் தவிர மற்ற எல்லா அடையாளங்களையும் அடியோடு மாற்றிக் கொண்டு எனக்கு முற்றிலும் அறிமுகமற்றதாகத் தோற்றமளித்தது அத்தெரு. முப்பதாண்டுகளுக்கு முன் அங்கே இருந்த வீடுகளில் ஒன்றைக்கூட இப்போது காண முடியவில்லை. யாரோ ஒருவரது திட்டப்படி முன்பிருந்த எல்லாக் கட்டுமானங்களும் அப்புறப் படுத்தப்பட்டுப் புதிதாக வடிவமைக்கப்பட்டதுபோல வீடுகள் ஒழுங்குவரிசையில் இருந்தன. முன்பு வேப்ப மரங்களும் பூவரச மரங்களும் நொச்சிப் புதர்களும் அடர்ந்துகிடந்த தெருவில் இப்போது சில குரோட்டன்களும் அசோகமரக் கன்றுகளும் மட்டுமே தென்பட்டன. குப்பைகூளங்களோ தூசு தும்புகளோ இன்றித் துப்பரவாகவும் நேர்த்தியாகவும் காணப்பட்ட அந்தத் தெரு இன்னும் பயன்பாட்டுக்கு வராததைப்போல் தோன்றியது. கண்ணுக்கெட்டிய தூரம்வரை ஆள் நடமாட்டமே இல்லை. நண்பகல் சூரியனிலிருந்து செங்குத்தாக இறங்கிப் புதிய அக் கட்டங்களின்மீது மோதிச் சிதறியிருந்த வெப்பம் பழிதீர்ப்பது போல என் குருதியை உறிஞ்சிக்கொண்டிருந்தது. மிகக் களைத்துப் போனவனாக நூலகத்தைத் தேடிக்கொண்டு நடந்தேன். நூலகம் இப்போது அப்பழைய கட்டடத்திலேயே இயங்கிக்கொண்டிருக்க முடியாது என்னும் திடமான நம்பிக்கை இருந்தது. ஒரு நேர் கோட்டைப்போல வெகு தொலைவுக்கு நீண்டுகிடந்த அந்தத் தெருவில் நூலகம் எந்த இடத்தில் இருக்கும் என்பது திட்ட வட்டமாகத் தெரியாததால் ஒவ்வொரு கட்டடத்தையும் கூர்ந்து பார்த்தேன். எப்படியாயினும் நூலகத்தை அடையாளம் காட்டு வதற்கு ஒரு பெயர்ப் பலகையாவது இருக்கும் என்னும் நம்பிக்கை

இருந்தது. வெறும் நம்பிக்கை அல்ல, தர்க்கரீதியிலான முடிவு. ஏனென்றால் ஒவ்வொரு கட்டடத்திலும் ஏதாவதொரு பெயர்ப் பலகை தென்பட்டது. ஒவ்வொரு பெயர்ப்பலகையிலும் யாராவது ஒரு மனிதர் அல்லது மனுஷியின் பெயரும் அவர் அல்லது அவள் வகிக்கும் பதவியின் பெயரும் இடம்பெற்றிருந்தன. அலுவலகங்களைப்போல் தென்பட்ட பெரிய கட்டடங்களின் வாயில்களில் தொங்கவிடப்பட்டிருந்த பலகைகளில் அவற்றின் பெயர்கள் மிகத் தடிமனான எழுத்துகளில் பொறிக்கப்பட் டிருந்தன. நூலகமும் ஏதாவதொரு பெரிய கட்டடத்திலேயே இருக்க வேண்டுமெனவும் அதன் வாயிலில் நிச்சயமாக ஒரு பெயர்ப்பலகை தொங்கவிடப்பட்டிருக்க வேண்டுமெனவும் நினைத்தேன். ஆனால் நம்ப முடியாத தொலைவுக்கு நீண்டு கிடந்த அந்தத் தெருவின் கடைக்கோடியை அடையும்வரை என்னால் அப்படியொரு கட்டடத்தையோ பெயர்ப்பலகை யையோ காண முடியவில்லை. உண்மையில் கற்பனை செய்து கொண்டிருந்ததைவிடவும் அதிகமான தொலைவைக் கடந்து வந்திருப்பதாக நினைத்தேன்.

முற்றாகச் சோர்ந்து போயிருந்த தருணத்தில் நல்லவேளை யாகத் தெரு முற்றுப்பெற்றது. ஆனால் அதற்குமேல் எங்கும் செல்ல முடியாதபடி வழியை அடைத்துக்கொண்டு நின்றது ஒரு பெரும் சுவர். சிறைப்பட்டுவிட்டதுபோல் உணர்ந்தேன். தப்பிச்செல்ல ஏதாவது வழி – ஒரு சிறிய கதவு அல்லது துளை – கிடைக்குமா என அந்தச் சுவரை ஆராய்ந்தேன். அதை வடிவமைத்தவர்கள் யாராலும் தப்பிச்செல்ல முடியாதபடி மிகக் கவனமாக வடிவமைத்திருக்கிறார்கள் என்பதைப் புரிந்து கொள்ள நேர்ந்தபோது அடியோடு நிலைகுலைந்துபோனேன். என்ன செய்வதெனத் தெரியாமல் அந்த மதிலின்மீது முதுகைச் சாய்த்து நின்றுகொண்டேன். உருகவைக்கும் இவ்வெப்பத் திலிருந்தும் கண்களைப் பிடுங்கும் ஒளியிலிருந்தும் தற்காலிக மாகவேனும் என்னைக் காத்துக்கொள்வதற்கு ஒரு சிறிய நிழல்கூட அங்கே தென்படவில்லை. வெளியேறுவதானாலும் வந்த வழியாகவே திரும்பிச் செல்ல வேண்டும். திரவங்கள் வற்றிக் கிட்டத்தட்ட ஆவியாகிக்கொண்டிருந்தது என்னுடல். ஆற்றல் முழுவதையும் இழந்து ஒரு பிரேதத்தைப்போல் மாறிக் கொண்டிருக்கும் அந்த உடலைச் சுமந்துகொண்டு அவ்வளவு தூரத்தைக் கடக்க முடியுமா எனவும் திரும்பிச் செல்லும்போது தூரம் இருமடங்காகப் பெருகிவிடுமோ எனவும் சந்தேகித்தேன். ஒரு கிளி ஜோசியக்காரனின் பேச்சை நம்பிச் சிறிதும் முன் னெச்சரிக்கையற்று முட்டாள்தனமானதொரு சாகசத்துக்குத் துணிந்து இப்போது மீள முடியாமல் மாட்டிக்கொண்டுவிட்

டேன் என என்னை நானே கடிந்துகொண்டேன். இப்போது யாரோ வந்துதான் என்னை இங்கிருந்து மீட்டு என் பழைய இடத்துக்கு அழைத்துச்செல்ல வேண்டும்.

சம்மந்தமற்ற வேறு யாரோ. ஆனால் அது ஒரு கற்பனை போலத் தோன்றவில்லை. நிச்சயமாக வெகு சீக்கிரத்திலேயே அந்த வேறு யாரோவின் வருகை நிகழும் என்னும் திடமான நம்பிக்கையோடு புகைபிடிக்க முற்பட்டேன். அப்போதுதான் தெருமுனையில் எந்தப் புள்ளியிலிருந்து மர்மமான இந்தத் தெருவுக்குள் அடியெடுத்து வைத்தேனோ அந்தப் புள்ளியில் ஒரு பெரிய வண்டைப்போலத் தென்படத் தொடங்கியிருந்தது அந்த வேறு யாரோவின் உருவம். பால்யத்தில் தீப்பெட்டிக்குள் அடைத்து வைத்து விளையாடிக்கொண்டிருந்த பொன்வண்டைப் போலவா? பர்ர்ரென்ற அதன் சிறகுகளின் சத்தத்தைக்கூடக் கேட்டேன். அது வேறு யாரோதான். நான் பதற்றமுறத் தொடங்கி னேன். என் இதயம் வேகமாகத் துடிக்கத் தொடங்கியது. ஆனால் அது வேறு யாரோவுமல்ல, சந்தையின் நுழைவாயிலில் நின்று என்னைக் கண்காணித்துக்கொண்டிருந்த கருணாகரனைப் போன்ற இளைஞன். இப்போது அவனைத் திடமானவிதத்தில் எதிர்கொள்ள வேண்டுமெனத் தீர்மானித்துக்கொண்டேன். ஆபத்தில் மாட்டிக்கொண்டுவிட்ட யாரோ ஒருவரின் அழைப்பை ஏற்றுக் கிளப்பிக்கொண்டு வரப்பட்ட ஒரு மீட்பு வாகனத்தைப் போல பர்ர்ரென்ற சத்தத்துடன் என்னருகில் வந்து நின்றது அவனது டிவியெஸ் – 50. தரையில் வலது காலை ஊன்றி நின்றவன் கொஞ்சமும் இங்கிதமின்றி, என் முழு அந்தரங்கத்தை யும் கண்டுபிடித்துவிட்டவனைப்போலத் துடுக்குத்தனமான அந்தக் கேள்வியைக் கேட்டான்,

"என்ன சார், லைப்ரரியத் தேடிக்கிட்டிருக்கறீங்களா?"

கருணையற்ற முறையில் மிக மோசமாக அவமானப்படுத்தப் பட்டதுபோல் உணர்ந்தேன். உடனடியாக அவனுக்குப் பதிலடி கொடுக்கவும் விரும்பினேன். "இல்லையே, நா லைப்ரரியத் தேடி இங்க வரல. போஸ்டாபீசுக்குப் போயிக்கிட்டிருக்கேன்" எனச் சம்மந்தமற்ற வேறு யாரோவிடம் சொல்வதுபோல உணர்ச்சியற்ற குரலில் பதிலளித்துவிட்டு நடக்க முற்பட்டேன்.

"போஸ்டாபீசா?" எனக் கேட்டபடி ஆக்சிலேட்டரை லேசாக முறுக்கி வண்டியை என்னருகே நகர்த்திக்கொண்டு வந்தான் அவன். பதற்றத்துடன் நான் விலக முற்பட்டேன்.

"ஆமா, இந்தப் பக்கந்தான் இருக்கறதாச் சொன்னாங்க"

“அப்பிடியா சொன்னாங்க?” என ஆச்சரியமாகக் கேட்டவன் எதையோ ஆழ்ந்து யோசிப்பவனைப்போல முகத்தை வைத்துக்கொண்டு என்னைக் கூர்ந்து பார்த்தான், “சரி பின்னால உக்காருங்க, நா ட்ராப் பண்றேன்” என ஆக்சிலேட்டரை லேசாக முறுக்கினான். தோல்வியையும் அவமானத்தையும் காட்டிக்கொள்ளாமல் பின் சீட்டில் உட்கார்ந்துகொண்டேன். அந்த இளைஞனின் உடலிலிருந்து வீசிய வியர்வை வாடை எனக்கு வின்சென்ட்டை ஞாபகப்படுத்தியது. ஒருவேளை இவன் ஏதாவதொரு வகையில் அவனோடு தொடர்புடையவனாக இருப்பானோ என நினைத்து அதைப் பற்றிக் கேட்பதற்கு யோசித்துக்கொண்டிருந்தபோது அவனுடைய அந்த வண்டி அண்ணன்மார் கோயில் மதிலையொட்டி ஒற்றையடிப்பாதையின் வழியே போய்க்கொண்டிருப்பதைப் பார்த்து வியப்புற்றேன். அதைவிட முக்கியமாக முப்பது வருடங்களுக்கு முன்னால் நான் படித்த பள்ளிக்கூடத்தைக் கடந்து நாங்கள் மறைந்து திரிந்த பாழ்நிலத்தையுங்கூடக் கடந்துகொண்டிருந்தான். நானும் வின்சென்ட்டும் எதிரெதிராக உட்கார்ந்து பேசிக்கொண்டிருந்த அந்தப் புளியமரம் தன் அடர்த்தியான கிளைகளுடன் எங்களைக் கடந்தபோது இறந்தகாலத்திற்குள் முற்றாகச் சரிந்து விழுந்தேன். கருணாகரனின் முன்னால் முனை மழுங்கிப்போன அந்த அரிவாளைத் தூக்க முடியாமல் தூக்கிப்பிடித்துக்கொண்டு சூளுரைத்து நின்ற அதே சிறுவனாக உணர்ந்து கீழே குதிக்கவிருந்த தருணத்தில் அவன் ஒரு புத்தம் புதிய கட்டடத்தின் முன் வண்டியை நிறுத்தியிருந்தான். அதன் வாயிலில் தென்பட்ட அஞ்சல் நிலையத்தின் புத்தம்புதிய பெயர்ப் பலகையைக் கண்டவுடன் வண்டியிலிருந்து அவசரஅவசரமாகக் குதித்துச் சிறகு முறிக்கப்பட்ட ஒரு பறவையைப்போல நான் அவனிடமிருந்து தப்பியோட முற்பட்டேன். எனது அந்தச் செயலை எதிர்பார்த்திருந்தவனைப் போல அவன் வண்டியை நிறுத்தினான்.

“சார் . . .”

வேறு வழியற்றவனாகவும் நன்றியற்ற மனிதன் என்னும் அவப்பெயரைப் பெற்றுவிடாமலிருக்கவும் அவன் பக்கம் திரும்பினேன். எதையோ கேட்கத் தயங்குபவனின் பாவனையோடு அவன் என்னைப் பார்த்துக்கொண்டிருந்தான். வண்டியை ஸ்டாண்ட் போட்டு நிறுத்திவிட்டு அருகில் வந்தவன் மிக மிகத் தணிந்த குரலில் கேட்டான்.

“உங்க பேர் கருணாகரனா?”

நான் தாள முடியாத அதிர்ச்சிக்குள்ளாகி அவனுக்கு எந்தப் பதிலும் சொல்லாமல் நின்றுகொண்டிருந்தேன்.

காலத்தைக் குழப்பிவிட்டுவிட்டு அவன் அங்கிருந்து மறைந்தான். எனக்கெதிரே மிகச் சிறிய அந்த ஊருக்குச் சற்றும் பொருந்தாத ஆகிருதியுடன் எழும்பிநின்ற அஞ்சலகத்தின் புத்தம்புதிய அந்தக் கட்டடத்தைப் பார்த்துத் திகைத்துப்போயிருந்தேன். பாழடைந்த, கருங்கல்லாலான அந்தக் கட்டடமோ அதன் மாடியில் உருக்குலைந்து கிடந்த கருணாகரனின் கைவிடப்பட்ட கந்துக்கடையோ முன்பு எப்போதுமே அங்கு இருந்ததில்லை என நம்ப முயன்றவனாக மிகத் தயக்கத்துடன் அடியெடுத்து வைத்தேன். பளிங்குக் கற்கள் பாவப்பட்ட தரையில் கால்களற்ற ஒரு பிராணியைப்போல ஊர்ந்து சென்று கண்ணாடித் தடுப்புகளுக்கப்பால் தென்பட்ட சாளரங்களில் ஆண்களும் பெண்களுமாய்த் தென்பட்ட நான்கைந்து பணியாளர்களுக்குள் நான் அந்த வயது முதிர்ந்த போஸ்ட் மாஸ்ட்டரைத் தேடினேன். கண்ணாடித் தடுப்பின் ஒரு சிறிய திறப்புக்கப்பால் என் வருகையை எதிர்பார்த்துக் காத்திருந்தவளைப் போன்ற பாவனையுடன் உட்கார்ந்திருந்த இளம்பெண் ஒருத்தி என்னை வரவேற்பவளைப்போல நிமிர்ந்து பார்த்துப் புன்னகைத்தாள். நான் அவளை நெருங்கினேன்.

“என்ன வேணும் சார்?”

எனக்கு நன்கு பரிச்சயமான, என் தந்தையின் அமைதியடையாத ஆவியைப்போல் தோற்றமளித்த வயதான அந்தப் போஸ்ட் மாஸ்ட்டரைப் பற்றிக் கேட்க நினைத்தவன் அதற்கான துணிவைப் பெறமுடியாமல் சென்ற முறையும் அதற்கு முந்தின முறையும் செய்ததுபோலவே பத்து ரூபாய் நோட்டொன்றை திறப்பின் வழியே நீட்டி “ஒரு இன்லெண்ட் லெட்டர்” என அதேபோலத் தணிந்த குரலில் கேட்டேன். எதிர்பார்த்ததுபோலவே மேசை இழுப்பறையைத் திறந்து பார்த்துவிட்டு, “சில்லறை இல்லையே” என உதட்டைப் பிதுக்கினாள் அந்த இளம்பெண். நான் அதற்குத் தயாராகவே இருந்தேன். பொங்கிவந்த சிரிப்பைக் கட்டுப்படுத்திக்கொண்டு பத்து ரூபாய்க்கும் அஞ்சல்வில்லைகளைக் கொடுத்துவிடுமாறு கேட்டுக்கொண்டேன். ஏற்கனவே தயாராக எடுத்து வைத்திருந்ததுபோல் அஞ்சல் உறையையும் வில்லைகளையும் நீட்டினாள். பெற்றுக்கொள்ளும்போது வேண்டுமென்றே அவளது விரல்களை வருடினேன். அவள் அழகாகப் புன்னகைத்தாள்.

“தாங்க் யூ”

“வெல்கம்”

ஆனால் மற்றுமொரு சிறிய வாக்கியமில்லாமல் அந்த உரையாடல் முற்றுப்பெற முடியாது என்பதுபோல நான் அந்த இடத்திலேயே நின்றுகொண்டிருந்தேன். என்னைக் கவனிக்காதவளைப்போலப் பாவித்தபடி குனிந்து வேறெதையோ செய்துகொண்டிருந்தவள் திடீரென அவ்வாக்கியத்தை நினைவூட்டிக்கொண்டுவிட்டவளைப்போல நிமிர்ந்தாள். பிங்க் நிற வளையல்கள் குலுங்கத் தன் இடது கையை நீட்டி மன்னிப்புக் கோருபவளைப்போல மிகத் தணிந்த குரலில் சொன்னாள்.

"கோந்து ஜன்னல்ல இருக்குது."

பிறகு நான் வெளியே வந்தேன்.

எதிரே தென்பட்ட பெட்டிக்கடை ஒன்றில் வேட்கை மிகுந்த பார்வையின் கண்ணியைப் போஸ்ட் ஆபீஸ் வாசலில் பொருத்திவைத்துவிட்டுக் காத்திருந்தான் அந்த இளைஞன். எனக்குக் கைகள் நடுங்கின. அநேகமாக என் முழு உடலும் நடுங்கிக்கொண்டிருக்க வேண்டும் என நினைத்துக்கொண்டே வெறுப்போடும் கோபத்தோடும் அவனைக் கடக்க முயன்றேன். அவன் தன் விரலிடுக்கிலிருந்த சிகரெட்டை அவசர அவசரமாகச் சுண்டியெறிந்துவிட்டுப் பதற்றத்துடன் என்னைப் பின்தொடர்ந்தான். நடையின் வேகத் தைக் கொஞ்சம்கொஞ்சமாகவும் ரகசியமாகவும் அதிகரித்துப் பிறகு கிட்டத்தட்ட ஓட முற்பட்டேன். அவன் துரத்தினான். எனக்கு மூச்சிரைத்தது. பழக்கப்பட்டது போன்ற அவனது வியர்வை நெடியை உணர்ந்து வேறு வழியற்றவனாய்த் துணிவை வரவழைத்துக்கொண்டு நின்றேன். எதிர்ப்புறமாகத் திரும்பி அவனை நேருக்கு நேராகச் சந்திக்க முற்பட்டேன். அவனுக்கும் மூச்சிரைத்தது, வியர்த்துக்கொட்டிக் கொண்டிருந்தது. வார்த்தைகளைச் சரியாக இணைக்க முடியாதவனைப்போலத் துண்டு துண்டாகச் சிதறடிக்கப்பட்ட குரலில் கேட்டான்.

"சார் நீங்க கருணாகரன் இல்லையா?"

பதிலைத் தயாராக வைத்திருந்தேன்.

"இல்லெ, நிச்சயமா நா கருணாகரன் இல்லெ."

அவன் தடுமாறினான்.

"அப்ப நீங்க யாரு?"

நான் பெருமூச்செரிந்தேன்.

"யாரோ, வேற யாரோ."

o

பிறகு நான் வேறொரு மனிதனாக, பழியோ காதலோ திடமான வேறு எதுவுமோ அற்ற ஒரு ஆளாக வெகு சீக்கிரத் திலேயே மாறியிருந்தேன். சுகந்திக்கும் எனக்குமிடையேயான உறவுங்கூட முற்றாக மாறியிருந்தது. மாறியிருந்ததா அல்லது நானே அப்படி மாற்றிவிட்டிருந்தேனா என்பதைச் சொல்லத் தெரியவில்லை. அவளை எனது மதுக்கிண்ணமாக உருவகப் படுத்திக்கொண்டிருந்தேன். அல்லது அதனுள் மிதக்கும் ஒரு பனிக்கட்டியாக. போதையூட்டும் இந்த இரண்டு உருவகங் களையுமே வெறுத்தேன். அவள் என்னை என்னவாக உருவகப் படுத்திக்கொண்டிருந்தாள் என்பதைக் கண்டுபிடிக்க முடிய வில்லை. தவிர்க்க முடியாத ஒரு தீமையாகவும் மீண்டுவரவியலாத ஒரு பழக்கமாகவும் அவளைப் பற்றிக்கொண்டிருந்தேன். அடிக்கடி சண்டை போட்டுக்கொண்டோம். மூர்க்கமான வார்த்தைகளால் ஒருவரையொருவர் திட்டிக்கொண்டோம். அக்கம்பக்கத்தின ரும் பழந்துணி விற்பனையாளனான அவள் கணவனும் எங்களுக் கிடையேயான சண்டையில் எந்தக் குறுக்கீடும் செய்யாமல் வேடிக்கை பார்த்துக்கொண்டிருந்தார்கள். அவளுடன் எந்த உறவும் இனி எனக்கு இல்லை என எல்லோருக்கும் கேட்கும் படி அறிவித்துவிட்டு நான் என் வீட்டுக்குள் போய்க் கதவை அறைந்து சாத்திக்கொள்வேன். சில நாள்களில் அப்படிச் செய்பவள் அவளாகவும் இருப்பாள். ஆனால் அநேகமாக அதே இரவில் இருவரும் அவளுடைய வீட்டில் அல்லது என் னுடைய அறையில் ஒரே கட்டிலில் படுத்திருப்போம்.

அவளுடைய கணவன் சீக்கிரத்திலேயே ஒரு ‘முன்னாள் பழந்துணி வியாபாரி’யாக மாறியிருந்தான். அவனுக்கு ஒரு சிறிய கட்பீஸ் கடை வைத்துக்கொடுத்திருந்தேன். இரவு பத்து மணிக்கு மேல் கணவன் வந்து கதவைத் தட்டும்போது அவள் தன் கலைந்த ஆடைகளை அசிரத்தையாகச் சரிப்படுத்திக் கொண்டு எந்தப் பதற்றமுமில்லாமல் நடந்துசென்று கதவைத் திறந்துவிடுவாள். என் முத்தங்களால் கன்றிப்போன அவளது முகத்தைப் பார்க்காமலிருப்பதற்கு முயல்பவனைப்போலக் குனிந்த தலை நிமிராமல் சமையலறைக்குள் புகுந்துகொள்வான் அவன். பிறகு திருடனைப்போலச் சத்தமின்றி நடந்துவந்து அந்த வீட்டின் மிகச் சிறிய கூடத்தில் மடக்குக் கட்டிலொன்றில் போர்வையைத் தலையோடு சேர்த்துப் பாதம்வரை இழுத்து மூடிக்கொண்டு படுத்துவிடுவான். அடுத்த சில வினாடிகளுக்குள் அவனது குறட்டைச் சத்தம் புகையாக மாறிக் கதவிடுக்கு களின் வழியாக எங்களுடைய தாழிடப்பட்ட அறைக்குள் புகுந்து அவனுடைய விசுவாசமான உளவாளியைப்போலக் கட்டிலுக்குக் கீழே பதுங்கிக்கொள்ளும்.

அது பொய்யானது என்னும் திடமான நம்பிக்கை எனக்கு இருந்தது.

என்னைத் தனியாகப் பார்க்க நேரும் தருணங்களில் புன்னகைக்க முயல்வான். அசைவற்று நின்றுவிட்டதைப்போல அவனது கருவிழிகள் நிலைகுத்தி நிற்கும். என்மீதான வன்மம் தனது இதயத்தை நிரப்பிக்கொண்டிருப்பது போலவும் தருணம் வாய்க்கும்வரை அதைத் தளும்ப அனுமதிக்கக் கூடாது என்பது போலவும் அவனது நடவடிக்கைகளில் அசாதாரணமான எச்சரிக்கை தென்பட்டுக்கொண்டிருந்தது. அவளை அவனிடமிருந்து பறித்து வெறுமையின் கோப்பையை நிரப்பிக்கொண்ட என்னைப் பழிதீர்ப்பதற்கு அவன் சூளுரைத்திருப்பான் என நினைத்தேன். அதை நிறைவேற்றுவதற்கான தருணத்தைத் தேடி அலைந்துகொண்டிருக்கும் ஒரு தந்திரமான விலங்காக அவனை உருவகித்திருந்தேன். சில நாள்களில் நான் அவளோடு ஒன்றாகப் படுத்திருக்கும்போது போர்வை அல்லது டவல் வேண்டுமெனக் கேட்டுக்கொண்டு திடீரென அந்த அறைக்குள் நுழைவான். நான் பதற்றத்துடன் விலக முற்படுவேன். அவள் பதற்றமில்லாமல் எழுந்து அவன் கேட்பதை எடுத்துக்கொடுப்பாள். அல்லது அவனே தனக்கு வேண்டியதைத் தேடி எடுத்துக்கொண்டு போகட்டும் என அப்படியே கிடப்பாள். அவன் அவளது நிர்வாணத்தை திருட்டுத்தனமாகப் பார்த்துக்கொண்டே அங்கிருந்து செல்வான். அது போன்ற தருணங்களில் அவன் தன் மறைவிடங்களுக்குள் ஒரு அரிவாள் அல்லது கத்தியை பதுக்கி வைத்திருப்பானோ எனச் சந்தேகிப்பேன். தன் சூளுரையை நிறைவேற்றுவதற்கு ஒரு கெடுவையுங்கூட நிர்ணயித்துக்கொண்டிருப்பான் அந்த முன்னாள் பழந்துணி வியாபாரி. சுகந்திக்குத் தெரியாமல் அவனது அசைவுகளைக் கண்காணிக்கவும் அவனது திட்டங்களின் ரகசியங்களைக் கண்டுபிடிக்கவும் முயன்றுகொண்டிருந்தேன். அலுவலகத்துக்கோ வீட்டுக்கோ எனக்கு வந்திருக்கும் தனிப்பட்ட கடித உறைகளைப் பிரிக்கும் தருணங்களில் என் கைகள் நடுங்கத் தொடங்கியிருந்தன.

ஆனால் ஓடிக்கொண்டிருக்கும் பேருந்தில் தாவி ஏற முற்படும் மாணவனைப்போலவோ ஒரு கழைக்கூத்தாடியைப் போலவோ நான் சாகசங்களை விரும்பத் தொடங்கியிருந்தேன். தலைகீழாகவும் கேலிக்குரியவிதத்திலும் என் விதியைக் கடந்து செல்ல முயன்றேன். மதிக்கத்தக்கதாகக் கருதப்படும் கருத்தியல்களையும் நம்பிக்கைகளையும் எனது மூர்க்கமான விமர்சனங்களால் இழிவுபடுத்தி நண்பர்களின் நிம்மதியைக் குலைக்க முயன்றுகொண்டிருந்தேன். எனக்குக் கிடைத்திருந்த சொற்ப

மான நண்பர்களும் என்னைவிட்டு விலகிச்சென்றுகொண் டிருந்தனர்.

அன்று சுலோவைத் தேடியலைந்துவிட்டு நள்ளிரவுக்கு மேல்தான் திரும்பியிருந்தேன். வீட்டுக்குள் நுழைந்ததும் ஒரு அனிச்சைச் செயல்போல் உடனடியாக என்னைக் கண்ணாடி யில் பார்த்தேன். மிக மோசமான அனுபவம் அது. கற்பனை செய்து பார்க்க முடியாத அளவுக்கு பயங்கரமானதுங்கூட. கண்ணாடியிலோ என் கண்களிலோ ஏதாவது கோளாறு ஏற்பட்டுவிட்டதோ என நினைத்தேன். நான் மனப்பிறழ்வுக் குள்ளாகிவிட்டதாகவும் சந்தேகித்தேன். சட்டமிடப்பட்ட ஒரு பழைய புகைப்படத்தைப்போல எனக்கெதிரே கண்ணாடிப் பரப்பின்மீது தென்பட்ட கருணாகரனின் மிகப்பழைய, முப்பதாண்டுகளுக்கு முந்தைய கருப்புவெள்ளையாலான பிம்பத்தை நடுங்கும் விரல்களால் தொட முயன்றேன். எனக்கு வழிகாட்டிய கிளிஜோசியக்காரனின் முகத்தையும் என்னைப் பின்தொடர்ந்த கந்துவட்டிக்கார இளைஞனின் முகத்தையும் போஸ்டாபீசில் நான் முன்பு சந்தித்திருந்த வயதான என் தந்தையின் அமைதியடையாத ஆவியைப்போலத் தோற்றமளித்த பழைய போஸ்ட் மாஸ்டருக்குப் பதிலாக உட்கார்ந்திருந்த, தன் விரல்களை வருட அனுமதித்த அந்த இளம்பெண்ணின் முகத்தையும் நினைவுபடுத்திக்கொள்ள முயன்றுகொண்டிருந் தேன். அப்போதுதான் திடீரென எல்லாமே கற்பனையாக இருக்குமோ எனச் சந்தேகிக்கவும் தொடங்கினேன். உண்மை யில் நான் அங்கே போயிருக்கவே இல்லையோ என யோசித் தேன். ஒரு கொடுங்கனவிலிருந்து திடுரென விழித்தெழுந்து கண்ணாடியின் முன் நின்று அதை உண்மையென நினைத்துக் குழம்பிக்கொண்டிருக்கிறேனோ என நினைத்தேன். பிறகு திடீரென நினைவுபடுத்திக்கொண்டு என் பேண்ட் பாக்கெட்டை யும் சட்டைப் பையையும் சோதனையிட்டேன். சட்டைப் பையில் பிங்க் நிறத்தாலான இரண்டு மூன்று கசங்கிய பஸ் டிக்கெட்டுகள் இருந்தன. ஆனால் எங்கள் பால்யத்தின் பாழ் நிலத்தில் கட்டப்பட்டிருந்த புத்தம் புதிய அந்தக் கட்டடத்தில் இயங்கிக்கொண்டிருந்த போஸ்டாபீசின் கண்ணாடிச் சட்டத் துக்குள்ளிருந்து என்னை வரவேற்ற இளம்பெண்ணிடமிருந்து பத்து ரூபாய்த் தாளொன்றுக்குப் பதிலாக நான் பெற்றுக்கொண் டிருந்த நான்காக மடிக்கப்பட்டு பேண்ட் பாக்கெட்டுக்குள் பத்திரப்படுத்தப்பட்ட அஞ்சல் உறையையோ அதற்குள் பாது காப்பாகச் செருகிவைக்கப்பட்டிருந்த அஞ்சல்வில்லைகளையோ என்னால் கண்டுபிடிக்க முடியவில்லை. ஒரு இன்லேண்ட் லெட்டரும் மீதிச் சில்லறைக்கு ஸ்டாம்புகளும். அப்படியானால்

அது கனவுதான். அல்லது முன்னெப்போதா நிகழ்ந்தவற்றின் குழம்பிய நினைவு. அதீதமாகக் குழப்பப்பட்டுவிட்ட காலத்தின் மூர்க்கமான பிடியிலிருந்து முற்றாக விடுபடமுடியாமல் முகச்சவரம் செய்துகொள்வதற்காகவும் தலைவாரிக்கொள்வதற்காகவும் வெகு காலமாக நான் பயன்படுத்திக்கொண்டிருக்கும் இந்தச் சிறிய ரசம்போன கண்ணாடியின் முன் நின்று குழம்பிக் கொண்டிருக்கிறேனோ எனவும் யோசித்தேன்.

பிங்க் நிறத்தாலான இந்த பஸ் டிக்கெட்டுகள் வேறு எப்போதோ மேற்கொண்ட பயணத்தின்போது வாங்கிப் பாக்கெட்டில் போட்டுக்கொண்டதாயிருக்கலாம். இது ஓரளவுக்கு தர்க்கப் பொருத்தமுடையதாகத் தோன்றவே மோசமான அந்தக் கனவின் எச்சங்களிலிருந்தும் தூக்கக் கலக்கத்திலிருந்தும் விடுபடுவதற்காகக் குளியலறையை நோக்கி நடந்தேன். முகம் கழுவிக்கொண்டு நிமிர்ந்தபோது சோப்புப் பெட்டி வைப்பதற்காக இருந்த சிறிய மாடத்தில் நான்காக மடிக்கப்பட்டுக் கிடந்த ஒரு இன்லேண்ட் லெட்டர் உறையைப் பார்த்துத் தாள முடியாத அதிர்ச்சிக்குள்னேன். நடுங்கும் கைகளால் அதை எடுத்துப் பிரிக்க முயன்றேன். நான்காக மடிக்கப்பட்ட அக்கடித உறையிலிருந்து பொலபொலவென உதிர்ந்தன அஞ்சல் வில்லைகள். என் உடல் முழுவதும் நடுங்கத் தொடங்கியிருந்தது. கீழே குனிந்து சிதறியிருந்த அஞ்சல்வில்லைகளைச் சேகரிப்பதற்குள் நான் பிரக்ஞையிழக்கத் தொடங்கியிருந்தேன். குளியலறையின் சொரசொரப்பான சிமெண்ட் தரையில் தேங்கியிருந்த சிறிதளவு தண்ணீருக்குள் குழந்தைகளால் மழைநீரில் மிதக்கவிடப்பட்ட காகித ஓடங்களைப்போல நகர்ந்துகொண்டிருந்த அந்த மிகச் சிறிய காகிதத் துண்டுகளைச் சிரமப்பட்டுச் சேகரித்துக்கொண்டிருந்தபோது சுகந்தியின் குரலைக் கேட்டேன்.

அநேகமாகக் கடந்தகாலத்துடனான உறவை முற்றாக முறித்துக்கொண்டுவிடத் தீர்மானித்தது அப்போதாகத்தான் இருக்க வேண்டும்.

சாரதாவுக்கும் எனக்கும்கூட மனஸ்தாபம் ஏற்பட்டிருந்தது. அற்பக் காரணம் ஒன்றுக்காகத் தங்கையின் கணவரோடும் சண்டைபோட்டுக்கொண்டிருந்தேன். யாருடைய நிழலும் என்னைப் பின்தொடராத நிலையில் சுகந்தியுடன் மிகச் சுதந்திரமாகச் சுற்றிவந்துகொண்டிருந்தேன். தியேட்டர்களிலோ பூங்காங்காக்களிலோ ஓட்டல்களிலோ எங்கள் இருவரையும் யாராவது பார்க்க நேர்ந்தபோது எந்தத் தயக்கமும் இல்லாமல் அவர்களுக்கு அவளை அறிமுகப்படுத்திவைத்தேன். சுகந்தி முற்றாகத் தன்னை மாற்றிக்கொண்டிருந்தாள். இப்போது அவள்

பழந்துணி விற்பவன் ஒருவனுக்கு மிகத் தற்செயலாக வாழ்க்கைப் பட்டுவிட்ட பரிதாபத்துக்குரிய பெண் அல்ல. கட்பீஸ் கடை முதலாளியின் அழகான இளம் மனைவி. அவளது சருமம் மிருதுவாகியிருந்தது. நேர்த்தியாக உடுத்துக்கொள்ளத் தொடங்கி யிருந்தாள். பாவனைகளில் நளினமும் கவர்ச்சியும் கூடிக்கொண் டிருந்தது. என் நண்பர்கள் யாருடனாவது பேசும்போது சில ஆங்கிலச் சொற்களைப் பயன்படுத்தவுங்கூட அவள் கற்றிருந் தாள். அவற்றை அவள் எங்கிருந்து கற்றுக்கொண்டாள் என்பதைக் கண்டுபிடிக்க முடியாமல் நான் திணறினேன். மற்ற ஆண்களின் எதிரில் நிற்கும்போது அவள் வெட்கப்படவும் உதடுகளை லேசாகக் கடித்துக்கொண்டு நாசுக்காக முந்தானையை இழுத்து முலைகளை மறைத்துக்கொள்ளவும் தொடங்கியிருந்தாள். முன் னாள் பழந்துணி வியாபாரியான தன் கணவனிடமிருந்துங் கூட அவள் தன் முலைகளை மறைத்துக்கொள்ள முயன்ற போது அது பாவனையாயிருக்குமோ என நினைத்தேன்.

பிறகு அதைப் பற்றி அவளிடம் கேட்கவும் செய்தேன்.

“எனக்கு இப்ப உங்களத் தவிர வேற யார் மேலயும் இஷ்டமில்லீங்க” என்றாள். “அவரப் பக்கத்துல அண்ட விடற தில்லெ. ஆனாத் தொந்தரவு பண்றாரு. ராத்திரியானா தெனமும் சண்டெ” என்றாள். எனக்கு அதை நம்புவதா வேண்டாமா எனத் தெரியவில்லை. ஆனால் கொஞ்சம் கொஞ்சமாக நான் அவளைக் காதலிக்கத் தொடங்கியிருந்தேன். அவள் உடல் மீதான ஆர்வம்கூடக் குறைந்துகொண்டிருந்தது. அவளை மனைவியாக்கிக்கொள்வதைப் பற்றி யோசித்தேன். அவள் அந்த முன்னாள் பழந்துணி வியாபாரியிடமிருந்து விலகி என்னுடன் வந்துவிடத் தயாராகவே இருந்தாள். இதுகுறித்து அவனிடம் பேசுவதற்கான தருணத்தைக் குறித்து இருவரும் நாள்தோறும் ஆலோசித்துக்கொண்டிருந்தோம். என் நண்பர்கள் சிலரிடம் யோசனை கேட்கவும் தொடங்கினேன். தற்செயலாக அவளைப் பார்க்க நேரும் என் அலுவலக நண்பர்களின் கண்களில் பொறாமை சுடர்விடுவதைப் பார்த்தேன். அலுவலகத் தில் என்னைப் பற்றி எண்ணற்ற கட்டுக்கதைகள் உலவத் தொடங்கியிருந்தன. நண்பர்களில் ஓரிருவருக்குச் சுகந்தியின் உடல்மீது ஒருவிதமான போதைகூட உருவாகியிருந்ததாக நான் நினைத்தேன். அவர்களிலொருவன் நான் இல்லாத தருணங்களில் என்னைத் தேடிக்கொண்டு வீட்டுக்கு வருவதை யும் அந்தச் சாக்கில் அவளிடம் பேச்சுக்கொடுக்க முயல்வதை யும் பற்றிச் சுகந்தி என்னிடம் புகார்கூறத் தொடங்கினாள்.

"உத்து உத்துப் பாக்கறாரு. கண்ணு கண்ட எடத்துக்குப் போவுது. பேச்சுக்கூடச் சரியில்ல. டபுள் மீனிங்ல பேசறாரு" எனச் சொன்னபோது உண்மையிலேயே மிகப் பயந்துபோன வளாகத் தென்பட்டாள் அவள்.

இரண்டு நாள்களுக்குப் பின்னர் பார் ஒன்றில் வைத்து அதற்காக அவனைக் கடுமையாக விமர்சித்தேன். அவன் வெலவெலத்துப்போனான். என்னைப் பற்றி ஏற்கனவே உலவிக் கொண்டிருந்த கட்டுக்கதைகள் அதற்குப் பிறகு நம்பமுடியாத அளவுக்குப் பெருகத் தொடங்கின. அலுவலக வளாகத்தில் வெளி ஆள்களின் உபயோகத்துக்காகவென இருந்த அசுத்த மான கழிப்பறைச் சுவர்களில் ஆபாசமான மேற்கோள்களுடன் பெரிய குறி கொண்ட என் கார்ட்டூனைப் பார்த்ததாக அலுவலகத் துப்பரவாளன் சொன்னான். அதைப் பார்க்க வேண்டுமென என் நாற்காலியிலிருந்து உடனடியாக எழ முயன்றேன்.

"அத நான் அப்பவே அழிச்சுப்புட்டனுங்க சார்" எனச் சொன்னவன் எச்சரிக்கையாயிருக்கும்படி என்னைக் கேட்டுக் கொண்டான். அதற்குப் பிறகு அவளை என் மனைவி என மிகத் துணிச்சலாகப் பிறரிடம் அறிமுகப்படுத்தத் தொடங்கி னேன். சாரதாவுக்கும் என் தங்கைக்கும் உறவினர்கள் சிலருக்குங் கூட அவளை அறிமுகப்படுத்துவதைப் பற்றி யோசிக்க முயன் றேன். குறிப்பாக சுலோவுக்கு அவளை அறிமுகப்படுத்த விரும்பி னேன். சுகந்தியுங்கூட அதை விரும்பினாள்.

அவளுடைய கணவன் திடீரென முதுமையெய்திவிட்ட வனைப்போலத் தென்பட்டான். இந்த ஒரு வருடத்திற்குள் அவனுடைய தலைமுடி பாதிக்கு மேல் உதிர்ந்துபோயிருந்தது. அவனது மூக்குக் கண்ணாடியின் திறனை மருத்துவர்கள் ஆறுமாதங்களுக்கொருமுறை கூட்டிக்கொண்டிருந்தார்கள். ஒரு நாடக நடிகனைப்போலத் தடித்த கருப்பு நிறப் பிரேம் ஒன்றைத் தேர்ந்தெடுத்துக்கொண்டிருந்தான். அதற்கப்பாலிருந்து ஆந்தையைப்போல மற்றவர்களைச் சந்தேகத்துடனும் அச்சத் துடனும் கூர்ந்து நோக்கும் அவனது அசைவற்ற கண்களின் பெரிதாக்கப்பட்ட தோற்றம் அச்சுறுத்தும்படி மாறிக்கொண் டிருந்தது.

இரவுகளில் ஓயாமல் இருமிக்கொண்டே இருந்தான். அவனது இருமலைக் கேட்டுக்கொண்டு அந்த வீட்டில் இருப்பது சகிக்க முடியாததாயிருந்தது. அவன் வேண்டுமென்றே

எங்களுக்குத் தொந்தரவு கொடுப்பதற்காக அப்படிச் செய்கிறானோ எனச் சந்தேகித்தேன். ஒருமுறை அவன் மிகத் தீர்க்கமாக இருமத் தொடங்கினான். அப்போது நானும் சுகந்தியும் அந்த வீட்டின் ஒரே படுக்கையறையில் கதவை உள்புறமாகத் தாளிட்டுக்கொண்டிருந்தோம். அவன் அறைக்கு வெளியே கூடத்தில் ஒரு மடக்குக் கட்டிலில் படுத்திருந்தான். அரை மணி நேரத்திற்கு முன்னால் நான் உள்ளே வந்தபோது அவனது கண்கள் மூடியிருந்தன. நான் அவனைத் தொந்தரவு செய்யாமல் படுக்கையறைக்குள் நுழைந்திருந்தேன். சமையலறையிலிருந்து ஈரமான கைகளுடன் உள்ளே வந்த சுகந்தி கதவை உள்புறமாகத் தாளிட்டுவிட்டு என்னருகே வந்தாள். நான் மிகப் பதற்றத்துடன் இருந்தேன். அந்த முறை அவள் கருவைக் கலைக்க மறுத்துவிட்டிருந்தாள். “உங்க கொளந்த எனக்கு வேணும்” என என் மார்பின்மீது சாய்ந்துகொண்டு செவிகளுக்குள் கிசுகிசுத்தாள். நான் பதில் சொல்லத் தெரியாமல் அவளது முலைகளைப் பற்றினேன். அவள் விடுவித்துக்கொண்டு எழுந்து உட்கார்ந்துகொண்டாள்.

“எப்பப் பாரு அந்த நெனப்புதானா?” எனக் கேட்டாள்.

“நா என்ன பேசிக்கிட்டிருக்கறேன்? நீங்க என்ன நெனப்புல இருக்கறீங்க?” எனக் கோபத்துடன் கேட்டுக்கொண்டே மடியில் சாய்ந்து என் கைகளை எடுத்து முலைகளின் மேல் வைத்துக் கொண்டாள்.

“இது உங்களுக்குத்தான? வேற யாருக்கு?” எனக் கொஞ்சினாள். பிறகு நான் அவளைச் சமாதானப்படுத்த முயன்றேன். இந்த ஒருமுறை மட்டும் கலைத்துவிடலாம் எனவும் சீக்கிரமே கல்யாணம் செய்துகொண்டு அவள் விருப்பம்போல் எத்தனை குழந்தைகள் வேண்டுமானாலும் பெற்றுக்கொள்ளலாம் எனவும் சொன்னேன். நான் சொன்னது எனக்கேகூட நம்ப முடியாததாயிருந்தது. பிறகு சட்டென அவள் அழ முற்பட்டாள். என் வார்த்தைகளில் ஒன்றுகூட உண்மையானதல்ல என்பதை அவள் புரிந்துகொண்டிருக்கலாம் என நினைத்தேன். ஒரு முத்தத்தின் மூலம் அவளைச் சமாதானப்படுத்திவிடலாம் என நினைத்து துவர்ப்புச் சுவை படர்ந்த அவளது உதடுகளைக் கவ்வத் தொடங்கியிருந்தேன். எப்போதோ நடந்து முடிந்த ஒரு சம்பவம் திரும்பவும் நிகழ்ந்துகொண்டிருப்பதுபோல் தோன்றியது. எப்போதோ யாருக்கோ சொன்ன வாக்கியங்களை இப்போது மறுபடியும் சொல்லிக்கொண்டிருப்பதாக நினைத்தேன். அப்போதுதான் அவளுடைய அந்தக் கணவன் பயங்கரமாக இருமத் தொடங்கியிருந்தான். முதலில் நாங்கள் இருவருமே

அதைப் பொருட்படுத்தவில்லை. ஆனால் அவனது இருமல் இடையறாமல் தொடர்ந்துகொண்டிருந்ததைக் கேட்டு அவள் கொஞ்சம் பதற்றமடைந்தாள். என்னிடமிருந்து உதடுகளை விடுவித்துக்கொண்டு ஒரு முயலைப்போலத் தலையைப் பக்க வாட்டில் சாய்த்து வைத்துக்கொண்டு அந்தச் சத்தத்தைக் கூர்ந்து கேட்டாள். அவனது இருமல் ஓயும்வரை சலனமே இல்லாமல் தாளிடப்பட்ட கதவைப் பார்த்துக்கொண்டிருந் தாள். சத்தமெழுப்பாமல் எழுந்து சென்று கதவிடுக்கில் கண் களைச் செருகிக்கொண்டு நின்றாள். பிறகு திரும்பி வந்து, "நல்லாத் தூங்கிக்கிட்டிருக்கறாரு" எனக் கிசுகிசுத்துவிட்டு என்மீது சாய்ந்தாள். எங்களுடைய அசைவுகள் தீவிரம்பெறத் தொடங்கியிருந்த தருணத்தில் அவன் மறுபடியும் இருமத் தொடங்கினான். இந்தமுறை அவளைக் காட்டிலும் அதிகமாக நான் பதற்றமடைந்தேன். வேகமாகச் சுழலும் கடிகார முள்ளைப் போல என் கழுத்தைக் கிட்டத்தட்ட எதிர்ப்புறமாகத் திருப்பித் தாளிடப்பட்டிருந்த அந்தக் கதவைக் கூர்ந்து பார்த்துக்கொண் டிருந்தேன். வியர்வை கோத்த என் முகத்தைத் தன் வலுவற்ற கரங்களால் பற்றித் தன்னை நோக்கித் திருப்ப முயன்றாள். "அதொண்ணுமில்ல, நீங்க வாங்க" என முனகிக்கொண்டே என்னைத் தழுவித் தன் கூர்ந்த முலைக்காம்புகளின்மீது என் முகத்தை அழுத்த முற்பட்டாள். ஆனால் அவனது இருமல் சத்தம் முன்னெப்போதுமில்லாத அளவுக்குத் தீவிரமடையத் தொடங்கியதும் அவளது உடல் தளர்வடையத் தொடங்கியது. அவனது தொண்டைக்குள் கர்ரென்று கோழை இழுபடுவதை யும் கேட்டோம். அவள் கலவரமடைந்தாள். ஏதோ விபரீதத்தை உணர்ந்தவளைப்போலத் துள்ளிக்கொண்டு எழுந்தவள் அவசர அவசரமாக ஜாக்கெட்டின் ஊக்குகளை மாட்டிக்கொண்டே ஓடிப்போய்க் கதவைத் திறந்தாள். நான் பின்தொடர்ந்திருந் தேன். அவன் தன் கட்டிலிலிருந்து கீழே விழுந்து கிடந்தான். உடல் நனைந்திருந்தது. ஒருவிதமான கெட்ட நெடி என் நாசியைத் தாக்கிற்று. நான் விரைந்து செயல்பட்டு அவனைத் தூக்கிக் கட்டிலில் கிடத்த முற்பட்டேன். சுகந்தி தணிந்த குரலில் எதையோ சொல்லிப் புலம்பிக்கொண்டே உதவிக்கு வந்தாள். அவனது உடல் விறைத்திருந்தது. வாயிலிருந்து கெட்ட வீச்சமுடைய உமிழ்நீர் வழிந்து கழுத்தின் வழியே இறங்கிக் கொண்டிருந்தது. "அய்யோ என்னாச்சுன்னு தெரியலையே, முருகா" எனத் தன் முந்தானையால் முகத்தைத் துடைத்து விட்டுவிட்டுச் சமையலறைக்கு விரைந்தாள். நான் சுழன்று கொண்டிருந்த மின்விசிறியிலிருந்து வந்துகொண்டிருந்த காற்றின் அளவை அதிகரித்துவிட்டு வேறு என்ன செய்வது எனத்

தெரியாமல் நின்றேன். அவள் அவனது முகத்தின்மீது தண்ணீரை வீசி அடித்துவிட்டு குளிர்ந்து விறைத்துப்போய்விட்ட உள்ளங் கால்களைத் தேய்த்து சூடாக்க முயன்றுகொண்டிருந்தாள். மருத்துவமனைக்குக் கொண்டு போகலாமா அல்லது ஆம்புலன்சை வரவழைக்கலாமா என நான் அவளிடம் யோசனை கேட்டுக்கொண்டிருந்த சமயத்தில் அவன் கண் விழித்துப் பார்த்தான். அவள் தன் ஏதோவொரு கடவுளுக்கு நன்றி சொல்லிக்கொண்டு அவனைத் தன் முலைகளின் மேல் சரித்து, "என்னாச்சு? என்னாச்சுங்க உங்குளுக்கு?" எனப் பதற்றத்துடன் கேட்டுக்கொண்டிருந்தாள். ஏதாவது செய்ய வேண்டுமென விரும்பிய நான் உடனடியாக அருகிலிருந்த மருத்துவமனையிலிருந்து ஒரு மருத்துவரை அழைத்து வந்தேன். அடுத்த ஒரு மணி நேரத்திற்குள் அவன் எழுந்து உட்கார்ந்து எங்களைப் பார்த்தான். முகம் தெளிந்திருந்தது. நடந்தவற் றிலிருந்து ஏதோவொரு வகையான ஆறுதலைப் பெற்றுக் கொண்டிருக்கிறானென நினைத்தேன்.

பதற்றத்துடனும் பெரிதாக ஒன்றும் நடந்துவிடாததால் அடைந்த விடுதலையுணர்வுடனும் அவனுக்கெதிரே அவனது பணியாளைப்போலக் கைகட்டி நின்றுகொண்டிருந்த தன் மனைவியை முதலிலும் பிறகு என்னையும் பார்த்தான். அவனது பார்வையை நேருக்கு நேராகச் சந்திக்கும் துணிவின்றி நான் கண்களைத் தாழ்த்திக்கொண்டேன். ஆனால் ஒரு திடப்பொருள் போல என்மீது கவிழ்ந்திருந்த அந்தப் பார்வை என்னைத் திணறவைத்தது. சிறைப்பட்டுவிட்ட ஒரு விலங்கைப்போல் நான் நின்றுகொண்டிருந்தேன். சுமார் இரண்டு சதுர அடிப் பரப்புள்ள தரைப் பகுதியின்மீது நிலைகுத்தி நின்ற என் கண்கள் அதற்குப் பிறகு வேறு எதையுமே பார்க்கவில்லை. எதிர்காலத் தில் இது திரும்பவும் நடக்கக்கூடும் என நினைத்தேன். வேறொரு சூழலில் வேறு யாரோ ஒருவருக்கு. அப்போதும் நான் அதற்கு சாட்சியாக இதேபோல் நின்றுகொண்டிருப்பேன் எனக் கற்பனை செய்தேன். சாட்சியாகவா, காரணமாகவா என்பதைச் சொல்லத் தெரியவில்லை. இந்தக் கற்பனை என்னைப் பீதியுறச் செய்தது. பிறகு நான் ஒரு நீர்ச்சாரையைப்போல அங்கிருந்து வேகமாக ஊர்ந்து நழுவி என் அறைக்குள் புகுந்து கதவைத் தாழிட்டுக் கொண்டேன்.

அப்போது உண்மையில் எனக்கு எந்தத் திட்டமும் இருந் திருக்கவில்லை. ஆனால் சில நிமிடங்களுக்குள்ளாகவே அங் கிருந்து, சுகந்தியிடமிருந்தும் அந்த முன்னாள் பழந்துணி வியாபாரியிடமிருந்தும் முற்றாக விலகிச் சென்றுவிட வேண்டு

மென்னும் திட்டவட்டமான முடிவுடன் கிளம்பத் தயாரானேன். எதுவுமே திரும்பவும் நிகழ்வதற்குச் சாத்தியமற்ற ஒரு உலகை அல்லது வாழ்வைப் பற்றிய கற்பனைகளுடன் என் துணி மணிகளை எடுத்து ஓரளவு நல்லநிலையில் இருந்த ரெக்சின் பையொன்றில் திணித்தேன். நாற்காலியின்மீது குலைந்து கிடந்த ஜீன்ஸை எடுத்து மாட்டிக்கொண்டு அவசர அவசரமாக வெளியே வந்தபோது பர்சை எடுத்துக்கொள்ளத் தவறிவிட்டதை உணர்ந்து பையைக் கதவருகிலேயே வைத்துவிட்டு உள்ளே போனேன். வழக்கமான இடங்கள் எதிலும் அதைக் காண முடியாததால் வீடெங்கும் தேடிக்கொண்டிருந்துவிட்டு வெளியில் வந்தேன். சுகந்தியின் படுக்கையறையில் மாட்டிக் கொண்டிருக்கலாம் எனத் தோன்றியது. ஆனால் அதற்காக அங்குப் போக வேண்டியதில்லை என முடிவு செய்துகொண்டு இதற்கு முன்னர் பலமுறை நிகழ்ந்ததுபோல் கையில் ஒரு பைசா இல்லாமல் அன்றைய இரவை எதிர்கொள்வதெனத் தீர்மானித்துக்கொண்டு வெளியே வந்தேன். நான் எதிர்பார்த்ததைப் போலவே கதவருகில் சுகந்தி நின்றுகொண்டிருந்தாள். அவள் அப்போதுதான் வந்து கதவின்மீது கைவைத்து அதை உள்புறம் தள்ளிக்கொண்டிருந்தாள். கொஞ்சம்கூடப் பொருட்படுத்தாமல் அவளைத் தாண்டிக்கொண்டு வந்து படிக்கட்டுகளை உதைத்து மேலே தள்ளிவிட்டு வேகமாகக் கீழே இறங்கத் தொடங்கியிருந்தேன். பதற்றத்தின் தடதடக்கும் ஓசையுடன் அவள் என்னைப் பின்தொடர்ந்தாள்.

“அய்யோ, என்னது? இந்நேரத்துல எங்க கெளம்பிட்டீங்க?” எனக் கேட்டுக்கொண்டே என் தோள்களைப் பற்றவும் எத்தனித்தாள்.

“எம்மேல எதாவது கோவமா? சாரிங்க. நா வேற என்ன செய்யட்டும்?” எனப் புலம்பிக்கொண்டு என்னைக் கடந்து முன்னால் வந்து வழியை மறிக்க முற்பட்டாள். “இந்தமாதிரி சூழ்நிலைல சொல்லாமக் கொள்ளாம இப்பிடிப் பொறப்புட்டுப் போனா என்ன அர்த்தம்? நா விட மாட்டெ” என ஆத்திரத்துடன் என்னிடமிருந்து அந்த ரெக்சின் பையைப் பறிக்க முயன்றாள். நான் திமிறினேன். அண்டை வீட்டாரின் பார்வைகள் எங்களை ஊடுருவுவதைக் கண்டு பிறகு குரலைத் தாழ்த்திக்கொண்டாள். “சரி, எங்க போறீங்கன்னாவது சொல்லீட்டுப் போங்க. எப்ப வருவீங்க? நீங்க வராமப் போனா நா உசுரோடவே இருக்க மாட்டேன்” எனத் தணிந்த அச்சுறுத்தும் குரலில் முனகினாள். அவளது மிரட்டலுக்குப் பயந்து ஒரே ஒரு வினாடி மட்டும் தயங்கி நின்றுகொண்டிருந்தேன். பிறகு எதுவுமே சொல்லாமல் வேகமாக அங்கிருந்து மறைந்தேன்.

கையில் ஒரு ரூபாய்கூட இல்லாத நிலையில் இலக்கேயில்லாமல் வெகுதூரம் நடந்தேன். அவளால் என்றுமே மன்னிக்க முடியாத இந்த வெளியேற்றத்தைப் பற்றி யோசிப்பதற்குப் பதில் என் தனிமையைப் பற்றி யோசிக்கத் தொடங்கியிருந்தேன். எல்லோராலும் கைவிடப்பட்டவனாகவும் துரோகமிழைக்கப்பட்டவனாகவும் கற்பனை செய்துகொண்டேன். கண்ணீர் பிதுங்க முயன்றது. நகரம் அதன் மூர்க்கமான தருணங்களிலொன்றில் இருந்தது. வாகனங்கள் ஒன்றையொன்று அவசரமாகக் கடந்து சென்றுகொண்டிருந்தன. எதையும் விற்க முடியாத சோகத்துடன் வீட்டுக்குத் திரும்புவதைப் பற்றி யோசித்துக் கொண்டிருக்கும் பரிதாபத்துக்குரிய பழந்துணி வியாபாரியைப் போல நான் என் துணிப் பையைத் தோளில் தொங்கவிட்டுக் கொண்டு நகரத்தின் குறுக்குவெட்டுப் பாதைகளின் வழியாக அலைந்து திரிந்துவிட்டுப் பிரதான சாலையொன்றில் தென்பட்ட கிட்டத்தட்ட யாருமே அற்றதாகத் தோற்றமளித்த ஏதோவொரு பேருந்து நிறுத்தத்துக்கு வந்து நின்றேன். பழந்துணி விற்பவனுக்காவது வேறு ஏதாவது இருக்கிறது. ஒரு சிறிய வீடு, ஒரு சிறிய படுக்கையறை, ஒரு சிறிய கூடம், ஒரு மடக்குக் கட்டில், பெருத்த முலைகளையுடைய அழகான இளம் மனைவி. அவள் வேறு யாருடனாவது தொடர்புவைத்திருக்கலாம். அந்த வேறு யாரோ மனைவியோடு சேர்த்து அவனுடைய படுக்கையறையையும் கட்டிலையும் கைப்பற்றிக் கொள்ளலாம். ஆனால் அது ஒரு பிரச்சினையே அல்ல. ஒரு தடவை விலா எலும்புகள் நோகக் கண்கள் பிதுங்கி வெளியே வருமளவுக்குப் பலமாக இருமினால் போதும், எல்லாமே திரும்பக் கைக்கு வந்துவிடும். திடீரென என்னைப்போல் ஒன்றுமே இல்லாமல் ஆகிவிடுவதற்கான வாய்ப்பே அவனுக்கு இலலை. ஒன்றுமே இல்லாதவனாக அல்லது யாராகவும் இல்லாமல். ஒரு பழந்துணி வியாபாரியாகவோ அல்லது ஒரு கந்துக்கடைக்காரனாகவோ அல்லது சாரதாவுக்கோ சுலோவுக்கோ வாய்த்த அப்பாவியான அல்லது முட்டாளான கணவனாகவோ அல்லது வேறு யாருமாகவோ அல்லாமல். வழவழப்பான தரையில் கொட்டப்பட்ட பயனற்ற ஏதோவொரு திரவத்தைப் போல உருவமற்றவனாகவும் திசையற்றவனாகவும் அலைந்து திரிந்துகொண்டிருக்கிறேன். திரும்பத் திரும்ப இது நடந்துகொண்டிருக்கிறது. திரும்பத் திரும்ப நான் இப்படித்தான் இதே போன்ற ஏதாவதொரு இடத்தில் இதே போன்ற ஏதாவதொரு நேரத்தில் இதேபோல ஒன்றுமற்றவனாய் நின்று கொண்டு இதேபோலப் பயனற்ற எதைப் பற்றியாவது யோசித்துக் கொண்டிருக்கிறேன். இப்போது எனக்குக் கிடைத்திருப்பது இந்தப் பழந்துணி மூட்டை, அல்லது ரெக்சின் பேக், வந்து

நிற்க வாய்த்திருப்பது ஏதோவொரு பேருந்து நிறுத்தம். யோசிக்க எஞ்சியிருப்பது ஒரு பழந்துணி வியாபாரிக்கு தற்செயலாக வாழ்க்கைப்பட்ட யாரோ ஒருத்தியின் பெருத்த முலைகள், இறைச்சித் துண்டுகளைப் போன்ற கருஞ்சிவப்பு நிற உதடு களிலிருந்து கிடைக்கும் துவர்ப்புச்சுவையையுடைய முத்தம்.

பிறகு அருவருக்கத்தக்கதாகத் தோன்றிய இந்த யோசனை களிலிருந்து விடுபடுவதற்காக வேறு எதைப் பற்றியோ நினைத் தேன். எதைப் பற்றியோ என்றால் சுலோவைப் பற்றி. அதை ஒப்புக்கொள்வது அவமானகரமானதேயெனினும் உண்மை. சுகந்தியின் பெருத்த முலைகளுக்குப் பதிலாகத் தலைகீழாகக் கவிழ்த்துவைக்கப்பட்ட இரண்டு சாமந்திப் பூக்களைப் போன்ற சுலோவின் சிறிய முலைகளைப் பற்றி யோசிக்க முயன்றேன். ஆனால் இந்த உருவகம் சாரதாவையும் நினைவூட்டக்கூடியது என்பதால் பதற்றத்துடன் அதிலிருந்து வெளியேற முற்பட்டேன். சுலோவைப் பற்றி நினைக்கும்போது தவிர்க்க முடியாமல் கருணாகரனையும் நினைத்துக்கொள்ள வேண்டியிருக்கும். பிறகு என் சூளுரையை. பிறகு நான் எனது கடந்த காலத்தை நோக்கி திரும்பவும் ஒருமுறை – அதாவது முப்பது வருடங் களுக்கு மேல் பின்னோக்கிப் போக வேண்டியிருக்கும். அவற்றி லிருந்தெல்லாம் வெளியேறி வந்துவிட்டதாகக் கற்பனை செய்து கொண்டிருக்கிறேன். பிறகு நான் சுலோவுக்கு மட்டுமே சொந்த மான பிங்க் நிற விளிம்புகளையடைய ஜாதிமல்லியின் அற்புத மான வாசனையைப் பற்றி நினைக்கத் தொடங்கியிருந்தேன். அப்போதுதான் ஏற்கனவே நிகழ்ந்திருந்த ஏதோ ஒன்று திரும்ப வும் நிகழ்வதுபோலத் தன் குழந்தையுடன் நான் நின்றுகொண் டிருந்த அந்தப் பேருந்து நிறுத்தத்துக்கு வந்து நின்றாள் சுலோ. அதற்கு முன்னால் எங்களுக்குள் எதுவுமே நடந்துவிடாததைப் போல என்னைப் பார்த்துப் புன்னகைக்கவும் செய்தாள்.

○

பிறகு இந்தக் கதை சீக்கிரத்திலேயே முடிந்துவிட்டது. சீக்கிரத்திலேயே என்றால் வெகு சீக்கிரத்திலேயே. தீர்த்துக் கொள்ள முடியாத என் பழி, ஒருபோதும் நிறைவேற்ற முடியாத சூளுரை, வெளிறிப்போன என் காதல், உருவமோ சுவையோ நிறமோ அற்றதும் ஒன்றுமில்லாததுமாக ஆகிவிட்ட என் காமம் ஆகிய எல்லாவற்றையும் முடித்துவைக்கும் ஒரு ஆவியைப் போல சுலோ அப்போது என் முன் தோன்றியிருந்தாள். நல்ல ஆவியா கெட்ட ஆவியா எனச் சொல்லத் தெரியவில்லை. அவள் என்னைப் பார்த்துப் புன்னகைத்தபோது உண்மையில் நான் அவளை அடையாளம் தெரிந்துகொண்டிருக்கவில்லை.

அவள் நம்பவே முடியாதவளாக மாறியிருந்தாள். நான் முதல் முதலில் சந்தித்த குறும்புத்தனமான இளம் பெண்ணையோ மருத்துவமனையில் தன்மீது திணிக்கப்பட்ட குடும்பத்தின் சுமை தாளாமல் தவித்துக்கொண்டிருந்த பரிதாபத்துக்குரிய பேதையையோ அல்ல அப்போது நான் சந்தித்தது. அவள் சற்றுப் பூசினாற்போலத் தென்பட்டது பெரிய மாற்றமல்ல. சிறுத்துப்போயிருந்த அவளுடைய கண்களில் விரும்பத்தகாததும் அச்சமூட்டுவதுமான ஒரு அசைவு தென்பட்டது. அவளது உடலிலிருந்து அவளுக்குச் சொந்தமாக இருந்திருக்க முடியாத ஒரு நெடி வீசிக்கொண்டிருந்தது. என்னைப் பார்த்தபோது கொஞ்சம்கூடப் பதற்றப்படவில்லை. கருணாகரனைப் பற்றிச் சொன்னபோதுகூட அவளது குரலில் பெரிய துக்கம் எதுவும் தென்படவில்லை. "வீட்டுக்கு வந்துட்டுப் போறது" என அவள் மிகச் சாதாரணமாகத்தான் அழைத்தாள். நீண்ட இடைவெளிக்குப் பிறகு தற்செயலாகச் சந்திக்க நேரும் அறிமுகமான ஒருவருக்கு விடுத்திருக்கக்கூடிய மிகச் சம்பிரதாயமான அழைப்பு. அழைப்பென்றுகூடச் சொல்ல முடியாத அதை ஏற்பதைத் தவிர அப்போது எனக்கு வேறு வழியிருந்திருக்கவில்லை. குறைந்த பட்சம் அந்த நேரத்தில் எனக்கு அப்படித் தோன்றியது. நான் உடனடியாக அவளுடன் புறப்பட்டிருந்தேன். என்னிடம் எதுவுமே இல்லை என்பதைச் சொல்லாமலேயே புரிந்துகொண்டிருந்தாளோ என நினைத்தேன். முன்புறப் படிக்கட்டுகளின் வழியாகப் பேருந்தில் ஏறிக் காலியாக இருந்த சீட்டில் உட்கார்ந்தவள் பின்புறப் படிக்கட்டினருகே நின்றுகொண்டிருந்த என்னைப் பார்த்து எனக்கும் சேர்த்து டிக்கெட் எடுத்துவிடுவதாகச் சைகையின் மூலம் உணர்த்தினாள். பிறகு ஒருமுறை கூடத் திரும்பிப் பார்க்கவில்லை.

பேருந்து நிலையத்திலிருந்து ஒரு ஆட்டோவை வாடகைக்கு அமர்த்திக்கொண்டோம். அவள் மிகக் களைத்துப்போனவளாகத் தென்பட்டாள். இருக்கையில் சாய்ந்து குழந்தையை மடியில் கிடத்திக் கண்களை மூடிக்கொண்டவள் கிட்டத்தட்ட வீட்டுக்கு வந்த பிறகே விழித்தாள். வீடு பயங்கரமாக இருந்தது. கதவைத் திறந்தபோது ஒருவித கெட்ட நாற்றம் நாசியைத் தாக்கியது. கூடத்தில் எரிந்துகொண்டிருந்த மங்கலான ஒரு குண்டு பல்பைத் தவிர வீடு இருண்டுகிடந்தது. சுலோ குழந்தையை இறக்கிவிட்டுவிட்டுச் சில விளக்குகளை எரியவிட்டாள். உள்ளிருந்து மிகப் பலவீனமான ஒரு குரல் வந்தது. அது நிச்சயம் கருணாகரனுடையதாக இருக்க முடியாது என உறுதியாக நம்பினேன். பிறகு தன் சக்கர நாற்காலியை வெகு சிரமப்பட்டுத் தள்ளிக்கொண்டு வந்தாள் அவன் மனைவி. வெகு நேரம்

வரை அவளால் என்னை அடையாளம் கண்டுகொள்ள முடிய வில்லை. சுலோ பலவிதமாகச் சொல்லிப் பார்த்துவிட்டுத் தன் முயற்சியைக் கைவிட்டாள். எங்கிருந்தோ வந்த அவர் களுடைய நாவிதன் அவளை எங்கேயோ நகர்த்திக்கொண்டு போனான். பிறகு அந்த வீட்டிலிருந்த நாள்களில் அவளை அதிகபட்சமாக இரண்டு தடவை மட்டுமே பார்த்தேன். தென்பட்ட எல்லா இடங்களிலும் அடர்த்தியாகப் படிந்துகிடந்த புழுதியைப் பார்த்தபோது முறையாகப் பராமரிப்பதற்கு யாருமே அந்த வீட்டில் இருக்கவில்லையென்பதை யூகிக்க முடிந்தது. ஏற்கனவே தூக்கத்தில் ஆழ்ந்திருந்த குழந்தையைக் கட்டிலில் கிடத்திவிட்டு மிக அசிரத்தையாகக் கூடத்தின் ஒரு பகுதியைச் சுத்தம் செய்தாள் சுலோ. எதுவுமே பேச விருப்பமற்றவளைப்போலத் தான் கொண்டுவந்திருந்த பார்சல் களிலிருந்து உணவைப் பிரித்தெடுத்துத் தாய்க்குக் கொஞ்சம் கொடுத்தனுப்பிவிட்டு எனக்குப் பரிமாறினாள்.

கருணாகரன் இப்போது முறையாக எதையும் சாப்பிடக் கூடிய நிலையில் இருக்க மாட்டான் என நினைத்தேன். எனக்கு நன்கு அறிமுகமான அந்த வீட்டுக்குத்தான் வந்திருக் கிறேன் என்பதை என்னால் கொஞ்சங்கூட நம்ப முடியவில்லை. கருணாகரனின் அழைப்பின் பேரில், தலைமையாசிரியரின் உத்தரவை ஏற்று அப்போதுதான் முதல் முறையாக அந்த வீட்டுக்கு வந்திருப்பதுபோலவும் அவனது வருகைக்காகக் காத்திருப்பதுபோலவும் கற்பனை செய்துகொண்டேன்.

கூடத்தை ஒட்டி இருந்த அவனது படுக்கையறை கைவிடப் பட்டுவிட்டதுபோல் தோற்றம் தந்தது. விரியத் திறந்துகிடந்த கதவுக்குள்ளிருந்து காலாவதியாகிப்போன மருந்தின் நெடி வீசிக்கொண்டிருந்தது. சுலோவிடம் அப்பா எங்கே எனக் கேட்டபோது அவள் பேசாமலிருந்தாள். பிறகு அது அவ்வள வாக முக்கியமற்ற விஷயம் என்பது போல் தோட்டத்திலிருக் கும் அவருடைய பண்ணை வீட்டில் இருப்பதாகச் சொன்னாள். வேண்டா வெறுப்பாகச் சாப்பிடுவதுபோல இரண்டே இரண்டு இட்லி சாப்பிட்டாள். பிறகு ஒரு டார்ச் லைட்டின் உதவியுடன் இருவரும் அங்கே போனோம். பண்ணை வீட்டின் முன்புறம், பந்தலுக்குக் கீழே கயிற்றுக் கட்டிலொன்றில் உட்கார்ந்திருந்த அவர்களுடைய நாவிதன் எங்களைக் கண்டவுடன் அவசர மாக எழுந்து நின்றான்.

"கவண்டர் எப்பிடிருக்கறாங்க சின்னப்பா?" எனக் கேட்டுக் கொண்டே ஒருக்களித்து வைக்கப்பட்டிருந்த கதவை விரியத் திறந்தாள். உள்ளிருந்து வீசிய தசையின் அழுகல் நெடியைத்

தாளமுடியாமல் மூச்சை இழுத்துப் பிடித்துக்கொண்டு கட்டி லருகே போனேன். போர்வைக்குள் முடங்கிக்கிடந்த கருணாகர னின் உருவத்தைப் பார்த்ததும் மனம் நடுங்கத் தொடங்கியிருந் தது. சுலோ முகத்தில் ஒரு துணியைக் கட்டிக்கொண்டு முதலில் அந்த அறையைப் பெருக்கிச் சுத்தம் செய்துவிட்டுப் பிறகு வெகு நிதானமாகக் கருணாகரனின் புட்டங்களில் தென்பட்ட ஆழமான காயங்களை வெதுவெதுப்பான நீரில் கழுவி மருந் திட்டுப் பாண்ட் எய்ட் ஒனறால் மூடிக் கட்டிவிட்டாள். இது அவளுடைய அன்றாடக் கடமைகளில் ஒன்றாக இருக்கு மென நினைத்தேன். மனத்தைத் திடப்படுத்திக்கொண்டு அவளுக்கு உதவவும் முற்பட்டேன்.

"பெட் ஸோர் ..." என ஒரு மருத்துவரைப்போல உணர்ச்சி யற்ற குரலில் விளக்கமளித்தாள். எதற்காக இவள் இங்கே என்னை அழைத்து வந்திருக்கிறாள் எனவும் நான் எதற்காக இப்போது இவளைச் சந்தித்தேன் எனவும் யோசிக்க முயன் றேன். உண்மையில் எனக்குச் செய்வதற்கு ஒன்றுமே இருக்க வில்லை. பழிவாங்கும் இந்தக் கதையை வழிநடத்திச் சென்று கொண்டிருக்கும் வேறு யாரோதான் இறந்துகொண்டிருக்கும் இந்த மனிதனைப் பார்ப்பதற்காக என்னை இழுத்து வந்து இங்கே நிறுத்திவைத்திருப்பதாக நினைத்தேன். "பாத்துக்க சின்னப்பா. எதாச்சும்னா கூப்புடு" என எந்தப் பதற்றமுமில் லாதவளாக நாவிதனிடம் சொல்லிவிட்டுத் திரும்பினாள். நான் எதுவுமே பேசாமல் அவளைப் பின் தொடர்ந்தேன். ஆசாரத்தில் கிடந்த, அந்த முன்னாள் பழந்துணி வியாபாரி யினுடையதைப் போன்ற தோற்றம்கொண்ட மடக்குக் கட்டி லொன்றை எனக்குச் சுட்டிக்காட்டிவிட்டுத் தன் குழந்தையுடன் அவளுடைய அறைக்குள் சென்று கதவைத் தாளிட்டுக்கொண் டாள். பிறகு வீடு கொஞ்சம் கொஞ்சமாக நம்ப முடியாத பேரமைதிக்குள் மூழ்கிக்கொண்டிருந்தது. வெகுநேரம்வரை தூக்கம் வராமல் புரண்டுகொண்டிருந்தேன். அந்த முன்னாள் பழந்துணி வியாபாரிக்கு என்ன ஆகியிருக்கும் எனவும் யோசிக்க முயன்றேன். சுகந்தியின் துவர்ப்புச் சுவையுடைய அந்தக் கடைசி முத்தத்தின் நினைவு வந்தது. உண்மையில் அது கடைசியானது தானா? சுகந்தியை இனி எப்போதுமே சந்திக்க வேண்டாம் என்னும் என் தீர்மானம் எவ்வளவு நாள்வரை நீடித்திருக்கப் போகிறது? இனி வேண்டவே வேண்டாம் என விட்டுவிட்டு ஓடியவன் தற்போது உயிர்களின் நடமாட்டங்கள் அற்றுப்போய் விட்டதைப்போல் தோற்றமளிக்கும் இந்த வீட்டுக்கு எந்தக் காரணமுமில்லாமல் திரும்பி வந்து அதன் இருண்ட தாழ்வாரத் திற்குள் ஒரு ஆவியைப்போலப் பதுங்கியிருக்கிறேன். வாழ்வின்

அற்புதமான தருணங்களைப் பறித்துக்கொண்டு என்னை அதனிடமிருந்து தனிமைப்படுத்திய, முடிவை நோக்கி வேகமாக நகர்ந்து சென்றுகொண்டிருக்கும் பழியின் இந்தக் கதை முற்றுப் பெற்றுவிட்ட பிறகு நான் எதுவுமற்றவனாகிவிடுவேனோ? யோசிப்பதற்கோ செய்வதற்கோ ஒன்றும் மிஞ்சியிருக்காதோ? பிறகு யாராலும் பொருட்படுத்தப்படாத ஒரு உடலாக அல்லது உடலே அற்றவனாக அலைந்துகொண்டிருப்பேன் என யோசித்துக் கொண்டிருந்தபோதுதான் சுலோவின் குழந்தை அழத் தொடங்கி யது. முதலில் நான் அதைப் பொருட்படுத்தவில்லை. சுலோ எழுந்துகொண்டுவிடுவாள் என எதிர்பார்த்துக் கொஞ்ச நேரம் காத்திருந்தேன். ஆனால் வெகுநேரம்வரை அதற்கான அறிகுறி எதுவும் தென்படவில்லை. குழந்தை கலவரப்படுத்தப்பட்டது போலப் பெருங்குரலெடுத்துக் கத்திக்கொண்டிருந்தது. நான் பதற்றமடைந்தேன். ஓர் அனிச்சைச் செயல்போலப் போர்வையை உதறியெழுந்து பாதங்கள் அதிர மூர்க்கமாக நடந்துசென்று அவளுடைய அறையின் கதவை வேகமாகத் தட்டினேன். அதற் காகக் காத்திருந்ததுபோல் சட்டென நின்றது குழந்தையின் அழுகை. பிறகு என்ன செய்வதெனத் தெரியாமல் சில நொடிகள் கதவருகிலேயே நின்றுகொண்டிருந்துவிட்டு என் கட்டிலுக்குத் திரும்பிப் போர்வையை இழுத்துப் போர்த்தி அமைதியாக முடங்கிக்கொண்டேன். மறுகணம் எதிர்பார்த்ததுபோலவே தாழ்பாள் விலகும் ஓசை கேட்டது. ஓசையெழுப்பாமல் நடந்து வந்து கூடத்து விளக்கை எரியவிட்டாள் சுலோ. நான் போர்வையை விலக்கி அப்போதுதான் விழித்தெழுபவனைப் போல அவளைக் குழப்பமாகப் பார்ப்பதுபோல் பாவித்தேன். சுலோ நேராக என்னிடம் வந்தாள்.

"இப்ப நீங்களா கதவத் தட்டினீங்க?"

"இல்லையே" என அவசரமாக மறுத்தேன்.

"யாரோ கதவத் தட்டுனாப்பல இருந்துதே, சின்னப்பங் கீது வந்தானா?"

அதற்கு எனக்குப் பதில் தெரியாது என்பதுபோல் நான் சும்மா இருந்தேன். அவள் வாசலையும் ஜன்னல்களையும் சந்தேகத்தோடு பார்த்துவிட்டுப் போய்விட்டாள். பிறகு கதவு தாளிடப்படும் சத்தம்.

கடவுளே, என்ன மாதிரியான ஆள் நான்? ஒரு காரணமும் இல்லாமல் இப்போது எதற்காகப் பொய் சொல்ல வேண்டும்? குழந்தையின் அழுகுரலைக் கேட்டு என்னவோ ஏதோ என நினைத்துக் கதவைத் தட்டினேன் எனச் சொல்வதில் என்ன

பிரச்சினை? இதற்கு மேல் ஒரு மனிதனால் சரிந்து போக முடியுமா என யோசித்தேன். மரணத்தின் சகிக்க முடியாத துர்நாற்றத்தைப் பரப்பிக்கொண்டு கருணாகரன் இன்னும் எவ்வளவு காலம் இங்கே இருந்துகொண்டிருக்கப் போகிறான்? எதனாலோ அவன் உயிரோடிருந்துகொண்டிருக்கும்வரை எதிலிருந்தும் என்னால் மீள முடியாது என நினைத்தேன்.

அவனை அப்போதே கொன்றிருக்கலாம். வாய்ப்புக் கிடைத்த அந்தத் தருணத்தில் ஆடுகளின் குருதி தோய்ந்த கத்தியை வைத்துக்கொண்டு நான் சும்மா நின்றேன். போதிய தனிமையும் அவகாசமும் வாய்ப்பும் இருந்தும் நான் அவற்றைத் தவறவிட்டேன். அப்போது அவனைப் பழிதீர்த்து எனது சூளுரையை நிறைவேற்றியிருந்திருந்தால் எனக்கு இவ்வளவு பெரிய சரிவு நேர்ந்திருக்காது என நினைத்தேன். நான் காலத்தின் ஒரு முக்கியமான கதாபாத்திரமாகி யிருந்திருப்பேன். என் வாக்குமூலங்கள் ஒரு அற்புதமான வீர காவியமாக மாறியிருந்திருக்கும். ஒடுக்குமுறைக்குள்ளாக்கப் பட்ட மனங்களால் நான் ஒரு நாயகனாகக் கொண்டாடப் பட்டிருப்பேன். என் பழியின் இந்தக் கதை ஒரு மட்டரகமான தமிழ்த் திரைப்படமாவோ மலிவான நாவலாகவோகூட எழுதப் பட்டிருக்கும். செல்லப்ப பண்டிதனைப்போலவோ ராமசாமி பண்டாரத்தைப்போலவோ யாராவது ஒரு உடுக்கடிப் பாட்டுக் காரன் குன்னடையாக் கவுண்டன் கதையைப்போல எனது இந்தப் பழியின் வரலாற்றைப் பாடல்களாகப் புனைந்து அவற் றைத் தன் உடுக்கையின் உக்கிரமான இசையால் நிரப்பிக் களியாட்டங்களால் திளைத்துக் கிடக்க ஆசைப்படுபவர்களின் இரவுகளைப் பயங்கரமானவையாக மாற்றியிருந்திருப்பான். ஆயுள் தண்டனையோ மரண தண்டனையோ பெற்று நான் சிறைக்கு அனுப்பப்பட்டிருப்பேன். சுலோவின் பிங்க் நிற விளிம்பு களையுடைய உதடுகளின் அற்புதமான முதல் முத்தத்தின் சுவையையும் வாசனையையும் பற்றிய நினைவுகளோடு கொட் டடிக்குள் என் வாழ்நாள்களைக் கழித்துக்கொண்டிருந்திருப் பேன். அல்லது தூக்குக் கயிற்றை முத்தமிடும் ஒரு காவிய நாயகனாக எப்போதோ இல்லாமல் போயிருந்திருப்பேன். ஆனால் நான் எழுதத் தொடங்கிய பழிதீர்க்கும் இந்தக் கதை வேறு யாராலோ கைப்பற்றப்பட்டுவிட்டது. மறுமுனையிலிருந்து இதே கதையை எழுதிக்கொண்டிருந்த கருணாகரன் தேவேந் திரனைப் போலத் தன் அழுகிப்போய்விட்ட புட்டங்களிலிருந்து தாளமுடியாத துர்நாற்றத்தைப் பரப்பிக்கொண்டிருக்கிறான். வெளிக்குத் தெரியாமலோ தெரிந்தோ நானும் அழுகிப்போயிருக் கிறேன். இருவரும் சமமான அளவில் வீழ்ச்சியடைந்திருக் கிறோம். நான் அவனாக மாறியிருக்கிறேன்.

இந்தக் கதையில் சாரதாவுக்கு என்ன பங்கு? அவளை இந்தக் கதையின் மையமாகவோ மூலமாகவோ உடலாகவோ உருவகிக்க முடியுமா? அல்லது இந்தக் கதையின் எந்த ஒரு பின்னணியைப் பற்றியும் எதுவுமே தெரியாதவர்களாகவும் முக்கியத்துவமற்ற பாத்திரங்களாவும் இடம்பெற்றிருக்கும் என் தங்கையையோ முதல் அத்தியாயத்திலிருந்து இப்போது இந்த இறுதி அத்தியாயம்வரை மூட்டுவலியால் அவதிப்பட்டுக்கொண் டிருக்கும் கருணாகரனின் பருத்த உடல் கொண்ட அவனுடைய மனைவியையோ போன்றவள்தானா சாரதாவும்? நான் குழம்பி னேன். ஆனால் கருணாகரனின் மகள் என்ற ஒரே காரணம் தவிர வேறெந்தத் தேவையுமற்றவளாய் இந்தக் கதையில் இடம் பெற நேர்ந்துவிட்ட சுலோவுக்கும் இதன் எதனோடும் எந்தத் தொடர்புமற்ற சுகந்தியும் எதற்காக இந்தக் கதையின் பலி மிருகங்களாக மாற்றப்பட வேண்டும்? அவர்களது வாழ்வை உருக்குலைப்பதும் கைவிடப்பட்டவர்களாகவும் தேற்றிக்கொள்ள முடியாதவர்களாகவும் அலைவுறும்படி விடப்படுவதும் முப்பது வருடங்களுக்கு முந்தைய உடைந்துபோன தாள்களில் எழுதப் பட்ட இந்தக் கதைக்கு எந்த அளவு தேவையாக இருந்தது? தன் பால்யத்திலிருந்தும் பேதமையிலிருந்தும் இன்னும் முற்றாக விடுபட்டிருக்க முடியாத கௌதமனை மீளமுடியாதபடி சிறைக் கொட்டடிகளுக்குள் தள்ள வேண்டியது மிகச் சாதாரணமான இந்தப் பழி வாங்கும் கதைக்கு எந்த அளவுக்கு அவசிய மானதாக இருந்தது? பரிதாபத்துக்குரிய ஜீவனான அந்தப் பழந்துணி வியாபாரியை இந்தக் கதைக்குள் கொண்டுவந்தது யார்? நிச்சயமாக இவற்றில் எனக்கு எந்தப் பொறுப்பும் அல்லது பங்கும் இல்லையென நினைத்தேன். இந்தக் கதையை என்னிடமிருந்து பறித்துக்கொண்ட அந்த வேறு யாரோவின் வேலை. எனக்குக் கிடைத்த அந்த அசாதாரணமான வாய்ப்பைத் தவறவிட்ட என் கையாலாகத்தனத்தின் விளைவு.

ஒருவேளை இப்போது எனக்குக் கிடைத்திருப்பது அதை விடச் சிறந்த வாய்ப்பாயிருக்கலாம் என நினைத்தேன். எவ்விதப் பாதுகாப்புமற்ற, ஏற்கனவே செத்துப்போய்விட்ட இந்த மனித னைப் பழிதீர்ப்பதற்கு இப்போது எந்த முயற்சியும் தேவைப் படப்போவதில்லை. ஒரு புழுவை நசுக்குவதைவிட அது அல்லது உடலே இல்லாத ஒரு அற்பமான உயிரைக் கொல்வதைவிட அது எளிதானது என நினைத்தேன். சுவாசத்தின் கடைசி இழைகளை விடாப்பிடியாகப் பற்றிக்கொண்டிருக்கும் இந்த முன்னாள் கந்துக்காரனின் நுரையீரல்களைச் செயலிழக்கவைப்ப தற்கும் கிட்டத்தட்டத் தன் இயக்கத்தை நிறுத்திக்கொண்டு விட்ட சிறிதும் கருணையற்ற அந்த இதயத்திற்குள் சலனமில் லாமல் பதுங்கியிருக்கும் உயிரை அங்கிருந்து வெளியேற்றுவதற்

கும் உள்ளீடற்றவையும் மஜ்ஜை வற்றி உலர்ந்துபோய்விட்ட வையுமான நோயுற்ற எலும்புகளால் போர்த்தப்பட்டிருக்கும் அவனது மெலிந்த மார்புக்கூட்டின் மீது புறங்கையால் சற்று வலுவாக அழுத்துவதேகூடப் போதுமானது. கருணாகரன் என்ற அந்த மனிதனின் மரணமே முடிவாக இருக்கக்கூடு மானால் பழிதீர்க்கும் இந்தக் கதை அக்கணத்தோடு முற்றுப் பெற்றுவிடும். அடுத்த சில வாரங்களில் அல்லது நாள்களில் அல்லது நிமிடங்களுக்குள்ளாகவேகூடத் தன் இயல்பான கதியில் சென்று முடிந்துவிடக்கூடிய ஒரு கதையை இப்படி அவசர மாக முடித்துவைப்பதில் எனக்கோ வேறு யாருக்கோ என்ன லாபம்? ஆனால் எவ்விதமான கதைத் திட்டமும் இல்லாமல் சிறிதும் கவித்துவமற்ற சொற்றொடர்களைக் கொண்டு ஒரு எதேச்சதிகாரியைப்போல் தன்னிச்சையாக நகர்த்திக்கொண்டு போகும் அந்த யாரோ ஒருவனின் மூர்க்கமான கைகளிலிருந்து இந்தக் கதையை என்னால் மீட்டுக்கொண்டுவிட முடியும். ஏற்கனவே முடிந்துபோய்விட்ட, எதிரெதிரான முனைகளிலிருந்து எழுதத் தொடங்கிய என்னாலேயோ கருணாகரனாலேயோ கூடக் குறுக்கிட முடியாதபடி இறுக்கப்பட்டுவிட்ட இதன் கடைசிவாக்கியத்தை, குறைந்தபட்சம் கடைசி வார்த்தையை யேனும் எழுதி முடிப்பதற்கான வாய்ப்பு எனக்குக் கிடைக்கும்.

நான் எழுந்தேன். ஒரு சிறிய கூர் மழுங்கிய கத்தியையோ மங்கலான ஒளியைக் கசியவிடும் டார்ச் லைட்டையோ அல்லது வேறு எதையுமோ எடுத்துக்கொள்ளாமல் மரணத்தின் துர் நாற்றம் கவிந்த கருணாகரனின் உயிர் பதுங்கியிருக்கும் அந்த வீட்டை நோக்கித் துளிகூடச் சத்தம் வந்துவிடாதபடி பெரு விரல்களால் நடந்தேன்.

எதிர்பாராத ஏதோ ஒரு தருணம், திடுக்கிடவைக்கக்கூடிய அல்லது பரபரப்பில் ஆழ்த்தக்கூடிய ஒரு சம்பவம் என் முடிவில் குறுக்கிடக்கூடுமானால் அதை எப்படி எதிர்கொள்வது என் பதைப் பற்றியும் யோசித்திருந்தேன். ஒரு வேளை கருணாகரன் தன் படுக்கையிலிருந்து எழுந்து நின்றிருந்தால், நம்பவே முடி யாதபடி மரணத்தின் பிடியிலிருந்து மீளத்தொடங்கியிருந்தால்? அந்த யாரோ ஒருவன் கதையை எப்படி வேண்டுமானாலும் நகர்த்திச் செல்லக்கூடுமல்லவா? அப்போது அவன் முன்னால் பழிதீர்க்க முடிவெடுத்துவிட்ட, எதற்காகவும் பின்வாங்காத ஒரு பயங்கரமான ஆவியாக நிற்க வேண்டுமெனத் தீர்மானித்துக் கொண்டேன். காலத்தின் சிதையிலிருந்து இன்னும் வெந்து தீராத அந்தத் தருணத்தை அதன் கருகல் நெடியோடு அவன் முன்னால் கொண்டுபோய் நிறுத்த வேண்டும். இவ்வளவு நாள் களும் தன் பணிவான ஊழியனாகவும் நம்பகமான தோழனாக

வும் இருந்துவந்த ஒருவன் உண்மையில் தன் காலடிச் சுவடு களை மூர்க்கமாகப் பற்றிப் பின்தொடர்ந்துகொண்டிருந்த பழிகொண்ட ஒரு நாகம் என்பதை உணர்ந்துகொள்ள நேரும் அந்தக் கணத்திலேயேகூட அவனது பலவீனமான இதயம் தன் துடிப்புகளை நிறுத்திக்கொண்டுவிடக்கூடும்.

பந்தலுக்குக் கீழே கயிற்றுக்கட்டிலொன்றில் குப்புறக்கிடந் தான் அவனுடைய நாவிதன். மீள முடியாத போதையாயிருக்க லாம். என் தூரத்து உறவினனும் ஒருபோதும் என்னிடமிருந்து அந்த உரிமையைப் பெறமுடியாமல் தாழ்வு மனப்பான்மையால் சிதறடிக்கப்பட்டிருப்பவனுமான பரிதாபகரமான அந்த மனிதனைப் பொருட்படுத்தாமல் மரணத்தின் நெடி சூழ்ந்த அந்த அறைக்குள் காலடியெடுத்து வைத்ததும் நான் நிலைகுலைந் தேன். கடவுளே என்றோ அய்யோ என்றோ கூக்குரலிட்ட படியே, எப்போதோ கட்டிலிலிருந்து தலைகுப்புற வீழ்ந்துகிடந்த கருணாகரனை நோக்கிக் குனிந்தேன். கடவுளே என்பதாக இருக்குமானால் கடந்த பல வருடங்களில் முதல் முறையாக அந்த வார்த்தையை அதற்குரிய கையறுநிலையில் நின்று உச்சரித் திருந்திருந்தேன் என்றுதான் சொல்ல வேண்டும். அப்போது அவனது புட்டங்களிலிருந்து கருஞ்சிவப்பு நிறத்தில் வழிந்து கொண்டிருந்த குருதியிலிருந்தும் சீழிலிருந்தும் பெருக்கெடுத் திருந்த துர்நாற்றம் தாளமுடியாததாய் அந்த அறையை நிரப்பி யிருந்தது. சிறிதும் பிரக்ஞையற்ற நிலையிலோ அல்லது முற் றிலும் தெளிந்த நிலையிலோ நான் அவனது உருக்குலைந்து கிடந்த உடலைப் புரட்ட முற்பட்டேன். புரட்டப்பட்டபோது புட்டங்கள் தரையில் உரசியதால் கருணாகரன் வீறிட்டான். எங்களிருவரில் யாருடைய கூக்குரலையோ கேட்டுச் சுலோ அங்கு வந்து சேர்ந்திருந்தாள். கதையின் இந்தக் கட்டம் இப்படித் தான் இருக்கும் என யூகித்ததுபோலவும் முன்னெப்போதோ நடந்த ஒன்று திரும்பவும் நிகழ்வதுபோலவும் தோன்றியது. கருணாகரனை அந்த முன்னாள் பழந்துணி வியாபாரியாகவும் சுலோவை எனது கள்ள முத்தங்களின் போதையிலிருந்து மீளத் திணறிக்கொண்டிருக்கும் சுகந்தியாகவும் கற்பனை செய்ய முயன்றேன். அதற்குள் சுலோ தன் தகப்பனின் உடலை நோக்கிக் குனிந்திருந்தாள். இருவரும் இணைந்து அவனைத் தூக்க முற்பட் டோம். அவள் நடுங்கிக்கொண்டிருந்தாள். துர்நாற்றத்தைப் பொருட்படுத்தாவிட்டால் அவனது எடையற்ற உடலைக் கையாள்வது எனக்குச் சிரமமானதாக இருக்கமுடியாது என் பதால் சுலோவை விடுவித்துவிட்டு ஒரு குழந்தையைப்போல நான் அவனை என் கைகளில் தாங்கிக்கொண்டேன். சுலோ நரம்புகளின் புடைப்பால் அழகற்றதாக மாறிப்போயிருந்த தன் மெலிந்த வெளிறிய கரங்களால் படுக்கையைச் சரிப்படுத்த

வும் விரிப்புகளை மாற்றவும் சில நிமிடங்களை எடுத்துக்கொண்டாள். இறந்துகொண்டிருந்த அந்த உடலைக் கட்டிலில் குப்புறக் கிடத்திவிட்டு என் கைகளை நனைத்திருந்த சீழையும் ரத்தத்தையும் அங்குக் கிடந்த பழந்துணியால் துடைத்துக்கொண்டேன். "அய்யோ, கடவுளே ... ஏதாவுது ஊசி கீசி போட்டு என்னெக் கொண்ணுபுடுங்களே ... உங்குளுக்குப் புண்ணியமாப் போவுட்டு" எனத் தனக்கு எப்போதும் சொந்தமாக இருந்திராத கசப்பான குரலில் முனகிக்கொண்டிருந்தான் கருணாகரன்.

புண்களைக் கழுவுவதற்காகவோ மருந்துகொடுப்பதற்காகவோ வெந்நீர் வைக்கும்பொருட்டு அடுப்பைப் பற்றவைக்க முயன்றுகொண்டிருந்த சுலோ சூழலுக்கு மிக இசைவான முறையில் திடுக்கிடவைக்கும் சத்தத்துடன் பாத்திரத்தைக் கீழே போட்டுவிட்டு அந்த இடத்திலேயே மடங்கி உட்கார்ந்து கொண்டு அழத் தொடங்கினாள். அவளை இழுத்துச் சுவரோரம் சாய்த்து உட்கார்த்தி வைத்துவிட்டு நான் எல்லாவற்றையும் செய்ய வேண்டியவனாக, அந்த வேறு யாரோவின் கட்டளையை மீறமுடியாத இந்தக் கதையின் மிகப் பலவீனமான பாத்திரங்களிலொன்றாக உடனடியாக மாற்றப்பட்டிருந்தேன். வெந்நீரைக் கொதிக்கவைத்துப் புண்களைக் கழுவி மருந்திட்டுக் தேவையான அளவு பஞ்சைத் திணித்து ரத்தப்போக்கைத் தடுத்து நிறுத்துவதே முதலில் செய்ய வேண்டிய காரியமாக இருந்தது. பிறகு அவளிடமிருந்து கேட்டுத் தெரிந்துகொண்டு அலமாரியிலிருந்த வலி நிவாரணியைத் தேடியெடுத்து அவனுக்குக் கொடுத்துவிட்டு எதற்காகவோ காத்திருந்தேன். தரையெங்கும் வழிந்திருந்த குருதியையும் சீழையும் கழுவி டெட்டால் தெளித்துச் சுத்தப்படுத்திவிட்டுச் சமையலறைக்குப் போயிருந்தாள் சுலோ. கொஞ்சம் பழச்சாறுடனோ பாலுடனோ திரும்புவாளென நினைத்தேன். ஓரளவு சுயநினைவை எட்டத் தொடங்கியிருந்த கருணாகரன் அனிமேஷன் படத்தில் வரும் ஒரு பாத்திரம்போல மிக மெதுவாகக் கண்களைத் திறந்து தனக்கெதிரில் ஒரு கேலிச்சித்திரம்போல் அசைந்துகொண்டிருந்த என்னை அடையாளம் தெரிந்துகொண்டான். "கிளார்க் சார் நீங்களா?" எனத் தன் நடுங்கும் கரங்களை மிகச் சிரமப்பட்டு உயர்த்திக் குவிக்க முயன்றவன், "ஆயுசுக்கும் நீங்க நல்லாருப்பீங்க சார்" என ஆசிர்வதித்தான். தளும்பி வழியத் தொடங்கியிருந்த அவனது கண்களை ஒரு கைத்த புன்னகையுடன் பார்த்துக்கொண்டிருந்தேன். "இத்தன நாளா வீட்டுப் பக்கமே வராம இருந்துட்டீங்களே ..." என்றவன், "ஆராச்சு எதாச்சு சொன்னாங்களா?" என மிகப் பலவீனமான குரலில் கேட்டான். நான் எதற்குமே பதில் சொல்லாமலிருந்தேன். பிறகு மௌனமாகக் கூரையை வெறித்துக்கொண்டிருந்தான்.

“கிளார்க் சார், எதாவது சாப்பிடக் கெடைக்குமா? பசிக்குது” என்றான்.

அப்போதுதான் உள்ளே நுழைந்திருந்த சுலோ தான் கொண்டுவந்திருந்த பழச்சாறை ஒரு பீங்கான் கோப்பையில் சரிக்கத் தொடங்கியிருந்தாள். புகைமூட்டம் கவிந்த கண்களால் எங்களது நடமாட்டங்களைக் கவனித்துக்கொண்டிருந்தவன் அருகில் வரச்சொல்லி சைகை காட்டினான். எனக்கும் அவ ளுக்கும் பொதுவானதாகத் தென்பட்ட அந்தச் செய்கையை ஏற்று பழச்சாறு இருந்த கோப்பையோடு அருகில் சென்றேன்.

“அதெல்லா வேண்டாங்க சார், நாக்குச் செத்துப் போச்சு. எதாச்சு காரமா இருந்தாக் குடுக்கறீங்களா? புண்ணுக் கொந் திக்குமுன்னு ஒண்ணுந்தர மாண்டீங்கறாங்கொ. என்னதேம் பத்தியமா இருந்தாலு இனிப் பொளச்சு வரவா முடியு, சொல் லுங்கொ? கிட்டக் கட்டிக்கிச்சு. மிஞ்சிப் போனா இன்னொ ரண்டு மூணு நா” என மிகத் தணிந்த குரலில் என் முகத்தைப் பார்த்துச் சொல்லிக்கொண்டே கையை உயர்த்தி விரல்களி லிருந்து இரண்டையோ மூன்றையோ பிரித்துக்காட்ட முயன் றான். அந்த முயற்சி கைகூடாததால் சோர்வோடு அந்தக் கையைப் பக்கவாட்டில் வீசியெறிந்துவிட்டு மிகத் தயக்கத் தோடு “எனக்கொரு தோசெ வேணும். ஒரேயொரு தோசெ. ஆசையா இருக்குதுங் சார். இத எம்படக் கடசி ஆசயாக்கோட நெனச்சுக்குங்கொ” எனத் தன் பஞ்சடைத்த கண்களால் என்னை ஆழமாகப் பார்த்துக்கொண்டு கேட்டான். பிறகு அவனை அறிந்திருந்த எவருமே நம்ப முடியாதபடி உடைந்து அழவும் தொடங்கியிருந்தான்.

“எனக்கு எம்பயனப் பாக்கோணும்ங்க சார். எப்பிடியாச்சு முயற்சி செஞ்சு ஒரு ரண்டு நாளைக்கு அவனப் பரோல்ல கூட்டிக்கிட்டு வர ஏற்பாடு பண்ணுங்க சார். கண்ணுல பாத்துப்புட்டுச் செத்துப் போறெ.”

நல்ல வேளையாகச் சமையல் கட்டில் கொஞ்சம் தோசை மாவு இருந்தது. ஒரு பிரேதத்தினுடையவற்றைப் போன்ற அசைவற்ற கண்களுடன் சுலோ தகப்பனின் வேண்டுகோளை நிறைவேற்ற முற்பட்டிருந்தாள். அநேகமாக அவள் தகப்பன் வீட்டில்தான் இருந்துகொண்டிருக்கிறாள் என நினைத்தேன். கணவன் வீட்டோடு இருந்த உறவைத் தற்காலிகமாகவாவது முறித்துக்கொண்டிருப்பாள் என்றும் தோன்றியது. அதைப் பற்றி அப்போதோ பிறகோ அவள் ஒன்றும் சொல்லவில்லை. வெகு சீக்கிரத்தில் தோசையும் கருணாகரனுக்கு மிக விருப்ப மான தேங்காய்த் துவையலும் தயாராகியிருந்தது. குழந்தை

யைப் போலத் தகப்பனை மார்பில் சாய்த்துத் தோசையைப் பிய்த்து ஊட்டுவதற்குத் தயாராகியிருந்தாள் சுலோ. அப்போது விதியின் திட்டமிடப்பட்ட ஒரு செய்கையைப்போல அவளுடைய குழந்தை அழத் தொடங்கியிருந்தது. நான் குழந்தையை எடுத்துக்கொண்டுவரப் புறப்பட்டபோது அவள் பார்வையால் என்னைத் தடுத்து நிறுத்தினாள். பிறகு கருணாகரனை என் தோளுக்கு மாற்றிக்கொண்டு அவளை அனுப்பிவைத்தேன். அவன் ஆசையாகச் சாப்பிட்டான். கண்களில் அடக்க முடியாமல் நீர் பெருக்கெடுக்கத் தொடங்கியிருந்தது. கைகளைக் கழுவிவிட்டுக் கட்டிலில் கிடத்தியபோது மூர்க்கமாக என் கைகளைப் பற்ற முயன்றான்.

"நீங்க நல்லாருக்கணும் சார். சார். சாரென்ன சார், நீங்க எனக்குப் பிள்ளையாட்ட. பெத்த பிள்ளைக்கு மேல" எனத் தளும்பினான்.

நான் திகைத்துப்போனேன். இந்தக் கதையை ஒருபோதும் என் கட்டுப்பாட்டுக்குள் கொண்டுவர முடியாது எனச் சோர்வுடன் நினைத்துக்கொண்டேன். படுக்கைக்குத் திரும்பப் பிடிக்காமல் கருணாகரனின் அறைக்கு வெளியே பந்தலில் ஒரு நாற்காலியைப் போட்டு உட்கார்ந்தபடி புகைபிடித்துக் கொண்டிருந்தேன். போதையில் நினைவு தப்பிக் கிடந்த அவனது நாவிதன் அதிகாலையில்தான் எழுந்தான்.

மறுநாள் ஆச்சரியப்படும்விதத்தில் கருணாகரனின் உடல் நிலையில் முன்னேற்றம் ஏற்பட்டிருந்தது. ஊன்றுகோல் ஒன்றைப் பற்றிக்கொண்டு கொஞ்ச நேரம் நின்றான். காலையில் இரண்டு மூன்று இட்லி சாப்பிட்டான். கோழிச் சாறு குடிக்க ஆசையாக இருக்கிறது எனத் தன் அடுத்த விருப்பத்தைச் சுலோவிடம் தெரிவித்தான். புகைபிடிக்கவும் விரும்பினான். சுலோவிடம் அனுமதி பெற்று அவனுக்கு ஒரு சிகரெட்டைப் புகைக்கத் தந்தேன். அவள் தன் தகப்பனின் முடிவை யூகித்திருந்தாள். ஒரு பணிவான, நன்றி மறவாத வேலைக்காரனைப் போல் நான் பழிதீர்க்க நினைத்த அந்த மனிதனுக்குப் பணிவிடை செய்துகொண்டிருந்தேன். இரண்டு நாள்களுக்குப் பிறகு அவர்களுடைய நாவிதன் அவளைப் பற்றிச் சொன்னான். புதிதாகவோ எதிர்பாராததாகவோ ஒன்றும் இல்லை. ஆனால் இனி அவர்களுக்குள் சமாதானம் ஏற்படுவதற்கோ அவள் தன் கணவனுடன் திரும்பச் சேர்வதற்கோ எந்த வாய்ப்பும் இல்லை என்றவன் மணவிலக்குக் கேட்டு அவள் நீதிமன்றத்தில் வழக்குத் தொடுத்திருப்பதாகவும் தெரிவித்தான். இதைக்கேட்டபோது உள்ளுக்குள் சந்தோஷப்பட்டேன். அது காதலாலா பழியுணர்வாலா

என்பதைச் சொல்லத் தெரியவில்லை. ஆனால் சுலோ என்னை நடத்திய விதத்தில் எந்த மாற்றமும் தென்படவில்லை. அலட்சிய மாகவும் அதிகாரத் தோரணையோடும் என்னிடம் பேசிக் கொண்டிருந்தாள். ஒருவகையில் நான் அதை ரசிக்கத் தொடங்கி யிருந்தேன். அவளிடம் அதிக உரிமையெடுத்துக்கொள்ளவும் துடுக்குத்தனமான நகைச்சுவை ததும்பும் சிறு உரையாடல் களின் வழியாக அதை நிலைநாட்டிக்கொள்ளவும் முயன்று கொண்டிருந்தேன். அந்த வீடு என் முழுமையான கட்டுப் பாட்டுக்குள் வந்துவிட்டதாகக் கற்பனை செய்துகொண்டு கருணாகரனின் கடைசி ஆசைகளை நிறைவேற்ற முயன்று கொண்டிருந்தேன். எனது நடமாட்டங்களைக் கூர்மையாகக் கண்காணித்துக்கொண்டிருந்த ஊர்க்காரர்களிடம் எனக்கும் அந்த வீட்டுக்குமிடையேயான உறவைப் பற்றி ஆபாசமான வதந்திகள் உலவிக்கொண்டிருப்பதாக அவர்களுடைய நாவிதன் ஒரு பின்னிரவு நேரத்திய பேச்சினிடையே சொன்னான். கடைவீதிகளிலும் பேருந்து நிலையத்திலும் என்னைச் சந்திக்க நேர்ந்தவர்களின் குத்தலான பார்வைகள் எனக்குப் பெரும் கிளர்ச்சியை மூட்டிக்கொண்டிருந்தன. பல கண்களில் பொறாமை சுடர்விடுவதையும் கவனித்தேன். சுலோவின் வேண்டுகோளுக்கிணங்க வங்கிக்குப் போய்க் கொஞ்சம் பணம் எடுத்துக்கொண்டு வந்து தந்துவிட்டு வழக்கறிஞரைப் பார்க்கப் புறப்பட்டேன். அலுவலகத்திற்குப் போய் மிக நெருங்கிய உறவினர் ஒருவர் மரணப் படுக்கையில் இருப்பதால் பத்து நாள்கள் விடுமுறை தேவை எனக் கண்காணிப்பாளரிடம் தனிப்பட்ட முறையில் சொல்லி அதற்கு அனுமதி பெற்றேன்.

"யாராவது என்னப் பாக்க வந்தாங்களா சார்?" என விடைபெறும்போது கேட்டேன். சுகந்தி வந்து என்னை விசாரித் திருப்பாள் என எதிர்பார்த்தேன். கண்காணிப்பாளர் அப்படி யாரும் வரவில்லை என்றார். பிறகு அலுவலகக் காவலரிடமும் எனக்கு நெருக்கமான மற்றொரு எழுத்தரிடமும் விசாரித்துக் கண்காணிப்பாளர் சொன்னதை உறுதிப்படுத்திக்கொண்டேன். பெரும் ஏமாற்றத்துடன் அங்கிருந்து வெளியேறினேன். எனக்கும் அந்த முன்னாள் பழந்துணி வியாபாரிக்கும் அது நல்லதுதான் என நினைத்துக்கொண்டேன். எல்லாவற்றையும் அப்படியப் படியே விட்டுவிட்டுச் சொல்லாமல் கொள்ளாமல் ஓடிவந்து விட்ட ஒருவனுக்கு நல்லதாக என்ன காத்திருக்கப் போகிற தென்றும் தெரியவில்லை. வழக்கறிஞரின் அலுவலகத்துக்கு ஆட்டோவில் போய்க்கொண்டிருந்தபோது கைவிடப்பட்ட எனது பழைய எம்–80யின் நினைவு வந்தது. வீட்டுக்குப் போய் அதை எடுத்து மெக்கானிக்கிடம் விட்டுவிட்டு வரலாமா

என யோசித்தேன். வழக்கறிஞரின் வீட்டை அடைந்தபோது அந்த யோசனையைக் கைவிட்டுவிட்டுக் கௌதமனின் பரோல் பற்றி சிந்திக்கத் தொடங்கினேன். வெகு நேரக் காத்திருப்புக்குப் பிறகு வழக்கறிஞரின் மேசைக்கு அழைக்கப்பட்டேன். வழக்கறிஞர் உடனடியாகப் புரிந்துகொண்டார். அது அவ்வளவு கடின மானதல்ல என்றவர் கருணாகரனின் மனைவியிடமும் மருத்துவ ரிடமும் சில கையெழுத்துகளைப் பெற்றுவரச் சொல்லி ஒரு படிவத்தைக் கொடுத்தார்.

"ஆனா ரண்டு மூணு நாள் ஆகுமே, பரவாயில்லையா?" என்றார்.

"வேற என்ன செய்யறது சார்?"

"அதுவரைக்கும் தாங்குமா?" எனக் கேட்டுவிட்டு எவ்வளவு சீக்கிரம் முடியுமோ அவ்வளவு சீக்கிரம் ஏற்பாடு செய்வதாகச் சொன்னார். நள்ளிரவுக்கு மேல் வீட்டுக்குத் திரும்பியபோது சுலோ எனக்காகக் காத்திருந்தாள். சாப்பிட்டுக்கொண்டே போன காரியத்தைப் பற்றி விளக்கினேன். அந்த நள்ளிரவிலேயே தாயாரின் இடது கைப் பெருவிரல் ரேகையை ஒற்றிக்கொண்டு வந்து தந்தவள் அதிகாலையில் எழுந்து மருத்துவரைப் பார்ப்பதற் காக என்னுடன் புறப்பட்டாள். ஓரளவு நல்ல நிலையில் இருந்த அவர்களுடைய டிவியெஸ் – 50யில் அவள் தன் குழந்தை யுடன் பின் சீட்டில் உட்கார்ந்துகொண்டாள். பலரும் எங்களை ஆச்சரியத்தோடும் சங்கடத்தோடும் பார்ப்பதைக் கவனித்தேன். ஒருவிதமான சந்தோஷம் மனத்தை நிரப்பத் தொடங்கியிருந் தது. பழியின் இந்தக் கதை நான் முன்பு எதிர்பார்த்ததைப் போலவே தன் இறுதிக்கட்டத்தில் ஒரு காதல் கதையாக முற்றுப்பெறுவது தவிர்க்க முடியாததாயிருக்குமென நினைத் தேன். அபத்தமானதா இல்லையா என்பதைப் பிறகுதான் முடிவு செய்ய வேண்டும். சுலோ எந்தப் பதற்றமுமற்றவளாகத் தென்பட்டாள். வண்டியில் உட்கார்ந்திருக்கும்போதும் மற்ற சில தருணங்களிலும் அவளது உடல் என் மீது உராய்ந்தபோது அதுபற்றிய பிரக்ஞை ஏதும் தனக்கு இல்லாததுபோலவே நடந்துகொண்டாள்.

அவளது கண்கள் உலர்ந்துபோயிருந்தன. வாழ்ந்து முடித்து விட்டவளைப்போலவும் இந்த வாழ்க்கையிடமிருந்து இனி மேல் பெற்றுக்கொள்வதற்கு எதுவுமே இல்லை என்பதுபோல வும் நடந்துகொண்டாள். ஆனால் கௌதமனுக்குப் பரோல் கிடைத்துவிட்டதாகவும் இரண்டு நாள்களில் அவன் அழைத்து வரப்படுவான் எனவும் மறுநாள் நீதிமன்றத்திலிருந்து திரும்பிய பிறகு பின்னிரவில் நான் அவளுக்குச் சொன்னபோது தாள

முடியாதவளானாள். "அண்ணன் வரும்போது அப்பா உயிரோட இருப்பாரான்னு தெரியலப்பா" என்றவள் தகப்பனின் நாடித் துடிப்புக் கிட்டத்தட்ட அடங்கிவிட்டதாகச் சொன்னாள். நான் எப்போதும்போல் மௌனமாகக் கேட்டுக்கொண்டிருந் தேன். பிறகு ஒரு பெருமூச்சுடன் "அதுக்குள்ள போயிச் சேந்துட்டாக்கூட நல்லதுதான். ஆசஆசயா வளத்த பையன் கையில வெலங்கோட வந்து நிக்கறதப் பாக்கறதுக்கு அது எவ்வளவோ தேவுல" என்றாள். அவளால் இப்படிச் சிதறிப் போக முடியும் என நான் ஒருபோதும் கற்பனை செய்ததில்லை. அப்போது நாங்கள் இருவரும் கருணாகரனின் அந்தப் பழைய அலுவலகத்தில் எதிரெதிராக உட்கார்ந்திருந்தோம். அவளிட மிருந்து பெற்ற பிங்க் நிற விளிம்புகளையுடைய காதலின் முதல் முத்தத்தைப் பற்றிய நினைவுகளோடு இறந்த காலத்தின் ஏதோவொரு புள்ளியில் உறைந்துபோய் நின்றுகொண்டிருந்த போது கொஞ்சமும் எதிர்பாராதபடி என் தோளில் சாய்ந்தாள். "இனி நான் என்னப்பா செய்வேன்?" என உடைந்து அழவும் தொடங்கியிருந்தாள். மிகத் தயக்கத்தோடும் தாள முடியாத குற்ற உணர்வோடும் அவளை அணைத்துக்கொண்டேன். அவளுடைய கெட்டித்துப்போன முலைகள் திடீரெனக் கரைந்து வெதுவெதுப்பான ஏதோவொரு திரவத்தைப்போல என்னை நிரப்பத் தொடங்கியிருந்தது. கண்ணீரால் நனைந்துபோயிருந்த அவளது முகத்தை நிமிர்த்தி கடல் நீரின் சுவைகொண்ட அவ்வுதடுகளில் ஒற்றியெடுத்ததுபோல் மிக மிருதுவாக முத்த மிட்டேன். அவள் நடுங்கினாள். ஏதோவொன்று நிகழத்தொடங்கி யிருந்தது. ஆனால் அது என்னவென்பது தெளிவதற்கு முன்பாகவே தன்னை விடுவித்துக்கொண்டு அங்கிருந்து மறைந்தாள்.

ஆனால் முன்பு இதே இடத்தில் இதற்கு நேரெதிரான தருணமொன்றில் அவளிடமிருந்து பெற்றுக்கொண்ட முதல் முத்தத்தைப்போலவே இதற்கும் எந்த அர்த்தமும் இல்லாமல் போனது. கருணாகரன் இறந்த பிறகு துக்கம் கேட்பதற்காக வந்திருந்த கணவன் வீட்டாரோடு நம்பவே முடியாத வகையில் அவள் சமரசம் செய்துகொண்டாள். கருணாகரனின் பிணத்தின் முன்னால் அதை சாட்சியாக வைத்துக்கொண்டு அவளுக்கும் அவளுடைய கணவன் வீட்டாருக்குமிடையே துக்கம் கேட்க வந்திருந்த அவர்களுடைய வயதான உறவினர் ஒருவரின் தலைமையில் சமரசப் பேச்சுகள் நடைபெற்றுக்கொண்டிருந்த போது நான் சற்று தொலைவிலிருந்து அவளது கண்களைச் சந்திக்க முயன்று தோற்றிருந்தேன். ஆனால் அதற்குப் பிறகு அவள் ஒரே ஒரு தரம் என்னைப் பார்த்தாள். என் இதயத்தை

துளைத்துக்கொண்டு வெளியேறிய ஆழமான அந்தப் பார்வை யிலிருந்து எதையுமே புரிந்துகொள்ளச் சக்தியற்றவனாக நான் அந்த வீட்டிலிருந்து கடைசியாக வெளியேறினேன். பரோலில் விடுவிக்கப்பட்டு விலங்கு பிணைக்கப்பட்ட கைகளோடு அழைத்துவரப்பட்ட கௌதமனைப் பார்த்தபோது யாராலும் அதைத் தாங்கிக்கொள்ள முடிந்திருக்கவில்லை. பெண்கள் தங்கள் அழுகையை நிறுத்திவிட்டு மௌனமாக அந்தக் காட்சி யைப் பார்த்துக்கொண்டிருந்தார்கள்.

கௌதமன் தன் தங்கைக்காக அவளுடைய கணவனின் காலில் விழுந்தது யாருமே எதிர்பாராத நிகழ்வு. அந்த ஒரு நிகழ்வுக்காகக் காத்திருந்தவர்களைப்போல எல்லோரும் அவசர அவசரமாகத் தம் நிலைப்பாடுகளை மாற்றிக்கொண்டிருந்த னர். பிறகு கூட்டத்தைப் பிளந்துகொண்டு வந்த அந்த வயதான உறவினர் அவனைத் தூக்கி நிறுத்தினார். உணர்ச்சிகரமான நாடகமொன்றின் இறுதிக்காட்சியில் நிகழ்வதுபோல எல்லோ ருமே அவரது கட்டளைக்கு கீழ்ப்படிந்தார்கள். இந்தக் கதை யில் எந்த முக்கியத்துவமுமற்ற ஒரு பாத்திரமாக நான் மாறியது அந்தக் கணத்தில்தான். காரியங்களெல்லாம் முடிந்து எல்லோ ரும் விடைபெற்றுக்கொண்டிருந்தார்கள். எல்லாப் பொறுப்பு களையும் தன் கைகளில் எடுத்துக்கொண்டிருந்த அவளுடைய மாமியார் கணக்கு வழக்குகளைத் தீர்ப்பதில் மும்முரமாக இருந்துகொண்டிருந்தாள். எனக்குரிய இடம் திட்டவட்டமாகத் தீர்மானிக்கப்பட்டு விட்டதைப்போலத் தொலைவில் தென்னை யின் பச்சை மட்டைகளைக்கொண்டு புதிதாகப் போடப்பட் டிருந்த பந்தலுக்குக் கீழே அவர்களுடைய நாவிதனோடு நின்றுகொண்டிருந்தேன். பிறகு யாரோ என்னை அழைப்பதைக் கேட்டு அவர்கள் முன்னால் போய் ஒரு கேலிச் சித்திரத்தைப் போலத் திடமற்ற முறையில் நின்றேன். திடீரென ஒரு கருப்பு வெள்ளைப் புகைப்படமாக மாறிவிட்டிருந்த சுலோ தன் சகோதரனிடம் எதையோ சொல்லிக்கொண்டிருந்தாள். மிகக் களைத்துப்போயிருந்த குழந்தையை அவளுடைய மாமியார் தன் மடியில் கிடத்தியிருந்தாள். நான் போய் நின்றவுடன் தன் கசப்பான பார்வையால் என்னை உற்றுநோக்கினாள். கௌதமன் தெளிந்திருந்தான். தகப்பனின் இறுதிச் சடங்குகளுக்காக வழங்கப் பட்டிருந்த புத்தம்புதிய வெள்ளை வேட்டியின் மொடமொடப் புடன் ஒரு மர நாற்காலியில் உட்கார்ந்துகொண்டிருந்தவன் என்னைப் பார்த்தவுடன் எழுந்தான். என் கைகளைப் பற்றி அழைத்துத் தனக்கெதிரில் காலியாக இருந்த ஒரு பிளாஸ்டிக் நாற்காலியில் உட்காரவைத்துக் கருணாகரனுக்கு நான் செய்த பணிவிடைகளுக்காகத் தனது நன்றியறிதல்களைத் தெரிவித்துக் கொண்டிருந்தபோது அவனது குரலில் தென்பட்ட கம்பீரத்தை

யும் தன்னம்பிக்கையையும் பார்த்து நான் ஆச்சரியத்துக்குள்ளாகியிருந்தேன். தீர்மானமொன்றை வாசிப்பதுபோல மிகச் சுருக்கமாகவும் தெளிவாகவும் கவனமாகவும் பேசினான். மற்றவர்கள் அவன் பயன்படுத்தும் வார்த்தைகளைக் கூர்ந்து கேட்டுக்கொண்டிருந்தார்கள். அது ஒரு சடங்கை நிறைவேற்றுவதற்காக மேற்கொள்ளப்படும் ஒரு நிகழ்வைப்போலவும் தென்பட்டது. விடைபெற்றுக்கொள்வதற்காக நான் வாசற்படியில் இறங்கி நின்றபோது அவசரமாக வந்த அவளுடைய கணவன் மிகத் தணிந்த குரலில் என்னிடம் எதையோ சொல்லிக் கொண்டிருந்தான். அவனது ஒரு வார்த்தையைக்கூட என் செவிகளால் கேட்க முடியவில்லை. அப்போதுதான் சற்றுத் தொலைவில் ரகசியமான ஒரு இடத்திலிருந்து சுலோவின் ஆழமான அந்தப் பார்வை வெகு நிதானமாக என்னைத் துளைத்துக்கொண்டிருந்தது. பிறகு எந்த உணர்ச்சியுமற்றதாய்க் கடந்து சென்றது.

ஆனால் இரண்டு நாள்களுக்கு முன்பு, கருணாகரன் உயிருடன் இருந்தபோதே இந்தக் கதையை முடித்து வைத்து விட்டுப் போயிருந்தாள் சாரதா. முற்றிலும் தன்னுடையதான இந்தப் பழியின் கதையை மனம்போன போக்கில் நடத்திச் சென்றுகொண்டிருந்த அந்த யாரோவிடமிருந்து வெற்றிகரமாக அதைக் கைப்பற்றவும் மிகக்கொடிய வாக்கியமொன்றின் மூலம் அதை முடிவுக்குக் கொண்டுவரவும் அவளுக்கு முடிந்திருந்தது.

சுலோவின் கடல்நீரின் சுவைகொண்ட அந்த முத்தத்தைப் பற்றி யோசித்துக்கொண்டு நான் அலுவலக அறையிலிருந்த போது கதையின் அடுத்த வாக்கியத்தைப்போல் உடனடியாகச் சாரதாவிடமிருந்து தொலைபேசி அழைப்பு வந்தது. மிகக் கோபமாகப் பேசினாள்.

“பத்துப் பதனஞ்சு நாளாவே உங்கிட்ட இருந்து போன்கீன் ஒண்ணும் வராதபோதே நெனச்சேன். இங்க என்ன பண்றே? மறுபடி உம்பட காதல் நாடகத்த ஆரம்பிச்சுட்டியா?”

பிறகு மிகத் தணிந்த குரலில் அவளுக்கு எல்லாவற்றையும் சொன்னேன். எல்லாவற்றையும் என்றால் கருணாகரன் மரணப் படுக்கையில் இருப்பதுவரை. பிறகு அவள் கருணாகரனைப் பார்க்க வேண்டும் என்ற தன் ஆசையைச் சொன்னாள். உயிர் பிரிந்தவுடன் அவளுக்கு உடனடியாகத் தொலைபேசியில் தகவல் தருவதாக நான் அளித்த வாக்குறுதியைக் கேட்டுக் கொண்டு கொஞ்ச நேரம் மௌனமாக இருந்தாள்.

“இப்ப எப்பிடியிருக்கறே?”

"சொன்னனே, இன்னும் ரண்டு நாள் தாங்கறதே கஷ்டம்."

"பேச வருதா?"

"ம்"

"எதையாவது சொன்னாப் புரிஞ்சுக்கறாப்பல இருக்கறானா?"

"ம்"

"நீ ஏதாவது சொன்னியா?"

"........."

"நீ அவனுக்குப் போட்டயே அந்த லெட்டரப் பத்தி, எல்லாத்தையும் அவங்கிட்டச் சொல்லப் போறதாச் சொன்னியே?"

குரல் கமறியது. உள்ளுறைந்த கோபம் குத்தலான சிரிப்பாக வந்தது.

"அப்ப சரி நா காலைல வர்றேன், நீ அங்கயே இரு" எனச் சொல்லிவிட்டு இணைப்பைத் துண்டித்தாள். சபிக்கப் பட்டவனைப்போல வெகுநேரம்வரை தூங்காமல் காத்திருந் தேன். பிறகு அதிகாலையில் எனது அந்த மர நாற்காலியில் மிக அசௌகரியமான முறையில் சாய்ந்து உறக்கத்தில் ஆழ்ந் தேன். சுலோ வந்து சாரதா வந்திருப்பதாகச் சொல்லி எழுப்பிய போது கொடுங்கனவொன்றிலிருந்து மீண்டதுபோல் மலங்க மலங்க விழித்துக்கொண்டிருந்தேன். முகம் கழுவிக்கொண்டு வந்தபோது ஆசாரத்துச் சுவர்களில் மாட்டப்பட்டிருந்த சட்ட மிடப்பட்ட கருணாகரனின் குடும்பப் புகைப்படங்களைப் பார்த்துக்கொண்டிருந்தாள் சாரதா. மிகப் பதற்றத்துடன் தென் பட்டவளுக்கு முன்னால் ஒரு குற்றவாளியைப்போல் ஒப்புக் கொடுத்துவிட்டு நின்றேன். சுமார் ஆறடிக்கும் அதிகமான உயரத்தில் சீரான காலவரிசைப்படி அடுத்தடுத்தவையாக மாட்டப்பட்டிருந்த அந்தப் புகைப்படங்களைத் தன் பழுப்பு நிறக் கண்களால் ஆழமாக ஊடுருவியிருந்தாள் சாரதா. குழந்தைத் தனமான ஆர்வத்தின் வெளிப்பாடாக அதை எடுத்துக்கொண் டாள் சுலோ. காபியுடன் அப்போதுதான் அங்கு வந்து நின்றவள், "அதெல்லாம் எப்ப எடுத்ததோ, நாங்கெல்லாம் பொறக்காத துக்கு முன்னெ" என மிக இயல்பான குரலில் அப்புகைப்படங் களைப் பற்றிச் சாரதாவுக்கு விளக்கமளிக்கவும் முற்பட்டாள்.

பிறகு நாங்கள் இருவரும் ஆச்சரியப்படும்விதமாக அவற்றி லிருந்து ஒரு புகைப்படத்தை எடுக்கும் முனைப்புடன் கைகளை உயர்த்தினாள் சாரதா. அதைப் பார்த்துக்கொண்டிருந்த சுலோ காபிக் குவளையை மேசையின் மீது வைத்துவிட்டு "இருங்க..." என நாற்காலியொன்றின் மீது ஏறி ஆணியிலிருந்து அதைப் பிரித்தெடுத்துச் சாரதாவிடம் தந்தபோதும் மிகப் பதற்றம் கொண்டவளாக அதைப்பெற்றுக்கொண்ட சாரதா அதிலுள்ள ஒவ்வொருவரையும் தன் நுனி விரல்களால் தொட்டு யார் யார் எனக் கேட்டுக்கொண்டிருந்தபோதும் நான் எதையுமே புரிந்துகொள்ளவில்லை. அப்போது அவளது உதடுகள் துடித்துக் கொண்டிருந்ததையும் சுவாசத்தின் ஒழுங்கு திடீரெனக் குலையத் தொடங்கியதையும் நெற்றியிலும் புறங்கழுத்திலும் பொடிக்கத் தொடங்கியிருந்த வியர்வைத் துளிகளையும் கவனிக்க நேர்ந்த போது என்னதான் இருந்தாலும் அவளை முதன்முதலாக முத்தமிட்டவன் அல்லவா எனக் குரூரமாக நினைக்க மட்டுமே எனக்கு முடிந்திருந்தது. காபியை அவசர அவசரமாக உறிஞ்சித் தீர்த்தவள், "அப்பா எங்க படுத்திருக்கறாங்கொ?" எனச் சுலோ வின் முகத்தைக் கருணையுடன் பார்த்துக் கேட்டபடியே எழுந்து நின்றாள். அவளை அழைத்துக்கொண்டுபோக முன் வந்த சுலோவைத் தடுத்துவிட்டு நான் சாரதாவுடன் சென்றேன். கருணாகரனின் அறை தென்பட்டதும் கிட்டத்தட்ட என்னை முந்திக்கொண்டு நடந்தவள் "நீ இங்கயே இரு" என என்னை வாசலிலேயே தடுத்துவிட்டுத் தான் மட்டும் உள்ளே நுழைந் தாள். என் முழு உடலும் நடுங்கத் தொடங்கியிருந்தது. பழிதீர்க் கும் இந்தக் கதையின் கடைசி அத்தியாயத்தை நேரடியாக எதிர்கொள்ள வேண்டியிருந்த நெருக்கடியிலிருந்தும் வெகு காலமாக நான் எதிர்பார்த்துக்கொண்டிருந்த அந்த முடிவான தருணத்திலிருந்தும் தப்பிச் செல்ல முடியாமல் நான் திணறிக் கொண்டிருந்தேன். ஆனால் சில நிமிடங்களில் கிட்டத்தட்டப் போன வேகத்திலேயே திரும்பி வந்து நின்றாள் சாரதா. அவளது முகம் வெடித்துப்போயிருந்தது. பழுப்பு நிறமுடைய அந்தக் கண்கள் கிட்டத்தட்ட இறந்துபோயிருந்தன. கருணாகரனின் அறையை ஏற்கனவே தன் கட்டுப்பாட்டுக்குள் கொண்டுவந்து விட்டிருந்த மரணத்தின் துர்நாற்றத்தைத் தாளமுடியாதவளாய் ஓடி வந்திருப்பாள் என நினைத்தேன். பிறகு அவள் உடனடி யாக விடைபெற்றுக்கொள்ளவும் முற்பட்டாள்.

"இருங்க டிபன் சாப்பிட்டுட்டுப் போகலாம். ஒரு அஞ்சு நிமிஷம்" என நாற்காலியை இழுத்துப்போட்ட சுலோவின் உபசரிப்பைப் பொருட்படுத்தாமல் வாசற்படியில் இறங்கி

நின்றவளை மொபட்டில் உட்கார்த்தி வைத்து அழைத்துக் கொண்டு நான் பேருந்து நிறுத்தத்தை நோக்கிச் சென்றேன். பதற்றம் நீங்கியதும் ஏதாவது சொல்வாள் என எதிர்பார்த் தேன். கடைசிவரை ஒரு வார்த்தையும் பேசாமல் அவள் மௌனமாக உட்கார்ந்திருந்தாள். பேருந்து நிறுத்தத்தை அடைந்த தும் வண்டியிலிருந்து இறங்கியவள் ஏதோ தவறிழைத்துவிட்ட வளைப் போலச் சாம்பல்நிறமாகிவிட்டிருந்த தன் கண்களைத் தாழ்த்தி தரையைப் பார்த்துக்கொண்டு நின்றாள். பிறகு பேருந்து வந்து நிற்பதற்கு ஒரு வினாடி இருக்கும்போது என்னை நிமிர்ந்து பார்த்தாள்.

முக்கியமான ஏதோவொரு வாக்கியத்தைச் சொல்லப் போகிறாள் என நினைத்து அதை யூகிக்க முயன்றுகொண்டிருந்த போது மிகமிகத் தணிந்த குரலில் மிகமிகத் தயக்கத்துடன் “அது அவனில்லெ. வேற யாரோ. அவனுக்கும் இவனுக்கும் சம்மந்தமேயில்ல. கருணாகரன்னு பேரு மட்டும் ஒண்ணு, சாயலும் பொருந்திப்போயிட்டதால நீ தப்பாப் புரிஞ்சுக்கிட்டே” என்னும் மிகச் சாதாரணமானதுபோல் தென்பட்ட ஒரு வாக்கியத்தை அவசர அவசரமாகச் சொல்லிவிட்டு விடை பெற்றுக்கொள்ளக்கூடத் தோன்றாமல் கிட்டத்தட்டத் தன்னை உரசிக்கொண்டு வந்து நின்ற பேருந்தில் ஏறிக்கொண்டாள்.